Năm thứ IX 2026 - Bộ mới ra mỗi tháng * 1

VĂN HỌC MỚI

TẠP CHÍ VĂN HỌC NGHỆ THUẬT

PHÁT HÀNH MỖI THÁNG / 1 SỐ (1 NĂM 12 SỐ) Năm thứ IX
Editor-in-Chief: HÀ NGUYÊN DU
Assistant Editor-in-Chief : NT LỆ THU
General Secretary : Lệ Thu & Vương Thư Sinh
Secretary & Manuscript Reader : Bạch Xuân Phẻ
Publishing Technology:
Phạm Hồng Thái & Ngã Phương Huyền
Thư từ, bài vở, ngân phiếu - xin gởi về:
(Văn Học Mới - New Literature Magazine)

Tòa Soạn
10291 Arundel Ave.
Westminster, CA 92683 - 5821

***

Gởi ngân phiếu hay Check
Xin đề: HA NGUYEN

***

Bài vở gởi về:
vanhocmoi4@gmail.com
ntlthu1016@gmail.com
hanguyendu@gmail.com

https://tapchivanhocmoi.com
https://vanhocmoi.com

ĐẠI DIỆN PHÁT HÀNH
Canada: **Phan Ni Tấn** <phannitan@yahoo.ca>
Canada : **Hoàng Xuân Sơn** <hoangxuanson@hotmail.com>
Minnesota: **Kimchi Hoang** < hkimchi2006@gmail.com>
Georgia: **Đức Phổ**<dducpho@gmail.com>
Massachusetts: **Lâm Chương** <lamchuong495@gmail.com>
Louisiana: **NgT Hồng Hải**<nhattannguyen575@yahoo.com>
Houston: **Nguyễn Minh Triết**<lntt_2000@yahoo.com>
San Jose: **Phạm Hồng Thái**<thaihpham@gmail.com>
Paris:**Trang Thanh Truc<trangthanhtrucparis@yahoo.fr>**
VN: NT Lệ Thu<ntlethu1016@gmail.com>
Germany **Trần Văn Tích**

Số ghi danh Quốc Hội Hoa kỳ: ISSN 2690 - 4276
https://portal.issn.org/resource/ISSN-L/2690-4276

TRONG SỐ NÀY

NGUYỄN KIẾN THIẾT • ĐỨC PHỔ • NGUYỄN VĂN SÂM • HẠ QUỐC HUY • VIÊN DUNG • TRẦN VĂN TÍCH • HUỲNH LIỄU NGẠN • HOÀNG XUÂN SƠN • KHẾ IÊM • TRỊNH Y THƯ • VŨ HOÀNG THƯ • TRẦN VIỆT HẢI • BẠCH XUÂN PHẺ • HÀ NGUYÊN DU • NGUYỄN ĐÌNH TỪ LAM • QUẢNG XUÂN • PHAN NI TẤN • SA CHI LỆ • LÊ HỮU • LƯU NGUYỄN TỪ THỨC • LƯƠNG THIẾU VĂN • HÀ BẠCH QUYÊN • LÊ HỮU MINH TOÁN • TUỆ TRUNG • TIỂU LỤC THẦN PHONG • TRẦN QUÝ TRUNG • LÂM CHƯƠNG • NGƯỜI SÔNG HẬU • VŨ KHẮC TẾ • NGUYỄN AN BÌNH • SCOTT S. NGUYÊN • HỒ XOA • HỨA HIẾU • LÂM BĂNG PHƯƠNG • NGUYỄN HỒNG LINH • TÔN NỮ MỸ HẠNH • LÊ KHÁNH NHÂM • TRUNG PHONG • NGUYỄN ĐẠI DUẪN • ĐẠI DUY • NHẬT HẠ • NT LỆ THU • NGÃ PHƯƠNG HUYỀN •

mục lục

VĂN HỌC MỚI SỐ 50

LỜI TÒA SOẠN VĂN HỌC MỚI SỐ 50 THÁNG 3 / 2026

Sự vận tiết của đất trời vốn dĩ là một bản định ước thiêng liêng mà thời gian là kẻ chấp bút thầm lặng. Khi những dư âm cuối cùng của tiết Xuân Bính Ngọ, kể từ số báo 49 còn chưa kịp tan đi trong hơi thở nồng nàn của tháng Hai, thì tháng Ba đã gõ cửa - một sự chuyển giao đầy tế vi giữa cái ấm áp và sự khởi đầu của những cơn nắng gắt. Chúng ta đứng đây, nơi ngưỡng cửa của mùa hạ, nhìn nắng vàng đổ dài trên những chiếc lá buồn nhan sắc, nghe trong gió cái oi nồng chực chờ thiêu đốt.

Nhưng thưa quý bạn,

Khi soi chiếu sự biến thiên của tạo hóa vào cuộc người, tôi chợt thấy lòng mình trào dâng một nỗi ưu tư không dứt. Hành tinh này, trong một sát na nào đó, chẳng khác chi một quả trứng mỏng manh nằm gọn trong lòng bàn tay của chúng ta - từ bậc hiền triết cầm lái thời đại cho đến những thân phận trôi dạt trên dòng thác mệnh chung... Tất cả đều đang đứng trên một boong tàu vận mệnh, nơi mà Văn chương và Nghệ thuật chưa bao giờ là những thực thể đứng ngoài cuộc. Chúng là những mắt xích, những phân tử mang đầy hệ lụy, run rẩy trong cơn bão bùng của cảm xúc nhân loại.

Tôi tự hỏi: Khi cả thế giới tiến triển, liệu chúng ta có thể nào đứng yên?

Câu trả lời, đó chính là sự kiên định. Có người bảo: "Người ta sao thì mình vậy", *nhưng với Văn Học Mới, đó lại là một sự thỏa hiệp đầy xót xa.* Nếu thế gian mải mê khoác lên mình những lớp áo tân thời bóng bẩy nhưng rỗng tuếch, *thì chúng ta thà chấp nhận giữ lại chiếc áo cũ đã thấm đẫm ký ức và hồn cốt của cha ông, còn hơn tự huyễn hoặc mình trong những giá trị phù phiếm.* Chúng ta không chọn đứng yên vì trì trệ, mà chọn đứng vững để không bị cuốn trôi trong dòng thác hỗn tạp của thời đại.

Nhìn lại bước cách tân từ bổn báo VHM, ta không khỏi chạnh lòng. Dẫu những ngòi bút lão làng vẫn miệt mài gõ nhịp thanh âm mới, nhưng dường như sự vang rân ấy vẫn còn quá khiêm tốn trước ngưỡng cửa thời đại nghin tân. *Đáng ngại thay, một bộ phận những cây bút trẻ, trong cơn cuồng nộ của cao trào công nghệ, dường như đang tự gieo mình xuống "hố thẳm AI".* chạy theo những thuật toán vô hồn mà quên đi cái gốc rễ nhân bản được hun đúc từ tiền nhân.

Thực tại ấy, tôi cho rằng: *Mọi sự tiếp nhận đều cần một bộ lọc logic và sự thẩm thấu đầy tỉnh táo.* Thiếu đi sự cẩn trọng, ta chỉ là những kẻ không vốn liếng đang đánh cược với di sản văn hóa. Hãy nhớ lấy nền tảng cốt lõi: *"Tiếp nhận tốt... thì truyền tải tốt". Làm kim chỉ nam cho bản lĩnh của người cầm bút.*

Để khép lại lời tòa soạn, BBT xin được hướng về Số 51 - *Số Đặc Biệt Giới Thiệu Nhà Thơ Đức Phổ. Một hành trình xuyên thế kỷ, từ những ngày trước 1975 cho đến cuộc ly tan để trở thành người viễn xứ, ông là một minh chứng cho một sức sáng tạo không ngừng nghỉ trước mọi biến thiên thời cuộc.*

Kính chúc quý thân hữu và bạn đọc, sau những dư vị của Valentine và Xuân Bính Ngọ, *sẽ tìm thấy sự an lạc trong tâm thế sáng tạo. Hãy để sự sáng tạo trong ta cuồn cuộn như sóng biển, bởi đó chính là chức năng thiên phú mà đất trời đã ban tặng.*

Trân trọng,
BBT / Tạp Chí Văn Học Mới

NGUYỄN KIẾN THIẾT
BUỔI NÓI CHUYỆN CỦA NHÀ VĂN NGUYỄN THỊ HOÀNG TẠI ĐẠI HỌC VĂN KHOA SÀI GÒN NĂM 1971 - Kỳ 4 (Hết)

** Mời các bạn xem từ Kỳ 1, VHM số 46 tháng 11/2025.*

oOo

Trong kỳ báo đầu tiên, chúng tôi muốn dẫn dắt người đọc bằng cách sưu tầm, nhận định, trích đăng "Buổi Nói Chuyện Của Nhà Văn Nguyễn Thị Hoàng Tại Đại Học Văn Khoa Sài Gòn Năm 1971", trong đó có chi tiết liên quan liên quan tới tác phẩm *Vòng Tay Học Trò*. Qua ba kỳ báo trước, chúng tôi đã nêu rõ: Mục đích buổi nói chuyện qua Lời giới thiệu của GS Thanh Lãng; Trích đăng có chọn lọc nội dung buổi nói chuyện; Sau cùng trích lược Thắc mắc - Giải đáp giữa sinh viên và nhà văn Nguyễn Thị Hoàng về "*công trình viết lách, xây dựng một tác phẩm tiểu thuyết*".

Nhìn chung buổi nói chuyện đã thành công vượt mức mong đợi bởi diễn giả là nhà văn nữ nổi tiếng, sách của bà trong đó cuốn *Vòng Tay Học Trò* đã là một "hiện tượng", một bestseller được tái bản tới 4-5 lần; còn cử tọa là sinh viên Văn Khoa với số lượng đông chiếm kỷ lục. Không riêng gì sinh viên chứng chỉ Văn chương Quốc âm, còn rất nhiều sinh viên các ngành khác như Việt-Hán, Sử Địa, Anh-Pháp cũng có mặt. Họ đến để bổ sung kiến thức cho chương trình học. Nhưng cũng có người đến "để nhìn thấy chứ không hẳn chỉ để nghe nói", để "chiêm ngưỡng dung nhan mùa hạ" của nhà văn. Thậm chí "trong giờ tạm nghỉ lúc 17g20, các nữ sinh viên các Giảng đường bên kéo nhau qua ngó [NTH] một cái rồi mới đi". Xin trích vài đoạn: "*Nguyễn Thị Hoàng tiến vào Giảng đường P.202 giữa tiếng vỗ tay chào mừng của các Sinh viên Văn khoa. Lúc này trong phòng chật cứng sinh viên. Ngoài hành lang hai bên cũng không còn chỗ len chân. Những người chậm chân đành đứng ngoài ghé mắt nhìn vô. Nhiều người kiễng chân, nghển cổ để nhìn cho bằng được quang cảnh bên trong*". (*NCVH*, số **5,** tháng 7-1971, tr.52-53). Điều đáng ghi nhận, sau phần giới thiệu của LM Thanh Lãng, nữ sĩ Nguyễn

Thị Hoàng đã bắt đầu buổi nói chuyện bằng cách ứng khẩu *thao thao bất tuyệt* với giọng Huế-Đà Lạt pha trộn tiếng Sài Gòn đặc trưng khiến "hàng trăm con mắt đổ dồn vào người nói, im lặng theo dõi, lắng nghe rất chăm chú" suốt một tiếng đồng hồ (từ 16 giờ 20 đến 17 giờ 10). Phần vấn đáp cũng vô cùng sôi nổi, hào hứng. Sinh viên "đua nhau lên đặt câu hỏi". Vì thời gian có hạn (từ 17 giờ 10 đến 18 giờ 20), chỉ 17 câu hỏi được giải đáp thỏa đáng. Chưa hết, nữ sĩ Nguyễn Thị Hoàng ra khỏi Giảng đường P.202 "liền bị các nữ sinh viên bao vây, xin địa chỉ [để] đến thăm tại nhà". Có thể nói bà phải mất 15 phút "mới di chuyển được từ lầu 2 xuống sân trường và lên xe Volkswagen rời trường".

Trong số báo kỳ trước, chúng tôi đã trích đăng **13** Thắc mắc - Giải đáp (Vấn-Đáp) giữa sinh viên Văn Khoa và nhà văn Nguyễn Thị Hoàng. Thật ra, tạp chí *Nghiên Cứu Văn Học* (số **6**, tháng 8/1971 các trang 33-43) đã tường thuật 17 câu Vấn – Đáp, chúng tôi đã bỏ bớt một số câu không quan trọng và chỉ trích lược 13 câu. Trong 13 câu vấn-đáp có tới **5** câu liên quan tới tác phẩm *Vòng Tay Học Trò* (*VTHT*) và *tình dục*, nên chúng tôi sẽ nhận định về các vấn đề dẫn trên.

*Trích đăng 5 câu Vấn – Đáp

Trong 5 câu vấn-đáp liên quan ít nhiều tới tác phẩm *VTHT* và vấn đề tình dục, NTH đều né tránh "đào sâu" vấn đề - đặc biệt về đời tư, về "cái tôi" của bà. Xin nhắc lại 5 câu hỏi đáp (chúng tôi đánh số thứ tự để bạn đọc tiện theo dõi).

1.- Câu hỏi đầu tiên: *"Cuốn "Vòng tay học trò" có phản ảnh trung thực kinh nghiệm sống của Bà không?"*. Bà đã đáp: *"Tôi gặp các anh chị để nói chuyện nghiên cứu Văn chương cho nên tôi chỉ trả lời những câu nào về Vòng Tay Học Trò trên phương diện nó là một tiểu thuyết"*.

2.- Còn câu: *"Xin hỏi cô Trâm trong VTHT có thực không?"*. Bà trả lời lấp lửng: *"Bảo nó có thực không cũng được. Tuy nhiên sự thật nào đi vào tiểu thuyết cũng đã được giản lược hay triển khai, cho nên không thể gọi là phản ảnh trung thực"*.

3.- Có người hỏi: *"Bà từ chối thì tác phẩm "VTHT" cũng là tác phẩm bắc cái ghế ngồi cho Bà trong văn học sau này"*.

Bà đáp: *"Nếu đọc kỹ các tác phẩm của tôi, các anh chị sẽ thấy VTHT đứng ra một trường hợp riêng biệt. Nó không ở trong hàng tiểu thuyết dự định viết.* ***VTHT là sản phẩm tình cờ****, tôi viết thử nên dù nó có mang tôi đi đâu, đặt tôi vào thứ ghế gì đi nữa thì đối với tôi nó cũng không vì vậy mà trở nên quan trọng".*

4.- Đặc biệt câu hỏi: *"Thưa, bà có biết bây giờ có bao nhiêu hiện tượng "vòng tay học trò" xảy ra không?".* Bà lại càng né tránh: *"Làm sao kiểm chứng được quả thật có cô Trâm hay tên Minh; một trường hợp tương tự nào đó của VTHT đã chịu ảnh hưởng của VTHT hay nó xảy ra như thế..".*

5.- Về vấn đề *"Tình dục"* và *"Nhân vật nào đã được gói ghém con người của mình* [bà] *một cách đầy đủ nhất".* Bà đã phản bác: *"**Tôi không bao giờ xây dựng quanh vấn đề tình dục** hay có chủ trương nào về tình dục. Câu hỏi thứ hai, thật ra chưa có nhân vật nào gói ghém con người tôi một cách đầy đủ".*

Qua 5 câu vấn đáp dẫn trên, chắc hẳn người nghe chưa lấy làm thỏa mãn – đặc biệt về cuốn tiểu thuyết *Vòng Tay Học Trò.* Nhưng liệu **tác phẩm *VTHT* có lấy cảm hứng từ *người thật việc thật* hay không?** Câu trả lời dĩ nhiên là **có,** mặc dầu Nguyễn Thị Hoàng cho biết tác phẩm nầy không phải là chuyện thật, cũng không phải hư cấu. Bối cảnh ở đây là *học đường*: từ một nữ sinh giỏi văn NTH của trường Trung học Võ Tánh Nha Trang đến vị giáo sư Trung học Đệ Nhứt cấp NTH tại trường Trung học Trần Hưng Đạo Đà Lạt. Chúng tôi tán thành Nguyễn Văn Lục qua nhận định: "*Từ các nhân vật, con người trong truyện với tên tuổi thực đến khung cảnh địa lý, xã hội, đến môi trường sinh sống, không gian Đà Lạt với địa danh sau này - đều là những chất liệu xúc tác những con người thật - định hình cho tác phẩm VTHT*".

***Phải chăng VTHT lấy cảm hứng từ người thật việc thật - cụ thể từ cuộc đời NTH?**

-VTHT: Cô giáo Tôn Nữ Quỳnh Trâm là cô "gái Huế đa tình", đã trải qua "những mối tình lần lượt đến rồi đi", coi như "bộ sưu tập tình yêu". Cô giáo Trâm đã có lúc ngồi *"nhớ lại những tên người trong ký ức như người lính thắng trận kiểm điểm xác chết của phe địch bỏ lại ở chiến trường".* **Những người tình** lần lượt đi qua đời cô như Văn tỉ phú, Marc giáo sư đại học, John sĩ quan Mỹ, Tuấn phi công, François ký giả, Hồng nhà văn, Linh con nhà giàu phá sản… Bên cạnh đó còn có "*một khối thằng sinh viên,* ***một khối thằng học trò choai choai mới lớn*** *say mê của cấm như khoái làm chuyện siêu phàm".*

-NTH cũng là một cô "gái Huế đa tình" với "bản chất sôi nổi, thèm sống, thèm yêu". Chính "Chất Huế" trong NTH đã "thể hiện qua sự giằng xé giữa những ràng buộc lễ giáo truyền thống và khát khao tự do, thoát ly khỏi khuôn khổ". NTH đã tâm sự: "*Truyện mình viết thường là truyện tình bế tắc và đi xuống. Trong đó những vai nữ bao giờ cũng khát khao đi tìm một đời sống thật của mình, nghĩa là tìm kiếm chính mình. Những nhân vật nữ lang thang bất định, và xa rời với phận sự gia đình. Chất liệu lấy từ những năm bất ổn lênh đênh trong cuộc đời đã qua của mình, đôi khi được ráp nối với những câu chuyện thời sự, cộng với một phần tưởng tượng, phóng tác, vẽ vời... rồi ráp thành chuyện*" (Tố Tâm, tạp chí *Đất Mới*, số 4, bộ 2, tháng 4/1990).

Chính vì "bản chất" và "chất Huế" vừa dẫn mà NTH đã có những mối tình bế tắc, đi xuống, nếu không muốn nói là "vô luân" vì nó diễn ra trong "thánh đường giáo dục". Càng tệ hại hơn khi các nhân vật chánh (và phụ) trong truyện cũng như ngoài đời thật lại là những người đại diện cho đạo đức và truyền thống – truyền thống "tôn sư trọng đạo". Đó là chưa kể NTH lại là con của một người hoạt động trong ngành giáo dục (cha bà là ông Nguyễn Văn Hoằng, một công chức thuộc Bộ Giáo dục được thuyên chuyển về Nha Trang năm 1957).

Chúng tôi muốn làm sáng tỏ tác phẩm *VTHT* lấy cảm hứng từ người thật việc thật qua hai cuộc tình của NTH. Trước khi lập gia đình chánh thức với Nguyễn Phúc Bửu Sum, NTH đã trải qua **hai cuộc tình** vượt qua khuôn khổ đạo lý.

-Cuộc tình đầu – *Cuộc tình thầy-trò* - diễn ra vào năm 1958 tại Nha Trang. Chính câu chuyện "tình sử" nầy đã một thời gây "chấn động" giữa NTH và ông thầy dạy tư Pháp văn Cung Giũ Nguyên (CGN). Lúc bấy giờ, ông CGN là giáo sư trường

Trung học Võ Tánh (Nha Trang), đã có gia đình đàng hoàng. Còn NTH là học sinh của trường nầy. Theo nhà văn Phạm Tín An Ninh, "*Gs Cung Giũ Nguyên là Thầy dạy môn Pháp văn của tôi năm Đệ 1 C trường Trung học Võ Tánh Nha Trang (...), Nv Nguyễn Thị Hoàng là đồng môn (đàn chị) từng nổi tiếng trong trường với những bài luận văn từng được Gs Thạch Trung Giả cho điểm 10/ 10*". Ông CGN có thể nói là người có "*thái độ lạnh nhạt, tự phụ có vẻ như coi thường lớp đàn em* [tức Nguyễn Văn Lục vừa mới nhận nhiệm sở] *với một khuôn mặt được coi là xấu*". *Cuộc tình thầy-trò* CGN-NTH mà tuổi cách biệt 30 tuổi (CGN sanh năm 1909; NTH sanh năm 1939) đã để lại một đứa con gái tên Cung Giũ Nguyên Hoàng – một "đứa con rơi" không hơn không kém! Chính NVL đã nhận định: "*Có lẽ, đây là bước nhảy khởi đầu liều lĩnh, bất cần của một cô gái Huế muốn thoát ly những ràng buộc khắt khe của Huế? Bất kể nhiều ràng buộc luân lý, xã hội và đạp lên tất cả của NTH - một cô gái 18 tuổi xuân thì*". Qua vài cuộc điện đàm với NVL, chúng tôi được biết, dưới mắt NVL năm 1964 thì CGN về nhân dạng là "xấu xí", "nói giọng Nghệ Tĩnh rất khó nghe", "chân đi khập khiễng" (nghe nói bị một người lính bắn gãy chân vì "ghen"?), "luôn ăn mặc cảnh vẻ" (tức mặc áo veste tứ thời mặc dầu trời Nha Trang nóng bức). Đặc biệt "đời sống tình dục không mấy bình thường" nên dễ bị cuốn hút vào vòng tục lụy khiến "tai tiếng ồn ào, dư luận khắp chốn giang hồ". Một *ông giáo tà* "kỳ cục", lập dị sắp tới tuổi tri thiên mệnh như CGN làm sao có đủ bản lãnh "dụ dỗ" cô nữ sinh trong trắng NTH rơi vào bẫy tình? Thật không ai hiểu nổi! Phải chăng đây cũng là một trong những cuộc tình giữa cô Trâm với vài vị "giáo sư" nọ trong VTHT - chẳng hạn như giáo sư đại học Marc, giáo sư trung học Nguyễn Văn Lan . Mặc dầu đây là những nhân vật phụ nhưng nó đã góp phần làm phong phú cho cuốn *tự điển tình yêu* sôi nổi, táo bạo của NTH. Nói khác đi nó đã làm tiền đề cho cuộc tình kế tiếp.

-Cuộc tình thứ hai - *Cuộc tình cô-trò* - diễn ra năm 1962 tại Đà Lạt lúc NTH là giáo sư Đệ Nhứt cấp tại trường Trung học Trần Hưng Đạo do ông Trương Văn Hoàn làm Hiệu trưởng. Đây là *mối tình tội lỗi* giữa "cô giáo nhỏ tuổi dạy trường con trai" NTH trong "vòng tay học trò" tên Mai Tiến Thành – "một thằng choai choai mới lớn". Đến đây độc giả dễ nhận biết có sự trùng hợp giữa cuộc đời thật của NTH và nhân vật chánh trong *VTHT* – điều mà NTH luôn tránh né. Duy có điều khác biệt ở kết cục: *Cuộc tình cô-trò* NTH – Mai Tiến Thành chỉ vỏn vẹn một năm đã để lại một đứa con gái tên Mai Quỳnh Chi; còn cuộc tình cô-trò Tôn Nữ Quỳnh Trâm – Nguyễn Duy Minh trong *VTHT* không để lại giọt máu nào và chấm dứt trong chia phôi, xa cách sau một năm đầy ắp yêu đương. Có thể nói, đối với NTH, tình yêu nào cũng tròn đầy yêu thương, ngập tràn nhung nhớ để rồi kết thúc bằng chia phôi, nuối tiếc.

Mặc dầu *VTHT* là một cuốn tiểu thuyết có phần hư cấu, nhưng theo NVL thì "*Đây là một câu truyện thật, người thật, việc thật, khung cảnh thật lấy bối cảnh là trường Trần Hưng Đạo*". Chẳng hạn, nhân vật Lưu ngoài đời là giáo sư Triết Nguyễn Văn Lan (NVL đã tự ám chỉ mình). Nhân vật Thức, ngoài đời là Trương Sỹ Thực – bào đệ của Trương Văn Hoàn (đã mất năm 2025), Hiệu trưởng trường Trung học Trần Hưng Đạo Đà Lạt. Đặc biệt nhân vật Nguyễn Duy Minh – "tình yêu học trò" của NTH – ngoài đời tên thật là Mai Tiến Thành, học lớp Đệ Nhị A trường Trần Hưng Đạo. Hãy nghe Nguyễn Ngọc Chính kể về người bạn Mai Tiến Thành: "*Thành thuộc loại quý tử, tư chất thông minh nhưng sức học trung bình. Riêng việc* ăn *chơi, Thành* được *sếp* **[xếp]** *vào loại suất sắc…Thành có khuôn mặt không* được đẹp *trai cho lắm. Trong lớp thường gọi* đùa *hắn là Fernandel!! Chân* đi *chữ bát* được *gọi là Thành* đẹo. *Có kể hết cái xấu của Thành mới làm nổi bật lý do tại sao cậu học trò Nguyễn Duy Minh lại* được *cô giáo* Tôn *nữ Quỳnh Trâm* để *mắt* đến *và thành công trong truyện tình cảm… Thành luôn là kẻ thích "chơi trội*". (Trích Nguyễn Ngọc Chính: *Đọc lại vòng tay học trò Nguyễn Thị Hoàng,* Sư Phạm Áo Nâu Đà Lạt).

***Về vấn đề tình dục**, NTH luôn phủ nhận: *"Tôi không bao giờ xây dựng quanh vấn đề tình dục",* nhưng đã có nhiều ý kiến trái chiều. Đầu tiên Vũ Hạnh, trên tạp chí *Bách Khoa* đã lập một nhóm người gọi là "Ủy ban chống văn hóa đồi trụy" nhằm kết án đích danh tác giả Nguyễn Thị Hoàng, gọi bà là "một kiểu Françoise Sagan rẻ tiền". Kế đến Nguyễn Văn Lục (NVL) với bài: "Cuốn *Vòng tay học trò* của Nguyễn Thị Hoàng dưới nhiều góc nhìn - Đặc biệt góc nhìn Phân Tâm Học". Trong bài nầy, NVL muốn "*bóc trần mọi việc đến cùng sự việc. Từ tâm lý, sinh lý, từ những đòi hỏi Libido. Từ những thúc bách ràng buộc bởi luân lý, tôn giáo. Từ những phản ứng trỗi dậy, nổi loạn, phá rào...*". Ông lên án mạnh mẽ cô giáo Trâm/NTH "chỉ biết yêu mình, chỉ biết o bế cái thân xác mình, cho riêng mình và chỉ biết thỏa mãn cho mình bất kể đối tượng là ai xét về mặt lý luận?". Trường hợp Minh /Mai Tiến Thành càng rõ nét hơn, "với thân hình thấp bé, khuôn mặt Fernandel, chân đi vòng kiềng; ăn nói bạo trợn, đánh lộn chửi thề, bạt mạng, bia rượu, thuốc lá theo đúng như lời mô tả của Nguyễn Ngọc Chính lại hợp "gu" (goût") NTH". Và ông kết luận: "Điều ấy làm sao lý giải được ngoài cái Libido ra?".

Mặt khác, NVL cũng đề cập đến *thân xác*, coi thân xác là *nền,* là *đối tượng* để NTH viết truyện. Đó là "ngôn ngữ thân xác". Ông kết luận: "*Sự thành công của tác phẩm VTHT phần lớn nằm trong thứ ngôn ngữ body language này*". Có người còn cho rằng đó là "sự độc thoại của âm hộ" (Monologue vaginal). Còn Nguyễn Vy Khanh đã nhận định: "*Vòng Tay Học Trò, tiểu thuyết chỉ gợi tò mò nơi người đọc tìm kiếm tiểu sử tác giả của nó, tiểu thuyết làm dáng hiện sinh*" (Văn Học Miền Nam Tự Do 1954-1975, nguồn Học Xá 05/2012). Riêng Nguyễn Nhật Duật đã kết luận: "*Kẻ nào dám sống với kinh nghiệm đời sống, họ sẽ là nhà văn*".

Chính vì vậy mà sau năm 1975, với chiến dịch "phần thư" của chánh quyền mới, trong số 20 đầu sách của NTH, trong đó có *VTHT* bị ghép vào loại "đồi trụy", bị tich thâu và thiêu hủy. Còn tác giả NTH bị "đày" đi kinh tế mới suốt hai năm. Nhưng ngược chiều thay, mấy năm gần đây, các sách "đồi trụy" ấy lại trở thành sách hiếm và quý, được đánh giá cao và được phép in lại. Đặc biệt *VTHT* được tái bản 4-5 lần, có tác quyền hẳn hoi. Còn NTH được đánh giá cao, đời sống bớt cơ cực nhờ số tiền nhuận bút hậu hĩnh! Như vậy, phải chăng *"Đổi mới là phục hồicái cũ đã bị xóa bỏ"* (NVL).

Như vậy, ***Vòng Tay Học Trò* đã lấy cảm hứng từ người thật việc thật** được viết bởi nhà văn-cô giáo "gái Huế đa tình", bản chất sôi nổi thèm sống thèm yêu. Nội dung táo bạo, mô tả những ham muốn tình dục, thách thức/phá vỡ đạo đức truyền thống về mối quan hệ thầy trò. Dầu sao đi chăng nữa, *VTHT* đã phá kỷ lục về số lần tái bản (lần đầu in 5000 cuốn, 4-5 lần tái bản, mỗi lần ít nhứt 5000 cuốn), dĩ nhiên cũng phá kỷ lục về số lượng người đọc. Vì thế mà ảnh hưởng tai hại đến thế hệ trẻ đương thời và cho tới ngày nay cũng không nhỏ. Và NTH đã có một chỗ đứng trong văn học Việt Nam, vượt trội hơn các nhà văn nữ khác cùng thế hệ.

Tóm, buổi nói chuyện của nữ sĩ Nguyễn Thị Hoàng đã thành công tốt đẹp với số lượng người nghe chiếm kỷ lục. Phần vấn-đáp cũng vô cùng sôi nổi, hào hứng. Người Thầy thuyệt vời Thanh Lãng ngoài việc giúp sinh viên tránh "học chay" đã thành công với sáng kiến "muốn bắc một cây cầu giữa Đại học Văn Khoa Sài Gòn và giới làm văn chương nghệ thuật ở ngoài". Giới thiệu Buổi nói chuyện trên qua bốn kỳ báo, mục đích của chúng tôi nhằm cung cấp một số tư liệu hiếm quý cho đông đảo bạn đọc – đặc biệt cho các nhà viết văn học sử.

Nguyễn Kiến Thiết - Montréal, đầu năm 2026

NGUYỄN KIẾN THIẾT
THẦY BA BIDONG

Nhân ngày Tết Bính Ngọ 2026, mời các bạn đọc và suy ngẫm câu chuyện "Thầy Ba Bidong" dưới đây.

Mấy tháng nay trên đảo Pulau Bidong xuất hiện một thầy bói toán mà bà con thuyền nhân gọi là "Thầy Ba". Người ta đồn rằng Thầy biết xem chỉ tay và chấm Tử vi để đoán về tương lai, vận mạng một đời người. Thầy không "hành nghề", cũng không phổ biến việc làm của mình. Chỉ những người quen biết và "có duyên" mới được Thầy tiếp nhận và khuyên bảo đôi điều. Mặc dầu vẫn biết "Thiên cơ bất khả lộ" (Máy trời không thể tiết lộ ra), nhưng với ý hướng phục vụ đồng bào tị nạn cũng như nhằm cảm hóa một số thuyền nhân thất chí, Thầy đánh liều làm cái việc có tánh cách tâm linh, về khoa học huyền bí. Thầy không nhận bất cứ khoản thù lao nào, bởi lẽ Thầy muốn vun trồng cây phước đức. Tiếng lành đồn xa. Ngày nguyên đán Tết Mậu Thìn (1988), một số thuyền nhân đến xông đất "nhà" Thầy với ước mong được Thầy "ban" cho vài lời vàng ngọc hầu giải tỏa phần nào nỗi ưu tư khắc khoải với kiếp đời tị nạn.

-Kính chào thầy Ba. Con là Hùng Anh thuộc tàu MB..., xin chúc mừng năm mới. Thầy làm ơn bói giùm con một quẻ. Vừa bước vào "nhà" tại Long House khu F, Hùng Anh vội cất tiếng chào thầy Ba, giọng thành khẩn.

Thầy Ba đáp lại: - Chào cậu Hùng Anh. Chúc mọi điều tốt lành trong năm mới. Mời cậu ngồi. Sao? Cậu muốn coi việc gì?

-Dạ thưa Thầy, con muốn đoán *việc định cư* và *tương lai* ra sao.

-Thầy sẽ xem chỉ tay để đoán vận mạng. Cậu đưa hai bàn tay cho Thầy xem.

Sau khi rờ, nắn và quan sát kỹ hai bàn tay của Hùng Anh, theo quy luật "nam tả nữ hữu", Thầy tập trung vào bàn taytrái để luận đoán. Bởi lẽ bàn tay phải thuộc về quá khứ, là *thiên định*;

còn bàn tay trái là hiện tại, là tương lai do con người tác động, là *nhân định*. Thầy phán:

-*Đường sinh đạo* (Ligne de vie) của cậu khá dài, lại bị cắt ngang nhiều chỗ nên mặc dầu sống khá lâu nhưng lại gặp nhiều tai ương họa hại. Còn *Đường may mắn* (Ligne de chance) chưa vượt qua *Đường tình cảm* (Ligne de sentiments) nên chưa được suôn sẻ.

- Hùng Anh đổ mồ hôi hột, còn bán tín bán nghi nên hỏi:

- Vậy làm sao hóa giải, thưa Thầy?

-Có nhiều cách để hóa giải. Bàn tay trái do nhân định. Mà *nhân định thắng thiên*. Vậy phải tích cực làm điều thiện, tránh điều bất thiện. Nghĩa là phải *tu nhơn tích đức, làm lành lánh dữ*. Đó là cách vun trồng *cây phước đức*. Chừng nào cây phước đức nở hoa là hóa giải được. Người xưa có câu "Đức năng thắng số" là vậy.

Hùng Anh gãi đầu, hỏi tiếp:

-Thầy nói những điều cao xa, con không hiểu kịp. Thầy làm ơn cắt nghĩa rõ hơn. Nhứt là *việc định cư* và *tương lai* của con. Bởi vì con đã bị Mỹ "xù" mấy lần.

Thầy Ba trầm ngâm một hồi lâu rồi ôn tồn bảo:

-Như Thầy đã phân tích, dựa vào Đường chỉ tay mà đoán, cậu sẽ *được định cư* ở đệ tam quốc gia. Sớm hay muộn là do *âm đức* và *phước đức* của cậu. Khi nào Đường may mắn vượt khỏi *Đường tình cảm* mà *thẳng* và *rõ* thì mọi việc sẽ được tốt đẹp. Còn *tương lai* nằm ở trong tay cậu, do cậu quyết định. Nên nhớ Đường chỉ tay có thể thay đổi, trung bình mỗi năm một lần.

Hùng Anh như được *gãi đúng chỗ ngứa*, nhưng chưa thông hiểu một vài lẽ nhiệm mầu, cao xa nên năn nỉ Thầy cắt nghĩa tiếp:

-Thầy làm ơn giải thích vì sao gọi là *âm đức*, vì sao là *phước đức?*

-*Âm đức* nói chung là "tài sản" do tổ tiên để lại cho con cháu. Nói nôm na là "Đời trước trồng cây gì, đời sau hái quả của cây đó". Đời trước hành thiện / tích đức càng nhiều, đời sau hưởng phước báo càng lớn. Còn *phước đức* thể hiện trong một hành động cụ thể, trong đời nầy, kiếp nầy hoặc trong đời trước, kiếp trước. Hành động đó tạo ra "nghiệp" (karma). Nghiệp có *nghiệp lành* và *nghiệp dữ.* Thí dụ như bố thí là *nghiệp lành,* là *nhân,* thường sẽ được hưởng *phước đức,* là *quả.* Và ngược lại.

Thấy Hùng Anh há hốc miệng như bị thôi miên, Thầy hớp một ngụm trà rồi *bồi* tiếp:

-Mấy tháng đến đảo Pulau Bidong nầy, Thầy đã nghe thấy những chuyện *chướng tai gai mắt* về những hình ảnh không mấy đẹp đẽ và hành động thiếu suy nghĩ của đàn em các băng đảng "Sa Tăng", "Thiết Giáp" - đặc biệt tay anh chị có cái tên "Định Mệnh". Các tay *giang hồ thứ thiệt* nầy chiếm cứ địa bàn hoạt động ở các khu Long House để trục lợi. Từ giành đất trồng rau đem bán, chiếm giếng nước để sử dụng riêng (có khóa hẳn hoi) đến cắt xén hàng tiếp liệu (supply) do Cao Ủy phân phối (gạo, cá, gà, rau cải) rồi ngang nhiên đem bán lại với giá cắt cổ! Thỉnh thoảng những thành phần du đãng nầy mang giáo mác, dao búa từ các khu C, D, G tới khu F "hỗn chiến" làm náo động cả trại. Nguyên do không ngoài việc tranh giành quyền lợi (buôn lậu), thế lực, kể cả tình yêu. Có cả chục thanh niên đáng thương bị lính Mã Lai bắt cạo trọc đầu, bị đánh đập và nhốt vào chuồng khỉ (monkey house) - gọi là "bồ tạt" (?) vẫn không tởn. Đó là do họ tạo *nghiệp dữ* nên lãnh quả xấu, như "mục đảo" (ở trại tị nạn 5-7 năm), "mồ côi", "con bà phước" (không có người bảo lãnh), phỏng vấn bị "xù", vướng vòng tù tội, tương lai mờ mịt, v.v...

Hùng Anh được khai sáng, rối rít cám ơn rồi chào Thầy ra về. Người kế tiếp là một thiếu nữ tên Hồng, tuổi xấp xỉ trên hai mươi. Tuần trước, cô đã cung cấp đầy đủ *giờ, ngày, tháng, năm sanh* để nhờ Thầy chấm Tử vi. Công việc nầy đòi hỏi nhiều thời gian vì Thầy mới vừa học được khoa Luận đoán Tử vi trước khi vượt biển. Cái khó khăn lớn nhứt là thời bấy giờ Internet chưa phổ biến (cũng không có phương tiện và không được phép để truy cập). Cũng may nhờ mớ tài liệu mang theo trót lọt, Thầy dựa vào đó mà mò mẫm thực hiện việc chấm Tử vi. Từ việc thiết lập *12 cung,* rồi *An sao* (108 vì sao), để ý *Mạng / Cục, Ngũ hành sanh / khắc*, đến tính *Tiểu vận, Đại vận,* xem *Tuần / Triệt* ở cung nào, Mạng có *vô chánh diệu* hay không, đặc biệt dựa vào những *Cách quý* (34 cách quý) và ứng dụng các câu *Phú Thiệu* (139 câu) để luận đoán tốt xấu, kiết hung, họa phước.

Vừa gặp thầy Ba, Hồng lễ phép cúi chào và chúc Tết:

-Dạ, con kính chúc Thầy và bửu quyến năm mới vạn sự bình an. Thưa Thầy, con nóng lòng muốn biết Lá số Tử vi của con ra sao, xin Thầy làm ơn "giải" giùm.

Thầy Ba vui vẻ đáp:

-Lá số của cô tốt lắm vì có nhiều *Cách quý*. Đó là *Long cư long vị,* tức sao Thanh Long nằm ở cung Mạng thuộc vị trí Thìn (Rồng ở ngôi rồng). *Tử Phủ triều viên*, tức cung Mạng có sao Tử Vi và Thiên Phủ chỉ hạng người giàu sang quý hiển. *Nhựt Nguyệt chiếu bích,* có mặt trời và mặt trăng cùng chiếu về ắt công danh hiển đạt, tài lộc dồi dào.

Lòng vui mừng khấp khởi, Hồng hỏi dồn:

-Như vậy năm nay con có được định cư không Thầy.

-Chắc chắn là được, Thầy Ba quả quyết.

-Nhưng Thầy ơi, không hiểu sao đường tình duyên của con quá lận đận? Chừng nào con mới tìm được người chồng tâm đầu ý hợp?

Liếc xem *Đường hôn nhân* (Ligne de mariage) nơi bàn tay phải của Hồng và kết hợp với cách *Phá Quân cư Phu* của lá số, Thầy Ba nhìn thẳng vào mắt cô rồi cất giọng ôn tồn bảo:

-Cô có hai đường hôn nhân, một đường ngắn tương ứng lúc 22 tuổi; một đường dài lúc 33 tuổi. Như vậy cuộc hôn nhân của cô lúc 22 tuổi bị trắc trở. Nếu lấy chồng sớm ắt nửa đường gãy gánh. Phải đợi đến năm 33 tuổi mới cưới được người chồng ưng ý. Còn cách *Phá Quân cư Phu* (sao Phá Quân đóng ở cung Phu) ắt trâm gãy gương tan trong vận hạn 10 năm, trước 33 tuổi.

Hồng chào Thầy ra về với tâm trạng ngổn ngang trăm mối: vui buồn lẫn lộn, nói chung là *tâm phục khẩu phục.* **Vui** vì được *biết* tương lai của mình sẽ được sáng sủa, sống lâu giàu bền (tuần tới phái đoàn Hoa Kỳ "mở hồ sơ" phỏng vấn và chắc sẽ nhận cho định cư vì cô thuộc điện con em sĩ quan chế độ cũ); **Buồn** vì tình duyên lận đận, phải đợi hơn 10 năm nữa mới có cuộc sống lứa đôi hạnh phúc. Hồi tưởng lại cuộc hôn nhân-địa ngục vừa qua khiến cô luôn bị dằn vặt, bị ám ảnh bởi mẹ chồng cay nghiệt, em chồng đanh đá chua ngoa, còn chồng thì ăn chơi đàng điếm, quen thói võ phu...

Buổi sáng đầu năm hôm ấy, Thầy Ba "làm ăn" khấm khá bởi năm, bảy lượt "thân chủ" tới viếng. Thầy vận dụng những điều đã học về *khoa học huyền bí* và một số kinh nghiệm lúc làm thầy-bói-bất-đắc-dĩ trong những dịp ma chay, cưới hỏi ở quê nhà cũng như mấy tháng ở quân trường Quang Trung để vạch ra điều hơn lẽ thiệt khuyên bảo người đời - cụ thể là đồng bào tị nạn mất phương hướng, thiếu niềm tin và nghị lực. Thầy không nhận một xu tiền quẻ vì muốn *tạo phước* cho chính bản thân và gia đình mình. Đối với Thầy, xem chỉ tay, chấm Tử vi cũng như bói bài, gieo quẻ, xem tướng mạo, xem chữ ký, v.v... thuộc phạm trù khoa học – *khoa học huyền bí* mà sách vở Đông cũng như Tây phương đều đề cập. Dĩ nhiên mỗi thầy bàn mỗi khác vì chưa nghiên cứu thấu đáo hoặc vì cái tâm địa bất chánh và muốn trục lợi, như trường hợp các "thầy" Khánh Sơn, Huỳnh Liên và Minh Nguyệt mà báo chí Sài Gòn đã từng nhắc đến. Người xưa có câu: "*Nhứt thế vi sư, tam thế hư*", nghĩa là một đời làm thầy (thầy bói, thầy thuốc, thầy địa lý mà tâm địa bất chánh, hám lợi) thì ba đời con cháu hư hỏng. Ca dao cũng phê phán các loại "thầy" nầy: "*Cọp mà vật mấy ông thầy địa; Yêu mà nhai mấy chú chọn ngày...*".

Bạn có tin vào Tử vi, bói toán hay không là quyền của các bạn. Nhưng *phải tìm thầy thật giỏi và có lương tâm để thử thời vận kẻo tiền mất tật mang*. Riêng về trường hợp Thầy Ba Bidong, Thầy học cách xem chỉ tay và chấm Tử vi là để *xem cho chính mình* ngõ hầu biết đường họa phước; sau đó là để *khai sáng cho người "có duyên"* trong tinh thần thi ơn bất cầu báo. Nếu không tin vào chỉ tay và Tử vi (cụ thể của bốn đứa con trai), chắc chắn người nhát như thỏ... đế như Thầy không bao giờ dám vượt biển tìm Tự Do, tìm sự sống trong cái chết. Ngày xưa thời nhà Tống, cụ Trần Đoàn lập ra khoa Tử vi với mục đích hướng thiện, khuyên răn người đời bớt tham lam. Phật giáo không tin bói toán mà tin vào *Luật nhân quả*, còn gọi là *Luật Nghiệp*, tức Karma, một từ tiếng Phạn liên quan đến hành động (nguyên nhân) và kết quả. Tất cả hành động, lời nói, ý nghĩ của mỗi người (Nhân) đều tạo ra *nghiệp* (Quả). Nghiệp có *nghiệp lành, nghiệp dữ,* có *biệt nghiệp* (nghiệp riêng mỗi người) và *cộng nghiệp* (nghiệp chung của nhiều người). Trong Kinh A Hàm, Đức Phật có dạy: "*Dục tri tiền thế* ***nhân****, đương kim* ***thọ*** *giả thị. Yếu tri lai thế* ***quả****, kim sanh* ***tác*** *giả thị*". Tạm dịch: Muốn biết nhân đời trước, xem thọ nhận đời nầy. Muốn biết quả đời sau, xem tạo tác đời nầy. Cuộc sống của bạn có hạnh phúc hay đau khổ hôm nay (kiếp nầy) chỉ là do sự phản ảnh quá khứ (tiền kiếp) của bạn. **Bạn không thể thoát khỏi quá khứ, mà có thể thay đổi tương lai bằng cách tu tập, hành thiện, không ngừng tạo nghiệp lành và lánh xa nghiệp dữ.** Một khi nghiệp dữ được hóa giải tiêu trừ thì nghiệp lành sẽ đến. Quan niệm "Đức năng thắng số", vận mạng con người có thể thay đổi trong khoa bói toán phải chăng chịu ảnh hưởng triết lý về nghiệp của nhà Phật. Các bạn nghĩ sao?

Nguyễn Kiến Thiết
Montréal – Tết Bính Ngọ 2026

ĐỨC PHỔ

CHIA TAY MÙA ĐÔNG

Chỉ còn vài hôm là hết năm rồi
sao em về chi quá vội?
Hãy nấn ná cho tròn với tuổi
cho tròn vòng con giáp cho vui!

Chỉ còn vài hôm những chuyện ở đời
sẽ chấm hết như mùa đông giẫy chết.
Hãy đừng vội nói lời từ biệt
khi hương xuân ngấp nghé chụm môi cười.

Hãy ở lại đừng đi thêm bước nữa
(một bước thôi cũng đủ xé lòng!)
Anh vẫn sợ giọt xuân tình còn đọng
giữa đôi bờ lá nõn sẽ òa mưa.

Sao mà em vẫn muốn chia tay
khi còn vài hôm là hết năm rồi.
Anh làm thơ chỉ cốt vui đời
cho ngày Tết tô hồng đôi má đỏ.

(Cho má thắm sẽ hồng thêm chút nắng
ngày Xuân vui con giáp lại vui vầy!)
Chỉ còn vài hôm là hết năm này
đừng chia tay giữa mùa đông sắp cạn!

Sẽ hối tiếc khi tàn cơn giá lạnh
nắng ngày xuân ấm áp đắp chung tình.
Em có về nên lựa buổi bình minh
cho cuộc tiễn dài thêm lời bịn rịn...

ĐỨC PHỔ

ÁO MÙA ĐÔNG

Trang sổ đời những tháng năm qua
đã đánh dấu bao ngày xiêu lạc.
Hương yêu vẫn một trời bát ngát
mà không em tội kẻ si tình!

Con đường làng trong ký ức xanh
còn in đậm dấu chân em bước.
Ngày anh sang chuyến đò mộng ước
ngỡ trăm năm vui cuộc vuông tròn!

Dù nổi trôi giữa trận phiêu bồng
vẫn hò hẹn một ngày trở lại.
Em nhớ giữ nụ cười con gái
hiền hậu như thơ dệt mộng lành!

Đời tặng anh một kiếp độc hành
buồn đứt ruột. Cười khan cho đỡ.
Chiều lạc xứ buồn hơn thiên cổ
mộng chưa thành ai nỡ vui riêng!
Khi xa người lòng vẫn còn nguyên
vẫn hoài vọng mối tình quê cũ.
Nỗi lòng quê. Nỗi lòng xa xứ
chất thêm cao hồn đựng sao vừa!

Anh sẽ về theo nhánh sông xưa
dù có muộn còn hơn lỗi hẹn.
Em áo mỏng. (Mùa đông đang đến
coi chừng gió lạ thổi qua tim!)

Khi anh về ngày sẽ dài thêm
sẽ sáng rực ngọn tình ngày cũ.
Em nhớ giữ nụ cười thôn nữ
hiền hậu như thơ dệt mộng đời!

ĐỨC PHỐ

NGUYỄN VĂN SÂM
Hai Câu Liễn Ngắn.

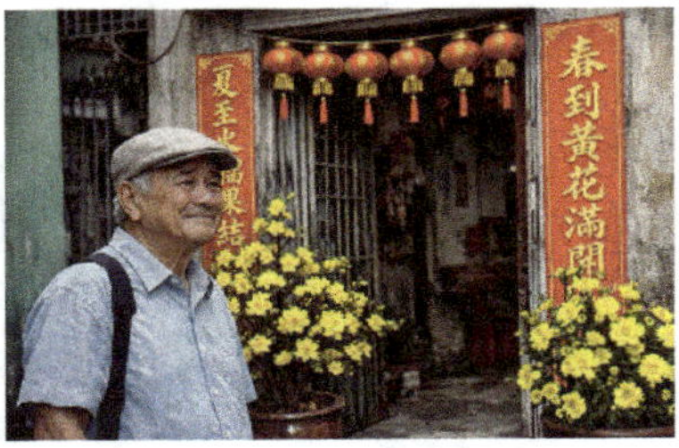

Sau mấy năm tránh dịch nằm lì ở quê người, Nghĩa thấy thoải mái, vui vui khi đặt chơn lại quê nhà đi tới thăm con hẽm cũ của mình. Cảnh vật thay đổi thần tốc tới nỗi anh cảm thấy lạc vô thành phố mới, không phải chỗ anh từng sống hơn nữa đời người lúc trẻ. Nhà, cứ chỗ nào có thể cất lên thì đã có người dựng nhà cấp 1, cấp 2, 3, 4... tới nỗi chiếc xe Honda cũng phải dắc bộ qua đường hẽm chật.

Và, chỗ nào cũng là hàng quán, một hai cái bàn thấp thấp với vài ba cái ghế nhựa là quán: quán cà phê, quán nhậu, quán ăn. Thường là quán theo một trong hai hình thức. Chỗ sáng sủa khang trang chút đỉnh thì là quán nhậu, chỗ chật chội thì là quán cà phê. Có khi cả hai gộp làm một do chủ nhơn không muốn mất chút lợi nhuận.

Sàigòn là thành phố của quán và thiên đường của người thích ngồi quán. Có khi khách kêu một ly cà phê mà ngồi suốt mấy giờ đồng hồ cũng không ai nói gì.

Trí Nghĩa mù mờ càng mù mờ thêm khi một khách trong quán cóc bán cà phê ngó theo từng bước chưn của anh rồi quay qua bàn tán với người bạn ngồi chung. Tiếng anh ta nói oang oang như là muốn cho Nghĩa nghe:

'ĐM. Cha già đó mà không phải là Việt kiều về đây vung tiền kiếm chút cỏ non thì tao ăn cứt.'

Người bạn ngồi cùng bàn thì quả quyết hơn:

Tao ngồi đây mỗi ngày, thấy ngày nào ông ta cũng đi vô

xóm nầy. Lật đật khi đi vô rồi hớn hở khi đi ra...

'Nghĩa cố tình bước mau và quẹo vô con hẽm chật để khỏi nghe thêm những câu kế tiếp. Mấy ông thần ngồi lê đôi mách kia đặt chuyện cương. Nghĩa về chỗ nầy, chỉ mới hôm nay là lần đầu tiên, vậy mà anh chàng rách chuyện kia nói mình ra vô chỗ nầy mỗi ngày! Cường điệu vừa vừa thôi chứ cha nội! Không lẽ mình đứng lại đính chánh rằng mình mới quẹo vô hẽm nầy lần đầu, sau mấy chục năm rời khỏi nước... Anh ngó lên những chỗ hơi cao để đếm mấy cái camera sẵn sàng thâu hình các sanh hoạt trong xóm. Coi bộ hơi nhiều đó nha! Có cần thiết phải nhiều như vậy không đây! Để giữ an ninh trong xóm tới hẽm cùn ngõ cụt hay là lo theo dõi từng người với thật nhiều chi tiết....

Nghĩa tới trước ngõ cụt, đương mò lại trí nhớ mòn mõi của mình đọc hai câu liễn viết bằng chữ Hán dán trước nhà cũ của bà hàng xóm sống trong khu nhiều người Hoa nầy:

Xuân đáo hùynh hoa mãn khai, thiên hạ hòa tiếu nghinh xuân vong bất thuận.

Hạ chí hỏa lựu quả kết, phu thê hoan hỉ thưởng liên trì mạc ký nghịch nhĩ ngôn.

Nghĩa lẩm nhẩm đếm từ chữ, hình như câu đối nầy người nào đó viết thiếu thiếu hay dư dư vài ba chữ nhưng chủ yếu vẫn là khuyên, khuyên Tết đến người ta nên hòa thuận, vợ chồng nên yêu thương nhau mà quên đi những bất đồng, những cải cọ.

Đương tính làm Cao Chu Thần sửa câu liễn thì trong nhà bước ra một người trung niên, dáng dấp thiệt lịch sự, quần áo bảnh bao, chắc là sửa soạn đi chúc Tết người thân. Nét mặt anh ta đỏ bừng coi bộ còn đương giận hờn ai đó. Chừng mười phút sau thì một người đàn bà chậm rãi bước ra cửa. Cô ta còn trẻ đẹp, một nhan sắc trời cho hơi nhiều. Cô ấy gật đầu chào Nghĩa, rồi lúng túng ngó chồng như ngầm hỏi người lạ là ai.

Anh chồng đọc lại hai câu đối, không để ý tới câu hỏi ngầm của vợ, giải thích cho khách là xuân tới mọi người trong khi thiên hạ vui xuân thì cũng nên thuận thảo bỏ qua những lời không thuận nhĩ...Vợ chồng cũng vậy, không nên tranh cải về chuyện nhỏ nhặt.

Nói tới đây anh ta mỉm cười với Nghĩa:

Xin lỗi ông, xin phép cho chúng tôi đi chúc Tết những người trưởng thượng mà chúng tôi đã thảo luận từ trước Tết. Anh ngó qua vợ và ra lịnh:

"Thôi mình đi em. Xin bỏ qua những lời nạt nộ em khi nảy nhe. Coi như lúc đó anh quá nóng giận. Cải nhau là thể hiện chút thương nhau thôi, không phải ghét bỏ gì đâu. Cũng không phải là tranh thắng."

Người đàn bà cười gượng nhưng không trả lời tiếng nào.

Bỗng Nghĩa thấy lòng mình có chút ganh tị nổi lên: Hơn nửa thế kỷ trước, đi bên mình cũng là một nhan sắc, nay nhan sắc đó đã tan biến mất tiêu trong bao la của thời gian và địa lý. Thế gian nầy thiệt là kỳ cục, nó cho người nầy hưởng hương vị đời rồi lấy lại giao cho người khác bằng cánh tay vừa công bình vừa ác độc của nó là thời gian. Ta muốn tìm lại chút mặn mà ngày trước cũng không thấy đâu. Những nhan sắc xưa của mình nay đã tan biến, tìm lại hoài cũng không thấy.

Nghĩa bỗng nhớ tới câu thơ chí lý có chút u hoài của thi sĩ Vũ Đình Liên:

Những người muôn năm cũ hồn ở đâu bây giờ.

Nghĩa hỏi như một người tò mò:

Anh đương giận cô ấy? Vừa nói Nghĩa vừa hất đầu về người đàn bà trẻ.

Người kia trả lời lấp liếm với đôi chút gượng gạo:

Ồ có gì đâu, chúng tôi vừa mới khắc khẩu với nhau là đi đâu trước. Đi chùa hay đi nhà thờ... Cô ấy với tôi khác tôn giáo, đạo ai người ấy giữ. Nhưng nhờ ông tò mò về hai câu liễn đối nên tôi nhớ là ngày Tết không nên khắc khẩu, tranh thắng rồi giận hờn làm mất không khí gia đình, lại làm cho xui xẻo cả năm.

Anh chàng dắc xe Honda Dream ra bấm máy cho xe nổ rồi lấy tay gạt bụi trên yên xe ngay chỗ vợ sẽ ngồi, nói:

Xin mời quí nương lên kiệu. Tại hạ sẽ đưa tới nơi nào quí nương muốn tới.

Nghĩa ngó theo cặp nầy và một lần nữa tiếc là tuổi trẻ của

anh đã bay qua mấy chục năm rồi, không còn tinh thần và đối tượng để xin lỗi gián tiếp có chút gì cải lương như vậy nữa. Tuổi già có những chướng ngại mình tự đặt làm cho cuộc sống không còn cái hồn nhiên như thời tuổi trẻ...

2 Đi ra khỏi xóm cũ, ngang cái quán cóc, mấy người mua chuyện khi nảy vẫn còn ngồi đó. Nghĩa bước mạnh mau để qua cho lẹ. Tiếng giày da của Nghĩa nện xuống nền xi măng từng tiếng cộp cộp đều đặn.

Một người quậy leng keng ly cà phê của mình, đếm lớn: Một... Hai, Một ... Hai.

Nghĩa quay lại cười với người chọc mình: Hơn nửa thế kỷ trước, chúng tôi cũng đếm như vậy, nhưng là với các nữ sinh viên cùng trường thôi. Trò chơi của tuổi trẻ đương sống xa nơi chinh chiến như vậy cũng đủ làm cho các cô lúng ta lúng túng rồi rẽ qua đường khác, không đi qua mặt chúng tôi.

Nghĩa vừa nói vừa kéo ghế ngồi xuống nhập bọn, nói thêm:

Xin các bạn cho tôi được phép nhập bọn, nói theo dân chơi bên Mỹ thì là:

Mời tất cả, uống tiền tôi trả.

Cả bọn có vẽ hớn hở, bỏ mất những gương mặt bất bình vài phút trước.

Nghĩa nói như để đính chánh lời người nào đó nói cưỡng vài ba phút trước: Mình vượt biên qua bên Mỹ sống bên đó hơn nửa thế kỷ nay mới về thăm quê lần đầu. Hôm nay mới đặt chưn vô xóm cũ. Xóm biến đổi quá, khác với lúc mình ở ngày trước nhiều.

Một người ngồi trong bàn gợi chuyện:

Chú thấy cặp vợ chồng người Việt gốc Hoa ở trong hẽm cụt kia vừa chạy Honda qua không. Cô vợ đẹp cách gì! Phải nói là một nhan sắc trời cho.

Nghĩa gật gù:

Ờ... ờ mà rồi thì nhan sắc nào lại không tàn. Mấy chú tin tôi đi, ông bà mình nói: Nhứt thốn quang âm nhứt thốn kim. Mỗi tấc ánh sáng qua đi là mỗi tấc vàng, Thời gian thiệt là quái quỉ, nó làm cho con người chúng ta trở nên già cổi và phá tan nhan sắc của những dung nhan... Có muốn quay trở lại tìm cũng không thể được.

Một người trong bàn góp thêm:

Lúc nhỏ mình đọc bài "Ống Chỉ Thần" thấy thích thích mà sờ sợ. Sợ là mình dùng thời gian một cách lãng phí thì không sao tìm lại được.

Anh chàng nói cương lúc nảy, từ khi Nghĩa nhập bọn, không nói gì, giờ mới có dịp mở miệng:

Bây giờ chúng ta ngồi ở quán cóc nầy cũng coi như là lãng phí thời gian. Nhưng với tình thế không thể kiếm được việc làm gì cho ra hồn, cũng không thể nói gì đụng chạm tới chế độ, thôi thì cách duy nhứt để không lãng phí thời gian là tụ tập nhau lại cà phê cà pháo.

Cả bọn đều reo hò: Phải! Phải! Hoan hô! Hoan hô! Rồi thì không biết ông ứng bà hành gì mà cả bọn đều đứng dậy hô lớn Vô Vô rồi thì ai nấy uống cạn ly của mình.

Nghĩa ngồi im như trời trồng miên man với chuyện ngụ ngôn Ống Chỉ Thần và tiếc cho những dung nhan Lan, Hồng, Ngân, Hạnh... mà anh, từng rước đèn ngày xưa tại đường Lê Lợi, Bonard hay các rạp ciné Rex, Đại Nam, Vĩnh Lợi nay đã không còn...

Bên kia khu phố, pháo Tết từ những căn nhà lầu nhà ai nổ lẹt đẹt.

NGUYỄN VĂN SÂM
Victorville, CA, Jan 30. 2026.

HẠ QUỐC HUY
RƯỢU ĐỔ TRÊN NGÀN PHÂN LY

1*

Rượu say theo rượu đổ tràn
Ta say. Rượu đẫm
trên ngàn phân ly

Em say xiêu mỗi bước đi
Vịn tay thành đổ. Chớp mi thành sầu

2*
Em nâng chén. Lạt phai màu
Ta chia trăn trở.
Gởi sầu nhân gian

Rượu say.
Thôi rượu cứ tràn
Ta say, chỉ biết ngực nàng lả lơi

Em say, quên hết đất trời
Quên luôn nước mắt của người tình chung

3*
Rót thêm.
Đầy bát lùng nhùng
Bưng lên. Đổ xuống. Bi hùng. Bi thương

Uống cho tận tuyệt chiến trường
Cho thành lũy dựng lấp đường tác tan

Đợi rêu phong đỏ cung đàn
Hóa hồn núi dữ động ngàn đá lăn

4*
Rót lưng nửa bát băn khoăn
Nhuộm nâu mái tóc
phũ phàng phụ ta

Nè đây rượu trộn tinh pha
Rưới lên núm vú ta bà. Ta đi.

HẠ QUỐC HUY

HẠ QUỐC HUY
LÒNG MUÔN TRÙNG

1*
Không là sao
Không là gió
Chỉ là viên đá nhỏ
Lăn lóc giữa đời
mang những vết thương

2*
Không có mùi hương
của loài cỏ dại
Nhưng đọng mãi
trong quả tim nầy

3*
Không mây bay chiều ly biệt
Không vòng tay ôm siết
Chỉ có hoàng hôn

4*
Quạnh quẽ từ hư vô
Anh di chuyển vòng tròn
Đối đầu chia cắt, thê lương,
Đau thương, tàn mạt
Nhếch môi khinh bạc
Đơn đao phó hội

5*
Không có viên đá nhỏ
Chỉ là hạt cát đỉnh cô phong
Lòng muôn trùng gió
Lạnh bạt hư không

6*
Trong vô vàn bụi
Xoay vạn ức thiên hà
Một óng ánh kiêu sa
Dang tay kiêu bạc
Sạn đạo độc hành.

HẠ QUỐC HUY

VIÊN DUNG
LÓNG ĐẦU

Đầu nguồn
tượng muôn loài
lún phún
tư riêng từng lối
vạn hướng chung

mẹ cha lơi
em vẩy xuân tụng
ưỡn sắc
ngực đẩy thơm
ý thơ

thoát thai từng ngạch
hớn hở
bừng
vô biên, tựu
rựng rừng thích nghi

đầu phách yêu
khơi mào
rượn ý
trộm tình em
hú hí chiêm bao

sát na, thoạt nhịp nào

VIÊN DUNG

VỪA MỚI, XUÂN

Vừa mới
hồng
dọi ánh xưa
đêm dâng huyền thoại giao thừa
trời gả yêu
mù bóng cửa em chưa

gió chuyền cổ tích
xuân mùa
mầm yêu
nhổm dáng, vẫy mưa
thả phùn, rắc lộc
gieo mùa dáng yêu

hồng em
lụa mới yêu kiều
ôi, thanh tú
bén lòng yêu
hồn ai ngưởng, ngất
nuông chìu vóc em

VIÊN DUNG

TRẦN VĂN TÍCH
Đường vào Hán học

Đậu được bằng ri-me[1] thời Pháp thuộc, tôi thi tuyển vào Lycée Khai Dinh và trúng tuyển. Đang học hành ngon trớn thì xảy ra vụ *neuf mars*[2].Tôi phải tản cư về làng. Không còn trường không còn lớp, gia đình đành cho tôi sang làng bên cạnh học chữ Pháp vào buổi sáng với hai anh em ruột có bằng díp-lôm còn buổi chiều thì lại giao tôi cho ông nội dạy chữ Hán. Tôi học chữ Hán với bút lông, mực xạ, giấy bản hẳn hoi nhưng không có cuốn sách chữ Hán nào cả, ông tôi nhớ chữ nào dạy chữ đó.

Khi vào y khoa tôi chú ý đến đông y nên lại có dịp tiếp xúc càng ngày càng mật thiết với Hán ngữ Hán tự. Thế rồi tôi vào tù cộng sản và ở tù ba năm. Long Giao, Suối Máu là những ngôi trường hậu đại học cung cấp kiến thức của dân tộc Trung Hoa cho tôi qua vai trò giảng dạy của các sĩ quan tâm lý chiến cấp tá người gốc Đài Loan. Sang Đức lúc đã quá ngũ tuần, tôi chỉ đi làm trong các bệnh viện Đức được mười một năm thì phải về hưu theo luật định. Muốn tiếp tục hành nghề y sĩ, tôi chuyển sang lĩnh vực TCM[3]. Tôi gặp lại cố ngữ và cũng làm việc hằng ngày với những đồng nghiệp gốc Trung Hoa lục địa. Tôi càng "lậm" sâu vào chữ Hán. Hơn nữa, Bonn là một thành phố đại học lại còn là cựu thủ đô của Cộng hoà Liên bang Đức nên Viện Đại học Bonn có một phân khoa Hán học rất bề thế và có một thư viện Hán học rất đồ sộ. Tôi mặc sức tra cứu một số tài liệu chữ Hán mà tôi thấy cần tham khảo.

Học chữ Hán theo cách riêng

Tôi học chữ Hán chỉ để đọc, không bao giờ để viết (ngoại trừ thuở ban đầu, khi học với ông tôi). Thét rồi tôi thiên về thói quen chăm nhớ mặt chữ nhưng lười nhớ viết chữ. Tôi giống những người chơi cờ tướng. Họ cầm quân cờ thì biết đó là con tượng con tốt nhưng yêu cầu họ viết chữ tượng chữ tốt thì họ không viết được. Lại nữa tôi học chữ Hán để đi sâu vào những vấn đề vô cùng gai góc thuộc văn tự, từ nguyên, từ vựng, ngữ nghĩa, điển tích, chính tả v.v.. Riết rồi tôi đâm ra nghiện. Tôi ham thích đến mức thành mắc thói quen không bỏ được là nghiên cứu về một số khía cạnh thuộc nền học thuật Trung Hoa thời cổ, trước hết và chủ yếu là về các khía cạnh thuộc văn bản cổ chữ Hán. Đó là đam mê của tôi.

Tìm cách thoả mãn đam mê đó, tôi dựa vào sự trợ thủ rất đắc lực của vốn liếng Pháp ngữ, Anh ngữ và sau này, cả Đức ngữ. Khi bắt đầu nghiên cứu đông y, tôi nghiền ngẫm các sách tiếng Pháp tiếng Anh về lý luận, về bệnh lý, về điều trị, về châm thuật trước khi đọc sách *Nội kinh Tố vấn* hay *Bản thảo Cương mục*. Những tài liệu nghiên cứu về *từ*[4] viết bằng Anh ngữ là sách gối đầu giường của tôi khi tôi đặt chân vào một lĩnh vực chuyên biệt thuộc văn học đời Tống.

Có những điều tôi học hỏi được mà tôi tin là Trường Đại học Văn khoa Sài gòn dưới hai chế độ Cộng hoà không có trong chương trình đào tạo cử nhân giáo khoa Hán văn hay Việt văn.

Truy tầm văn học

Đào sâu bới kỹ, *phải dò cho đến ngọn nguồn lạch sông*, nên tôi đã tìm được đáp số cho một vài trường hợp liên quan đến từ vựng Việt-Hán.

Trong thơ chữ Hán Nguyễn Du, bài *Hoàng hà trở lạo* (Mắc lụt bên Hoàng hà) thi bá đề cập đến một món ăn tên gọi *thổ cẩu*. Nhóm Lê Thước-Trương Chính, Chi Điền Hoàng Duy Từ, Bùi Hạnh Cẩn, nhóm Mai Quốc Liên-Nguyễn Quảng Tuân, Ngô Linh Ngọc, Lê Thu Yên vì chẳng biết *thổ cẩu* là con gì thứ gì nên tránh né không dịch hoặc dịch *thổ cẩu* là con dê (không dấu), con dế (dấu sắc) đất, con chó đất! Tôi khẳng định *thổ cẩu* là con *dế dũi, dế nhủi, dế trũi*. Nhà văn Tô Hoài trong *Dế mèn phiêu lưu ký* cũng giới thiệu *dế trũi* bên cạnh "nhân vật" chính dế mèn.

Nguyễn Trãi làm thơ chữ Hán – bài *Ký hữu* (Gửi bạn) – đề cập đến một loài thảo mộc tên gọi là *mục túc*. Chư vị nghiên cứu văn học ở trong nước vì không biết đích xác *mục túc* là cây gì nên chú thích huê dạng, đọc rất vui. Chỉ xin đan cử vị tiền bối Đào Duy Anh mà thôi. Học giả họ Đào giảng "Mục túc là một thứ rau đậu tầm thường, người ta dùng để ăn chay hay là dùng cho gia súc ăn, cũng dùng làm phân xanh (...)“. Đối chiếu với thư tịch về thực vật chí Trung Hoa, tôi chỉ rõ *mục túc* là cây *Medicago denticulata* Willd., vốn có gốc nguồn từ Đại Uyển, vốn có tên gọi là *buksuk* và do Trương Khiên đi sứ mang về trồng trên đất Tàu. Nơi vùng Detmold, chỗ tôi làm việc cả chục năm trời, có nhiều khu ruộng cạn trồng *mục túc* mà người Đức gọi là *ewiger Klee* và người Pháp thì gọi là *luzerne*[5].

Nguyễn Khuyến chỉ sống có bảy mươi bốn năm thiếu mười ngày nhưng lại mở đầu bài thơ chữ Hán *Di chúc* bằng câu *Ngã niên trị bát bát* (Tuổi ta vừa tám mươi tám). Từ Trần Trung Viên thời tiền chiến qua Huỳnh Lý, Bùi Văn Bảo, Nguyễn Văn Huyền, người thì thản nhiên chấp nhận Nguyễn Khuyến thọ tám mươi tám tuổi, người thì bí quá nên đành giả lơ rằng “có lẽ xưa, các cụ thường tăng tuổi thọ.“ Vận dụng chủ yếu các kiến thức về y học, sinh lý học trong đông y, tôi giải thích rằng *bát bát* không phải là tám mươi tám mà là sáu mươi tư (8 x 8 = 64)[6].

Giới thiệu *từ*, phổ biến *phiên thiết*

Tại quốc ngoại – và có lẽ cả tại quốc nội – tôi là người đầu tiên giới thiệu thể thơ pha nhạc của Trung Hoa gọi là *từ*[7]một cách có hệ thống theo trình tự thời gian trên các tạp chí văn học.

Tôi liệt kê các từ gia Việt Nam và thống kê các bài từ do người Việt sáng tác, kể từ bài từ đầu tiên còn truyền lại do tổ tiên chúng ta điền từ là bài *Nguyễn lang quy* được Đại sư Khuông Việt sáng tác để tiễn tống sứ thần Lý Giác vào thế kỷ thứ mười đến bài từ cuối cùng là bài của Tản Đà, đó là bài *Tống biệt* viết theo điệu *Hoa phong lạc* năm 1917. Giữa hai thời điểm đó, thỉnh thoảng cũng có tác gia vận dụng thể từ. Về phái nữ có Liễu Hạnh tiên chúa với các bài theo điệu *Bộ bộ thiềm, Xuân quang hảo, Cách phố liên, Nhất tiễn mai*; Trương Quỳnh Thư trong *Sơ kính tân trang* với hai điệu *Tây giang nguyệt* và *Nhất tiễn mai*; Hồ Xuân Hương với điệu *Xuân đình lan*. Về nam giới có thể kể Nguyễn Khản, Nguyễn Hữu Chỉnh, chúa Trịnh Cương với điệu *Kiều dương cách*; Ngô Thì Sĩ với điệu *Tô mộ già*; Tùng Thiện Vương với rất nhiều điệu tập hợp trong từ tập *Cổ duệ từ* như *Hoãn khê sa, Thanh bình lạc, Dương châu mạn, Mô ngư nhi, Giải bội lệnh, Lưỡng đồng tâm, Kim nhân bổng ngọc bàn, Pháp khúc hiến tiênâm*; Đào Tấn với gần hai mươi điệu trong *Mộng Mai từ tập* : *Mãn giang hồng, Bồ tát man, Nhất lạc sách, Ngư phủ từ, Lâm giang tiên, Trường tương tư, Giá cô thiên, Ức Vương tôn, Ức Giang nam, Hậu đình hoa, Ỷ la hương, Ngu mỹ nhân, Tiểu trùng sơn, Như mộng lệnh, Điệp luyến hoa, Chuyển ứng khúc, Bốc toán tử* v.v..Thi hào Nguyễn Du cũng có ít nhất một bài theo điệu *Hành lạc từ* và mười lăm bài theo điệu *Trúc chi từ* (mà tác giả *Truyện Kiều* gọi là *Trúc chi ca*). Trong *Phủ biên Tạp lục*, Lê Quý Đôn đan cử nhân vật Nguyễn Quang Tiền, chủ nhân bài *Cẩm đường Xuân khúc* theo điệu *Tây giang nguyệt*. Ngoài ra, các nhân vật hư cấu truyện Nôm như Vương Thúy Kiều trong *Truyện Kiều* của Nguyễn Du, Tô Hữu Bạch trong *Ngọc Kiều Lê tân truyện* của Lý Văn Phúc cũng có điền từ.

Tôi vốn nhất mực chủ trương phải viết *sử dụng* mà không thể viết *xử dụng* vì viết *xử dụng* theo tôi là sai chính tả Việt ngữ, đúng hơn, là sai chính tả từ vựng Hán-Việt. Nhiều nhân vật có uy vọng ở hải ngoại đồng ý với tôi nhưng có điều hết sức đặc biệt là quí vị chỉ trình bày kiến giải rằng *sử dụng* là đúng, *xử dụng* là sai mà không cho hay tại sao *sử dụng* là đúng còn *xử dụng* thì sai. Một mình tôi giải thích rõ rằng vì *sử dụng* là một từ Hán-Việt nên phải áp dụng *phép phiên thiết* nhằm phiên âm chữ đó và theo phép phiên thiết thì chữ *sử* trong sử dụng phải viết với "ét" (s) chứ không phải viết với "ít-xì" (x)[8].

Hán học bắc cầu

Cùng với ngày bỏ nước ra đi, tôi thay đổi đường lối ký thác tâm sự vào văn chương. Các suy tư cá nhân dưới vỏ bọc ngoài văn học thường mang tính mời gọi đối thoại.

Nhà xuất bản Tiếng Quê Hương in cuốn *Nhân văn Giai phẩm* cho nữ sĩ Thuỵ Khuê. Trong sách, Bà Thuỵ Khuê viết *sử dụng* nhưng Tiếng Quê Hương bác bỏ lối viết này và tự cho phép sửa lại thành *xử dụng*. Tiếng Quê Hương trình bày lý do viết "xử dụng" thay vì "sử dụng" như sau : ***Trích*** "Như chúng ta đều biết, đa số từ Việt ngữ là Hán Việt tức có gốc Hán tự. Chẳng hạn chữ " *sử* " hoặc " *xử* " của ta là 5 chữ Hán viết theo các bộ Khẩu, Nhân, Mã, Hô, Mộc. Trước đây, các học giả Thiều Chửu, Đào Duy Anh đã phiên âm 3 chữ viết theo các bộ Khẩu, Nhân, Mã là " *sử* " và 2 chữ viết theo các bộ Hô, Mộc là " *xử* ". (…) Từ viết theo bộ Nhân được phiên âm là "*sử*" có nghĩa "*sai khiến*" (…) Riêng từ viết theo bộ Hô phiên âm là "*xử*" bao gồm nhiều nghĩa như "*thu xếp*" (...) Theo cách phân tích này, chúng tôi thấy không thể viết "*sử dụng*" vì ở đây không hàm nghĩa "*sai khiến*" (…) Chữ "*xử* " ở đây chỉ đơn thuần mang nghĩa "*thu xếp*" (…) những thứ gì đang có trong tay mà thôi nên phải viết là "*xử dụng*". ***Hết trích***. Theo tôi, lập luận này lủng củng và khiên cưỡng. Các nhà biên soạn từ điển Hán-Việt như Đào Duy Anh, Thiều Chửu, Trần Trọng San đều dựa theo *phép phiên thiết* để phiên âm các chữ Hán sang tiếng Việt; Thiều Chửu không những chỉ dựa vào phiên thiết của Khang Hy mà còn phỏng theo rất sát cách trình bày các mục từ trong Khang Hy.

Được tác giả Trần Bích San gửi tặng công trình biên khảo văn học dân tộc mang đầu đề *Văn học Việt Nam*, tôi đã vận dụng hành trang kiến thức Hán tự của cá nhân để trình bày những điểm cần tu chỉnh bổ sung.

Hào hứng hơn nữa là những trao đổi với giới nghiên cứu văn học ở trong nước.

Nhân bàn về bài từ nhan đề *Ức Cao Chu Thần* điền theo điệu *Dương châu mạn* trong từ tập *Cổ duệ từ* của Tùng Thiện Vương Miên Thẩm do dịch giả Phan Văn Các nguyên Viện trưởng Viện Hán-Nôm quốc nội chấp bút, tôi làm quen với Phan tiên sinh và được gửi tặng bản dịch *Hoa viên Kỳ ngộ ký*, một tác phẩm chữ nho do tiền nhân Việt Nam sáng tác mang đầy đủ sắc thái văn chương loại tạp chí Playboy! Gửi thư riêng cho Ông Phan Văn Các về địa chỉ tư gia, tôi học được một điều mới : ở ngoài Hà nội, không những chỉ có đường , có ngõ mà còn có ngách!

Liệt kê những sai sót trong ba tập *Thơ văn Lý Trần* đồ sộ, tôi muốn nhắn cùng nhóm các nhà nghiên cứu quốc nội Nguyễn Huệ Chi-Đỗ Văn Hỷ-Trần thị Băng Thanh-Phạm Tú Châu rằng thư tịch Hán văn còn có nhiều lĩnh vực quí vị ấy chưa biết đến nên đã lầm lẫn khi chú thích. Trên trang nhà talawas, trong bài *Những năm tháng với Phong Lê*, Giáo sư Nguyễn Huệ Chi nhắc đến tôi với nhiều cảm tình. Chỉ riêng đối với Đào Tấn, sau hai bài do tôi cho đăng trên tạp chí *Văn Học* phát hành tại

Garden Grove, California, tôi đã ghi nhận được hai đáp ứng từ quốc nội :

1) Tác giả Nguyễn Huệ Chi khi đọc bài *Hý trường tùy bút của Đào Tấn* của tôi xuất hiện trên *Văn Học* số 219, tháng 07.2004, đã công khai công nhận rằng mình phiên âm một số chữ Hán không đúng với phép phiên thiết, như tôi chỉ rõ. Ông ngỏ lời cám ơn tôi và hứa sẽ cải chính khi cho tái bản bài biên khảo của ông cùng với lời ghi rõ xuất xứ những điều đính chính mà tôi nêu ra. (Ông Nguyễn Huệ Chi và thân phụ là Ông Nguyễn Đổng Chi đều là những nhà Hán học cự phách).

2) Tác giả Phạm Văn Ánh trong bài viết *Sự thực về Mộng Mai từ lục của Đào Tấn* đăng trên trang Web *Văn hoá Nghệ an* đưa nhận xét rằng bài viết *Vấn đề văn bản học của một số bài từ Đào Tấn* do tôi chấp bút và gửi đăng trên *Văn Học* số 203-204, tháng 3-4.2003 là "*nghiêm túc, công phu*".

Đương nhiên đây chỉ là những trường hợp tôi tình cờ biết được và tất nhiên tôi chẳng thể nào biết được tất cả những phản ứng từ giới cầm bút trong nước.

Bộ *Tây du ký* với người dịch là Thụy Đình và người hiệu đính là Chu Thiên xuyên tạc cả một đoạn văn chữ khối vuông chỉ vì kỵ huý họ của Hồ Chí Minh, tôi vạch trần ra như vậy.

Các từ điển, tự điển, tự vị Việt-Việt hoặc Hán-Việt xuất bản tại Miền Nam, căn cứ vào phép phiên thiết, đều nhất loạt viết "*phiêu bạc*" nhưng các từ điển, tự điển phát hành tại Miền Bắc lại cùng nhau viết "*phiêu bạt*"; đồng thời *Thơ Đường*, Tập I, Nhà Xuất bản Văn học, Hà nội, 1987 lại viết "*bạc*" trong đầu đề hai bài thơ *Bạc Tần hoài* của Đỗ Mục và *Phong kiều Dạ bạc* của Trương Kế. Tôi sử dụng điện thư để thỉnh ý Giáo sư Nguyễn Huệ Chi về chuyện thiếu nhất quán này. Giáo sư Nguyễn Huệ Chi đã trả lời tôi bằng những e.mails dài và cho biết rằng trong nước hiện nay không sử dụng "phiêu bạc" nữa mà chỉ biết đến "phiêu bạt". Tôi xin trích một đoạn điện thư do Giáo sư Nguyễn Huệ Chi gửi cho tôi ngày 10.08.2020 : "Có một điều mà trong thư trả lời BS tối hôm qua tôi chưa đề cập, đó là tôi nghĩ, hiện nay thì cả nước, nhất là trong giáo dục, chỉ còn một từ "phiêu bạt" nữa mà thôi, nghĩa là cái sai lâu dần trở thành đúng. Tôi chắc từ "thăm quan" cũng sẽ có vận mệnh như vậy và từ "chung cư" đã như vậy rồi. Mình thấy chướng và cố níu giữ nhưng thế hệ trẻ thì không biết gì hoặc biết ít và ngày càng xa dần Hán Việt (Hán Việt chứ không phải Hán, Hán thì xa lâu rồi)." Như vậy, theo Giáo sư Nguyễn Huệ Chi xác nhận, trong nước hiện nay chỉ sử dụng "phiêu bạt", đồng thời "chúng cư" trở thành "chung cư" và "tham quan" trở thành "thăm quan". Hơn nữa, từ các giới chức chính quyền cao cấp đến những nhân vật có cấp bằng đại học, nhiều người sử dụng hai chữ "cứu cánh" theo nghĩa là biện pháp giải cứu! Biết là sai nhưng đành chịu. Quán lệ ngôn ngữ, một lần nữa, chứng thực quyền sở hữu ngôn ngữ là thuộc người Việt trong nước.

Vận tải những nội dung chuyên biệt về văn học thường khi khô khan, nhiều khi khúc mắc, những bài biên khảo về văn học cổ trung đại Việt Nam do tôi trước tác cố gắng mang ba đặc tính cơ bản về hình thức : sáng sủa, đơn giản và chính xác. Tôi không đi tìm văn phong hoa lệ, tôi tránh cung cách dụng ngữ cầu kỳ. Tôi quan niệm thời điểm viết bài cũng là thời điểm sáng tạo.

Với tôi, nghiên cứu Hán học không phải để đọc Kim Dung từ nguyên tác mà để đi tìm khách tri âm.

TRẦN VĂN TÍCH

.1. Bằng ri-me là bằng tiểu học, bằng díp-lôm là bằng trung học.
2. Ngày *neuf mars* là ngày 09.03.1945, ngày Nhật đảo chính Pháp.
3.TCM : *Traditionelle Chinesische Medizin,* Y học cổ truyền Trung Hoa.
4. *Từ* là một thể thơ chữ Hán, thịnh hành vào đời Tống (Hán có *phú*, Đường có *thi*, Tống có *từ*, Minh Thanh có *khúc*).
5. Trần Văn Tích.- *Thổ cẩu và mục túc.* Nguyệt san *Làng văn,* số 240, tháng 08.2003, Toronto, Canada, trang 40-45.
6. Trần Văn Tích.- Hai chữ *bát bát* của Nguyễn Khuyến. Nguyệt san *Văn Học,* số 191, tháng 03.2002, Garden Grove, California, trang 20-32.
7. Trần Văn Tích.- *Từ.* Nguyệt san *Làng văn,* số 86, tháng 10.1991, Toronto, Canada, trang 28-32.
8 Từ điển Từ Hải phiên thiết hai chữ "sử trong "sử dụng" và "xử" trong "xử sự" như sau :
sử, 使: ***s**ảng sĩ thiết; **s**ư chỉ thiết tinh âm sử 史 (phiên thiết là sư + sĩ = sĩ;
hoặc phiên thiết là sư + chỉ = sỉ, âm giống như sử).
xử, 處: **x**ương dữ thiết (xương + dữ = xử).
(Phép phiên thiết chỉ cho cách đọc và cách viết nhưng khi chuyển từ Hán sang Việt-Hán thì có thể thay đổi âm từ i sang ư hoặc thay đổi hai dấu hỏi, ngã)."

HUỲNH LIỄU NGẠN
VẾT BẦM

Có lúc nhìn trời xanh lá cây
thấy chút miên man rụng xuống ngày
lại nhớ thuở em nghiêng vành má
nắng rớt qua vai mấy không đầy

lại nhớ mây bay thật hiền hòa
như đôi mắt mở ở châu sa
mà áo em thơm mùi rơm r
nên giọt trăng non cũng vỡ òa

thế rồi anh bỏ nhà anh đi
làm gió muôn phương cũng bởi vì
màu rêu trên tóc chưa phai hết
để thấy lòng em gió vẫn ghì

anh đi cũng đã mấy mươi năm
mà áo em phơi chưa hết rằm
ra giêng anh về bên cây khế
ngọt trái đầu đông mưa vẫn trầm

một đời yêu em anh nín câm
để thấy dòng sông cứ lặng thầm
để thấy lòng em là hoa cải
vàng bóng xuân sang giữa vết bầm.

8.2.2026
HUỲNH LIỄU NGẠN

HOÀNG XUÂN SƠN
TIẾNG KHÓC CỦA SƯƠNG, từ sau Ngọn Núi Đào Hoa - S a n P h i

Từ những ý nghĩ rời, tác giả San Phi đã viết thành tâm khúc Tiếng Khóc Của Sương. Đây là một tự dạng của Nhật ngôn trong ý hướng diễn tả tâm tình bằng một trái tim mẫn cảm. Trái tim này cần ghi lại những rung động chân tình, ý nghĩ sâu thẳm của tâm hồn qua từng thăng trầm cuộc sống với xứ, miền Yêu Thương, Hạnh Phúc, Đau Khổ, Hạnh Ngộ, Sum Họp và Chia Lìa... Trái tim dâng nguyện lời mời gọi chia sẻ của người đồng điệu trên hành trạng đi tìm cái đẹp của văn chương.

Trích đoạn Ngọn Núi Đào Hoa (đã xuất bản) là phụ chú thêm cho hành trình trở về với bản lai diện mục của mình qua dòng chảy của tình yêu, định mệnh, hiện sinh hay thời quá vãng; kiếp này hay kiếp mai với từng tản thi xinh đẹp, hoài nghi và tự vấn trong niềm thương chan chứa có khi mang nặng triết lý nhân sinh u hoài, nỗi niềm đất đá trầm uất.

Hãy cùng nhau mở một cánh cửa để nghe Tiếng Khóc Của Sương, của Ngọn Núi Đào Hoa chiêm nghiệm từ nguyên bản

Do một tình cờ đưa đẩy, tôi đã có cái duyên được đọc từ những dòng viết đầu tay của bản thảo Ngọn Núi Đào Hoa (NNĐH) của ngòi bút nữ trẻ San Phi (SP - Lệ Thu Nguyễn) đang trên đà tập hợp để in thành sách. NNĐH được đánh số từ 1, 2... cho tới 9, 10.

Là một tập hợp những tản văn thi cực kỳ thơ mộng, với văn phong huyền ảo, thi ngữ tân kỳ, khơi động lòng người đọc đi tới sự đồng cảm sâu xa với những gì tác giả đã chiêm nghiệm qua thực tế cuộc sống, giữa trường tình ảo và thực bước lên từng nấc thang sử thi.

[Hành Trình Của Mê Lạc] :

*

Mở đầu Ngọn Núi Đào Hoa, San Phi đã viết:

“Hình như ta lạc vào thập lý đào hoa! những cánh thanh

trần hồng điểm rơi, ta như vừa uống cạn men say…thẫn thờ cảm xúc lắng lại khi ta bắt gặp dòng chữ dậy hương

Ồ! không phải dòng chữ mà là những bí ẩn vọng manh tương thức, một nỗi niềm bâng khuâng lãng đãng hiện hữu một khu rừng hoang dã, niềm sung sướng tuyệt vời như ta đã từng dạo bước, như ta lạc giữa hương xưa được gặp lại mình của hàng triệu năm cách biệt"

Nàng như một hóa thân từ tiền kiếp xa xôi, đi tìm lại bản lai diện mục chính mình giữa thiên nhiên bao la huyền nhiệm. Nàng như được tái sinh từ thuở hồng hoang vạn đại, tìm gặp lại người tình muôn kiếp tưởng chừng mất dấu trong nỗi hoài nghi của mộng và thực.

. . .

"Ta đã đi qua bao mùa mưa nắng, gió lả lướt chực chờ nhưng nào đủ sức mạnh để có thể lay động cánh hồng nhan.

Xuân-Hạ -Thu -Đông ta đã đi qua nửa chừng xuân, đã qua nửa dòng đời đơn lẻ

Anh là ai?

Nửa vùng trời xa kia!

Ôi, ngọn núi trùng điệp cao sừng sững uy nghiêm, ta bắt gặp ánh mắt trầm u uẩn khúc như có phép màu, đôi mắt cuốn hồn ta giữa vạn ngàn, xuyên thủng một vùng trời bao la rộng lớn

Ánh nhìn tê tái thiên di
Hoa rơi bóng ngả truyền kỳ sơ khai
Như đem men ủ cánh môi
Sương tràn hân thưởng dậy mùi hương xanh

Một kiếp mai, tràn dâng niềm vui sướng khó tả khi ta gặp anh, à không, như ta gặp lại mình lòng ta tràn trề khấp khởi, diệu kỳ như điệu múa ba lê mềm mại và vỡ òa sâu lắng trong trái tim, ta đã nhập vào anh tự bao giờ." (Ngọn Núi Đào Hoa 1)

[Khải Huyền Tình Yêu Muôn Kiếp] :

*

Trong Ngọn Núi Đào Hoa 2, nàng đã đắm mình qua bao mùa lá rơi bất tận, lần theo từng vết chân âm thầm hư huyễn, quyết tìm cho được những khải huyền của tình yêu muôn kiếp:

"Phất phơ trong gió một rừng cánh hồng đào hoa rơi lả tả, mùi hương tinh khiết của hoa đào những cơn gió thoảng dịu nhẹ ngọn tóc bồng bềnh, ta bàng hoàng ngây ngốc có phải chăng là anh?

Một cánh đào hồng khẽ đang mơn man lên từng phiến thịt da, ta chợt nhớ đến khúc tình thơ mà anh đã dệt, từng con chữ vuốt ve rờn rợn, ta nghe dường như trời thêm xanh, như hoa lá biết cười, cho lòng ta ngây dại trong cái chạm huyền ảo của một trời mà tha thiết, mà mông lung sâu trong trái tim …

Những con chữ của anh hoa cỏ biếc bật dậy đi tìm, là tinh hoa là chiếc nôi nuôi dưỡng tâm hồn ta. Mỗi ngày truyền tải tiếng lòng, bộc lộ được những cảm xúc chân thật nhất của nội tâm.

Trong đáy mắt sâu luôn chất chứa một nhân hình, ta thiết nghĩ:

" ta yêu anh và anh cũng yêu ta ".

Và đây là từng giọt, từng khúc thơ nàng đã nắn nót viết ra cho người tình xa xôi cách trở, lạc nhau từ vạn đại:

"Nắng. Chi(ề)u Ve vuốt nhẹ sâu
Thầm thì…
Cỏ lá xạc xào không gian
Khiến cho ta dại khờ mang
Suy tư. Đang mộng gối chăn thức niềm
Ngày bình minh bên kia đêm
Ngọn sóng thơ biết lục tìm thiết thao
Tình thơ ta kết bện trào
Khảy nồng nàn khúc xé rào.
Hoan mê
Trăng. hương trăng thướt ngọc. kề
Tình bồng. ngọt chuỗi đam mê rực trời
Giọt sương lung linh lên khơi
Giấc sâu mường tượng khúc đời có nhau."

"Tình thơ ta kết bện trào - Khảy nồng nàn khúc xé rào. Hoan mê" phải chăng là tuyệt bút của niềm đam mê cùng cực.

Và cũng là cùng cực nỗi cô đơn:

Những tưởng mênh mông sao trời
Nào ai biết được bên đời quạnh hiu
(Ngọn Núi Đào Hoa 4)

[Đỉnh Điểm Cuộc Rong Chơi Tình Ái]
*

Một tình yêu vô biên trùm lấp vũ trụ. Một sinh vật NGƯỜI biết yêu và đang yêu. Rồi trở về với nỗi cô đơn chính mình.

Và chính Ngọn Núi Đào Hoa 5 mới thật sự là đỉnh điểm của cuộc rong chơi tình ái diệu kỳ. Bạn sẽ choáng ngợp với thiên tình sử đẹp. Và buồn. Chìm trong khắc khoải của những cơn mơ thầm kín, hoang đường và mệt mỏi:

"Một rừng đào hồng rơi lãng đãng, phủ kín địa trần thiết đặt, phi phiêu nhiên mang những bông tuyết trắng tinh, như làn da thiếu nữ ngọc băng tý hàn, lòng ta tương mang trước vẻ đẹp tinh tế mà tạo hóa đã mang ta lạc vào giang sử nhân dữ nhất.

Từng cơn rét đậm buốt thịt da, Ta hít một ngụm khí lạnh vào miệng, hơi thở ra bỗng hóa thành sương trắng cơn lạnh gầy nắng xanh xao, cuốn theo chiều gió từng cánh hồng đào phất phơ những tàn cây đung đưa, ta bỗng thấy lòng mình băng tuyết, như vừa chia tay

anh hôm qua.

Cảnh tượng lập lại trong ta, ta không còn phân biệt đâu là thật, đâu là mơ.

Ta liên tưởng, ta và anh còn nợ nhau nguyện tình khuê trung, một thuở nào còn vương vấn chăng?..."

[Lời Hẹn Định Mệnh] :
*

Gặp gỡ là định mệnh. Hay chỉ là một cuộc hồi cư về thánh địa của tình yêu tiền kiếp, và hữu luân trong lai kiếp: nàng chấp nhận tất cả để còn yêu và được mãi yêu:

"Ngày ta gặp anh, ngay tức khắc, ta nhận ra số phận đã an bài cuộc gặp gỡ định mệnh.

Duyên phận giữa ta và anh, kiếp trước có thể là rất sâu, trải qua bao kiếp sống ngàn năm vẫn hội ngộ tương phùng.

Ta ước thời gian ngừng lại để ta có thể đắm mình thật lâu vào vườn tình địa đàng, hư huyễn đến mê hồn, thật như đã hẹn nhau, từ tiền kiếp phải thế chăng?

Tận cùng sâu thẳm con tim nhớ nhung, cái nhớ quay quắt dường như lay động đất trời!"

. . .

Tinh sương trong làn gió bay
Rót vào ta nghe như bóng gầy
Viết lên hương yêu nồng nàn
Bản tình xưa lần thức mây
Ta ôm cánh mộng mê tìm nắng
Khi đêm về khuyết sau dấu chân
Ta tắm mình bằng giọt u buồn
Phủi sạch mắt tình hằng vương, chăng?
Dài như nắng và xa như yêu anh
Phút mê hồn lướt qua ta phủ sóng
Lung linh như giọt sương còn đọng
Gió lay …
Sợ rơi mơ nhiều. "

[Khúc Luân Trầm Tận Cùng]

*

Nàng đã tự hi sinh cho sự cứu rỗi chính mình, cho trường tình kín sâu, vô vọng. Que sera sera - Biết ra sao ngày sau - Nàng chấp nhận tất cả. Như con thiêu thân lao vào lửa:

"Ta vùng vẫy trở chiều nào cũng buốt nhói, ta lao vào anh, dù biết rằng cửa chết cũng nguyện cam lòng.

Ta lao vào anh như một cánh chim tự do bay lượn bồng bềnh phiêu lãng trên không trung, ta mường tượng chạm vào từng góc khuất, nhung nhớ, yêu thương, dỗi hờn…

Khi nỗi cô đơn giằng xé cứa rát lòng ta rưng rưng. Cầm mình ngập ngua dòng chảy từng đêm tắm mình, không ào ạt mà rả rích, từng giọt, từng giọt, từng giọt, đủ ngấm, đủ đọa đày ngọn cỏ xanh non.

Có chăng, ta vẫn bình thản ngắm nhìn một nhành hoa lạc, biết rõ là chẳng thể phục nghinh ở lại, biết rõ là, chỉ một cơn gió nhẹ thoảng qua cũng đủ sức cuốn vào không trung.

Ta gặp anh từ những giấc mơ, biết rõ là chẳng thể trở mình, anh là người mà ta chấp nhận đời này trầm luân, vẫn nhắm mắt buông thả mình lạc vào mê trận.

"Ta nguyện mãi yêu anh ".

Và xác quyết một tình yêu vĩ đại khó lòng tưởng tượng được niềm nung nấu đam mê tận cùng của một đóa thiên hương với tuổi đời còn son trẻ, chấp nhận cuộc luân trầm để đời đời mãi được yêu, và dâng hiến:

"Thơ. xưa về, từ mong manh
Gieo vào đời ta hạt giống tình
Bút còn lưu hương nồng nàn
Uống mơ xa trăn trở đêm
Anh chuốc say ta bằng men mực
Như phép màu biến hóa đường tơ
Ta khát từng giọt mắt mơ hồ
Ước hẹn cùng tình lỡ làng trăng
Vị của muối và mật của xa xưa
Giọt bắn tình êm như khúc hát
Ta yêu dường như đôi chim lạc
Khẽ thôi ...
Em sợ tan chiều.
. . . ."

Tuyệt vời những đóa thi mong manh!

Nhắm mắt lại, tôi mơ mòng thấy những trận mưa hoa kỳ ảo, sáng đẹp lung linh. Có khi chao đảo. Có khi rơi xuống từng mảnh thuỷ tinh vụn vỡ dấy lên trong lòng từng nấc thang cảm xúc thăng trầm về một cuộc tình đang đi tìm hoan khúc cho hồi kết cuộc vẹn toàn. Cuộc tình không may, hay được; ai nào biết.

Tôi muốn ghi lại vài dòng cảm nghĩ, song hành với chuyến xe khứ hồi miên viễn của một tình yêu đau đáu.

)(

Laval - Québec - Canada
h o à n g x u â n s ơ n
tháng 10, năm 2025

HOÀNG XUÂN SƠN
QUAY VÒNG

Trấn lột tôi đi em
Để chi thể phách nhẹ
Sáp nhập tôi đi em
Tôi lảo đảo sắp té

Tiếp cận tôi đi em
Nạp thêm tôi năng lượng
Tôi đang tự hóa mềm
Đêm dài cơn ngủ nướng

Tôi không nhìn ra nổi
Đốt sáng tôi đi em
Đặng tôi ngưng quờ quạng
Tìm tuổi rớt bên thềm

Tìm trăng non dưới đáy
Hãy nốc cạn sinh phần
Cho tôi nghe khỏa lấp
Chút muộn màng ăn năn

Viết lại tôi thần chữ
Dịu dàng và bướm ong
Để biết thơ còn thẩn
Quay tôi hết một vòng

(((•
h o à n g x u â n s ơ n
Thứ sáu mười ba tháng hai,
Năm 26

LỚN DẬY

Một vại tình cờ ta yêu nhau*
Một vại vô tình ta xa nhau
Đôi chim. xước thảo. mùa gai mận
Phục sinh từng sợi nhớ không màu

Chiếc võng đan lưới người mắc cạn
Lạ kỳ trong một khoảng chân không
Rơi. không biết mình rơi đậm hướng
Lạc phía hồng hoang dậy trống đồng

Hãy vang rân lên hãy yên lặng
Rừng sâu thác vẫn đổ ì ầm
Thì thào nhỏ nhẻ cùng con suối
Thương hoài thương hủy vại triều âm

•
h o à n g x u â n s ơ n
Nguyên đán Bính Ngọ
* Một vại, mượn từ FB Vĩnh Quyền
Photo Vĩnh Quyền

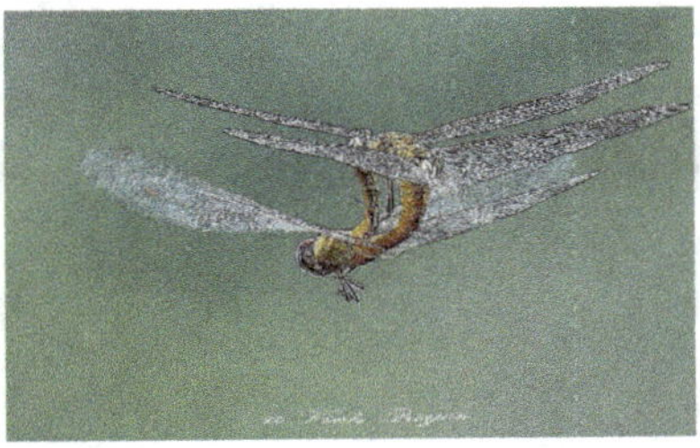

KHẾ IÊM

BẬC THANG

Những bậc thang nối với nhiều tầng lầu, những bậc thang dẫn tới nhiều đường tầu, những bậc thang và những bước chân; những bước chân trong tôi có ngón giao chỉ, từ phố phường đi ra biển đông; những bước chân trong tôi rướm đời du mục, dù rằng tôi chưa bao giờ sống đời du mục; điều này ám chỉ rằng tôi là mảnh vỡ tí ti của quá khứ, bị cánh bướm đập, văng ra thành kẻ lưu cư nơi miền đất lạ; không khác nào những bậc thang và những bước chân, tái hiện rồi tái hiện, rơi trong hỗn mang; bởi chẳng phải là những bậc thang vẫn nối với nhiều tầng lầu, những bậc thang vẫn dẫn tới nhiều đường tầu, và những bước chân trong tôi vẫn còn đang vang lên thanh âm quyến rũ dị kỳ; thật ra, tôi không muốn nói hơn một ly những gì tôi nói – những bước chân và những bậc thang đến đây là hết.

KHẾ IÊM

TRỊNH Y THƯ
MỘT TAI NẠN THƯƠNG TÂM

James Joyce

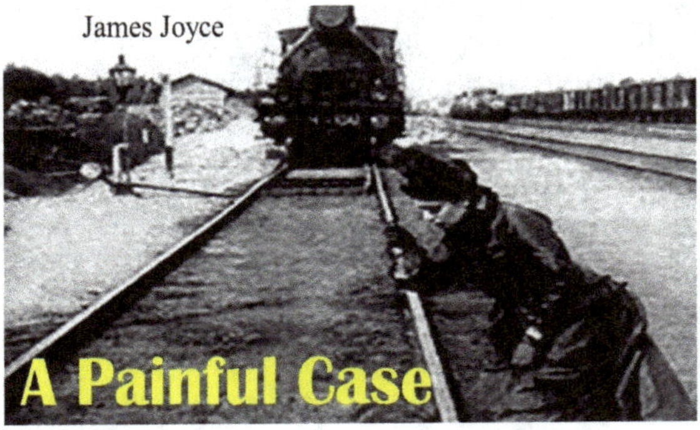

Ông James Duffy cư ngụ ở Chapelizod [1] vì ông muốnsống càng xa càng tốt thành phố nơi ông là một công dân, và trong mắt ông, tất cả các vùng ngoại ô khác của Dublin đều chẳng dễ chịu, yên ả tí nào, trông nó mới mẻ một cách lố bịch, lại còn để lộ bộ mặt khoa trương một cách giả tạo. Phòng ông thuê nằm trong một ngôi nhà cũ kỹ, u ám. Từ cửa sổ phòng, ông có thể nhìn thấy khu nhà máy chưng cất rượu đã bỏ hoang từ lâu, hoặc phóng tia mắt ra xa về phía con sông cạn nước mà thành phố Dublin được xây dựng lên trên. Trên những bức tường cao của căn phòng không trải thảm, chẳng có tranh ảnh nào được treo. Ông tự mua sắm mọi đồ đạc trong phòng: một chiếc giường sắt màu đen, một bệ rửa mặt cũng bằng sắt, bốn chiếc ghế mây, một giá treo quần áo, một thùng đựng than, một tấm chắn và những thanh sắt cời lửa lò sưởi, một chiếc bàn vuông vức trên đó là bàn làm việc của ông. Mấy kệ gỗ trắng ăn vào hốc tường làm thành tủ sách. Giường ngủ được phủ bằng vải màu trắng, một tấm khăn hai màu đen đỏ phủ chân giường. Một chiếc gương nhỏ treo trên bệ rửa mặt. Ban ngày, một chiếc đèn chụp màu trắng đứng như món vật trang trí duy nhất trên bệ lò sưởi. Những cuốn sách trên kệ gỗ trắng được sắp xếp từ dưới lên trên theo khổ sách từ lớn đến nhỏ. Bộ *Wordsworth Toàn Tập* [2] nằm ở một đầu kệ dưới cùng và một bản sao *Sách giáo lý Maynooth,* được khâu vào bìa vải một cuốn sổ tay, nằm ở đầu kệ trên cùng. Các vật dụng dùng để viết luôn ở trên bàn. Trong ngăn kéo bàn có một bản dịch ở dạng bản thảo vở kịch *Michael Kramer* của *Hauptmann*, những chú thích hướng dẫn dàn dựng sân khấu được viết bằng mực tím và một tập giấy nhỏ được ghim lại bằng một chiếc ghim bằng đồng. Trên những mảnh giấy rời này, lâu lâu một hàng chữ được biên xuống và, trong một khoảnh khắc trớ trêu, tiêu đề một quảng cáo cho *Bile Beans* được dán lên tờ đầu tiên. Khi nhấc nắp bàn lên, một mùi hương thoang thoảng tỏa ra – mùi của những cây bút chì làm bằng gỗ bách hương còn mới, hoặc mùi một lọ keo, một quả táo chín nẫu bị bỏ quên.

Ông Duffy cảm thấy hãi sợ bất cứ điều gì cho thấy sự rối loạn về thể chất hoặc tinh thần. Một bác sĩ thời trung cổ có lẽ sẽ gọi ông là người bị sao Thổ chiếu mệnh [3]. Khuôn mặt ông, hằn trên đó là toàn bộ câu chuyện về những năm tháng của mình, mang màu nâu của những con phố Dublin. Trên cái đầu dài và khá to mọc mái tóc đen khô và bộ ria mép màu hung không che hết cái miệng khó nhìn. Gò má ông cũng khiến khuôn mặt trở nên có vẻ khắc nghiệt; nhưng không hề có sự khắc nghiệt trong đôi mắt; ánh mắt ông, khi nhìn thế giới từ bên dưới đôi lông mày màu hung, tạo ấn tượng về một người đàn ông luôn cảnh giác chào đón bản năng cứu rỗi ở người khác nhưng thường thất vọng. Đôi khi ông ở ngoài xa thân thể mình, xem xét hành động của chính mình với cặp kính cận thị đầy vẻ nghi ngờ. Ông có thói quen tự thuật kỳ lạ khiến ông thi thoảng nghĩ ra trong đầu một câu ngắn về bản thân mình có chủ ngữ ở ngôi thứ ba và vị ngữ ở thì quá khứ. Ông không bao giờ bố thí cho người ăn xin, bước đi của ông vững vàng, trên tay luôn cầm một cây can bằng gỗ phỉ rắn chắc.

Trong nhiều năm trời ông làm thu ngân cho một ngân hàng tư nhân tọa lạc trên phố Baggot. Sáng sáng ông đáp xe điện từ Chapelizod đến chỗ làm việc. Buổi trưa, ông ghé tiệm Dan Burke's dùng bữa trưa – một cốc bia nhẹ và một khay nhỏ bánh quy làm bằng bột dong [4]. Đến bốn giờ, được tự do, ông dùng bữa tối tại một quán ăn ở phố George, nơi ông cảm thấy an toàn tách ra khỏi xã hội của đám trai gái trẻ trung trang phục bảnh bao, lộng lẫy ở Dublin, tiệm ăn cũng có sự trung thực nhất định trong thực đơn. Buổi tối, ông dành thời gian ngồi dạo chiếc đàn piano của bà chủ nhà dưới lầu hoặc đi bách bộ quanh vùng ngoại ô thành phố. Ông thích nhạc Mozart, vì vậy đôi khi ông đi xem một vở *opera* hoặc nghe một buổi hòa nhạc: đây là thú vui tiêu khiển duy nhất trong cuộc đời ông.

Ông không có bạn, không đi nhà thờ, không tín ngưỡng. Ông sống cuộc sống tinh thần của mình mà không có bất kỳ giao tiếp nào với người khác, ông chỉ đến thăm bà con họ hàng vào dịp Giáng Sinh và đưa họ ra nghĩa trang khi họ qua đời. Ông thực hiện hai nghĩa vụ xã hội này chỉ vì muốn lưu giữ một phẩm giá cũ xưa nhưng không hề nhượng bộ thêm bất cứ điều gì đối với các quy ước điều chỉnh cuộc sống xã hội. Ông cho phép mình nghĩ rằng trong một số trường hợp nhất định, ông sẽ cướp ngân hàng của mình nhưng, vì trường hợp này chắc chắn không bao giờ xảy ra, nên cuộc sống của ông diễn ra đều đặn – một câu chuyện không có cuộc phiêu lưu nào.

Một buổi tối, ông thấy mình ngồi cạnh hai người phụ nữ trong nhà hát Rotunda. Người nghe thưa thớt, không khí im ắng, như bằng chứng đau buồn về sự thất bại. Người phụ nữ ngồi cạnh ông đảo mắt nhìn quanh gian sảnh vắng tanh một hai lượt rồi thốt:

"Đáng tiếc, đêm nay chẳng có ai đến dự! Thật đáng buồn khi phải hát cho những băng ghế trống nghe."

Ông xem lời nhận xét đó của người đàn bà như lời mời mọc nói chuyện. Ông ngạc nhiên khi thấy bà có vẻ tự nhiên, thoải mái chứ không ngượng ngùng lắm. Trong lúc nói chuyện, ông cố ghi nhớ hình ảnh bà thật sâu vào ký ức. Khi biết rằng cô gái trẻ ngồi bên cạnh là con gái bà, ông đoán mình phải trẻ hơn bà một hai tuổi gì đó. Khuôn mặt bà, hẳn là rất đẹp, mang vẻ thông minh, hiểu biết. Đó là một khuôn mặt trái xoan với những đường nét rõ ràng, sắc sảo. Đôi mắt xanh lam rất sẫm và kiên định. Ánh mắt hai người bắt đầu bằng một nét thách thức nhưng rồi trở nên bối rối như thể đang cố tình làm ra vẻ ngất ngây, bộc lộ trong giây lát một tính khí vô cùng nhạy cảm. Nhưng ánh mắt ấy nhanh chóng kềm chế lại, bản chất nửa kín nửa hở trở về với sự thận trọng, và chiếc áo khoác lông cừu hàng *astrakhan* của bà, ôm trọn bầu ngực đầy đặn, tỏ lộ nét thách thức rõ rệt hơn.

Ông gặp lại bà vài tuần sau đó tại một buổi hòa nhạc ở Earlsfort Terrace và lợi dụng những giây phút cô con gái không để ý, ông tỏ ra thân mật với bà hơn. Bà nói bóng gió một hai lần về chồng mình nhưng giọng điệu bà không phải để biến sự ám chỉ đó thành lời cảnh báo. Tên bà là Sinico. Ông tổ năm đời của chồng bà là dân Leghorn đến đây lập nghiệp. Chồng bà là thuyền trưởng một con tàu buôn đi lại giữa Dublin và Hà Lan; và họ có một người con.

Trong lần tình cờ gặp lại bà lần thứ ba, ông thu hết can đảm để hẹn hò với bà. Bà giữ hẹn. Đấy là lần đầu tiên trong số nhiều lần hẹn hò; họ luôn gặp nhau vào buổi tối và chọn những nơi vắng vẻ, yên tĩnh nhất để cùng nhau đi dạo. Tuy nhiên, ông Duffy không thích những hành động lén lút như vậy, ông cảm thấy buồn bực trong lòng vì cứ phải gặp nhau một cách thầm kín, và ông đòi đến nhà bà. Thuyền trưởng Sinico lịch sự tiếp ông, lại còn mời ông đến thăm viếng thường xuyên hơn vì ông ta nghĩ rằng ông Duffy đang theo đuổi cô con gái của ông bà. Ông đã loại bà vợ mình ra khỏi căn phòng tình cảm, ông thực sự suy nghĩ như thế nên ông chẳng bao giờ ngờ có ai khác quan tâm đến bà. Ông chồng thường xuyên vắng nhà đi xa, cô con gái thì bận đi dạy nhạc nên ông Duffy có nhiều cơ hội để tận hưởng cuộc sống với người phụ nữ. Cả ông và bà đều chưa từng có bất kỳ cuộc phiêu lưu nào như vậy trước đây nên cả hai đều không nhận ra bất kỳ sự sai trái nào. Lâu dần, suy nghĩ của ông thấm nhập quấn quýt tâm trí bà. Ông cho bà mượn sách, gieo vào đầu óc bà những ý tưởng, chia sẻ cuộc sống trí tuệ của mình với bà. Và bà chịu khó lắng nghe, không bỏ sót điều gì.

Đôi khi, để đáp lại, bà tiết lộ một số sự thật về cuộc sống của chính bà. Với sự quan tâm gần như của một người mẹ, bà thúc giục ông hãy bộc lộ nhiều hơn tính cách bản chất mình: bà trở thành người giải tội cho ông. Ông kể với bà rằng trong một thời gian, ông đã tham gia các cuộc họp của Đảng Xã hội Ireland, nơi ông cảm thấy mình là một nhân vật nổi bật trong đám hàng chục công nhân viên sôi nổi tranh luận trong một căn gác xép dưới ánh sáng lù mù của ngọn đèn dầu. Đến khi đảng chia thành ba phe nhóm, mỗi phe có một người lãnh đạo riêng và họp hành trong một căn gác xép riêng thì ông ngừng tham gia. Ông nói rằng các cuộc thảo luận của những công nhân ấy là quá e dè nhút nhát; họ chỉ quan tâm nhiều đến vấn đề lương lậu và thu nhập. Ông cảm thấy rằng họ là những người theo chủ nghĩa hiện thực cứng nhắc và họ bày tỏ sự phẫn uất trước một sự việc vốn là sản phẩm của thói hưởng thụ nằm ngoài tầm với của chính họ. Ông nói với bà rằng sẽ không có một cuộc cách mạng xã hội nào có thể xảy ra ở Dublin trong vài thế kỷ nữa.

Bà hỏi tại sao ông không viết ra suy nghĩ của mình. Để làm gì cơ chứ, ông hỏi lại bà, với sự khinh miệt. Để ganh đua với bọn thích nói năng hoa mỹ, không có khả năng suy nghĩ liên tục trong sáu mươi giây à? Để tự khuất phục trước những lời chỉ trích của một tầng lớp trung lưu chậm hiểu đã giao phó đạo đức của mình cho cảnh sát và nghệ thuật của mình cho các ông bầu ư?

Ông thường đến thăm bà trong ngôi nhà nhỏ ở ngoại ô Dublin; họ thường dành buổi tối cho riêng họ. Dần dần, khi những suy nghĩ của họ quyện rối vào nhau, họ nói về những chủ đề ít xa lạ hơn. Tình tri kỷ của bà giống như lớp đất ấm áp bao quanh loài kỳ hoa dị thảo. Nhiều lần bà không thắp đèn mà cứ để bóng tối phủ lên hai người. Bóng tối tràn ngập căn phòng kín đáo, sự cô lập của họ, âm nhạc rung động trong tai họ gắn kết họ lại với nhau. Sự kết hợp này tôn vinh ông, làm mờ nhạt những góc cạnh thô ráp trong tính cách của ông, khiến đời sống tinh thần ông như sôi động lên. Đôi khi ông bắt gặp mình đang lắng nghe âm thanh giọng nói của chính mình. Ông nghĩ rằng, trong mắt bà, ông vươn lên tầm vóc thiên thần; và khi ông cảm nhận bản chất nồng ấm của người đàn bà truyền sang ông càng lúc càng tăng, ông bỗng nghe thấy một tiếng nói lạ lùng vô cảm mà ông nhận ra là của chính mình, nó nhấn mạnh vào nỗi cô đơn không thể chữa lành trong tâm hồn ông. Nó nói rằng ta không thể trao cho ai khác cái của chính mình: ta là của riêng ta. Kết thúc những buổi nói chuyện này là, trong một đêm nọ, người đàn bà đã thể hiện tất cả mọi dấu hiệu của tình cảm nồng nhiệt khác thường, bà nắm lấy bàn tay ông rồi âu yếm áp lên má mình.

Ông Duffy rất đỗi ngạc nhiên. Cách bà diễn giải lời ông nói khiến ông vỡ mộng. Suốt một tuần ông không đến thăm bà, đoạn ông viết thư xin bà ra gặp. Vì không muốn cuộc nói chuyện lần cuối này bị ảnh hưởng bởi sự việc đáng tiếc xảy ra lần trước, họ gặp nhau tại một tiệm bánh nhỏ gần cổng Công viên. Lúc đó là mùa thu, tiết trời đã lạnh giá nhưng họ vẫn cuốc bộ loanh quanh trên những con đường trong Công viên suốt gần ba giờ đồng hồ. Họ đồng ý chấm dứt mối quan hệ: ông nói rằng mọi ràng buộc đều là ràng buộc vào nỗi buồn. Khi ra khỏi Công viên, họ giữ im lặng bước về phía trạm xe điện; nhưng tại đây, bà lên cơn run rẩy dữ dội đến nỗi, vì sợ bà lại ngã lăn xuống mặt đất, ông vội vã chào tạm biệt rồi quay lưng bước thẳng. Vài ngày sau, ông nhận được một bưu kiện đựng sách và nhạc của mình.

Bốn năm trời trôi qua. Ông Duffy trở lại với lối sống đều đặn tẻ nhạt như trước. Căn phòng ông vẫn chứng kiến mỗi ngày sự ngăn nắp thứ tự trong tâm hồn ông. Một vài bản nhạc mới được đặt trên giá nhạc ở phòng dưới lầu và trên kệ sách có thêm hai tập sách của Nietzsche: *Thus Spake Zarathustra* và *The Gay Science* [5]. Ông hiếm khi viết nữa, tập giấy trắng vẫn nằm nguyên trong ngăn kéo bàn làm việc. Một trong những câu ông viết hai tháng sau cuộc nói chuyện lần cuối giữa ông với bà Sinico, có nội dung như sau: Tình yêu giữa đàn ông và đàn ông là không thể vì không có quan hệ tình dục, còn tình bạn giữa đàn ông và đàn bà cũng không thể vì phải có quan hệ tình dục. Ông tránh đi dự các buổi hòa nhạc vì sợ gặp bà ở đó. Cha ông mất;

một nhân viên cấp dưới của ngân hàng nghỉ hưu. Sáng sáng ông vẫn lấy xe điện vào thành phố, mỗi tối vẫn đi bộ từ thành phố về nhà sau bữa ăn tối nhẹ ở Phố George và đọc báo để tráng miệng.

Một buổi tối, khi ông đang cầm cái nĩa sắp sửa cho vào miệng miếng thịt bò muối bắp cải thì ông phải buông nĩa xuống. Hai mắt ông dán chặt vào hàng chữ in trên tờ báo ấn bản buổi tối ông dựa hờ lên bình đựng nước. Ông bỏ lại miếng thức ăn trên đĩa rồi chăm chú đọc hàng chữ. Sau đó, ông uống một ngụm nước, đẩy đĩa thức ăn sang một bên, trải tờ báo xuống bàn trước mặt mình, chống hai khuỷu tay lên bàn và đọc đi đọc lại bản tin đó. Bắp cải bắt đầu có một lớp mỡ trắng lạnh đọng trên đĩa. Cô gái phục vụ đến bàn lễ phép hỏi ông phải chăng món ăn tối nay nấu không được ngon miệng lắm sao. Ông vội bảo cô nó rất ngon và ông gượng gạo cố nuốt vài miếng. Sau đó, ông đứng dậy móc ví trả tiền và bước ra ngoài.

Ông bước nhanh dưới trời hoàng hôn tháng Mười Một, cây can bằng gỗ phỉ chắc nịch của ông gõ xuống mặt đất phát ra những tiếng lạch cạch đều đều, chiếc khăn lụa hiệu *Mail* màu thổ hoàng nằm lấp ló trong túi bên chiếc áo khoác ngoài bó sát người. Đến đoạn đường vắng vẻ từ cổng Công viên đến Chapelizod, ông bước chậm lại. Cây can gõ xuống mặt đất nhẹ hơn và hơi thở ông phát ra không đều, như hòa với tiếng thở dài, ngưng tụ trong không khí lạnh buổi chớm đông. Về đến nhà, ông lập tức lên phòng ngủ rút tờ báo từ trong túi ra và đọc lại bản tin dưới ánh sáng yếu ớt từ cửa sổ hắt vào. Ông không đọc to thành tiếng mà mấp máy môi như một linh mục đọc lời cầu nguyện trong kinh *Secreto*. Dưới đây là bản tin ông đọc:

CÁI CHẾT CỦA MỘT PHỤ NỮ TẠI SYDNEY PARADE MỘT TAI NẠN THƯƠNG TÂM

Hôm nay tại Bệnh viện Thành phố Dublin, Phó giám định y khoa (khi ông Leverett vắng mặt) đã tiến hành giảo nghiệm tử thi bà Emily Sinico, bốn mươi ba tuổi, người đã tử vong tại trạm ga Sydney Parade vào tối qua. Bằng chứng cho thấy người phụ nữ, trong khi cố băng qua đường ray, đã bị đầu máy chuyến tàu mười giờ từ ga Kingstown húc ngã, mặc dù lúc đó chiếc tàu chạy rất chậm nhưng bà bị thương ở đầu và bên phải, dẫn đến tử vong.

Ông James Lennon, người lái tàu, cho biết ông đã làm việc cho công ty đường sắt trong mười lăm năm. Khi nghe tiếng còi báo hiệu của người gác cổng, ông đã cho tàu chuyển động và chỉ một hai giây sau đó ông thắng vội vì nghe tiếng kêu lớn. Tàu đang chạy rất chậm.

Anh P. Dunne, một nhân viên khuân vác đường sắt, khai rằng khi tàu sắp khởi hành, anh ta thấy một người phụ nữ cố vượt qua đường ray. Anh ta chạy về phía bà ấy và hét lên, nhưng trước khi anh ta có thể với tới bà, thì bà đã bị vướng vào bộ đệm của đầu máy và ngã xuống đất.

Một nhân viên điều tra hỏi anh ta: "Anh có nhìn thấy người phụ nữ đó ngã không?"

Thì anh ta trả lời: "Có."

Trung sĩ Cảnh sát Croly khai rằng khi đến nơi, ông thấy nạn nhân nằm trên sân ga, và dường như đã chết. Ông bèn đưa thi thể người đàn bà vào phòng đợi trong khi chờ xe cứu thương đến.

Cảnh sát trưởng ty 57E cũng xác nhận như thế.

Bác sĩ Halpin, trợ lý phẫu thuật tại Bệnh viện Thành phố Dublin, khai rằng người chết bị gãy hai xương sườn dưới và bị bầm tím nghiêm trọng ở vai phải. Ông cũng tìm thấy vết thương trên đầu phía bên phải khi bị ngã. Tuy vậy, các vết thương không đủ nặng để gây tử vong ở một người bình thường. Theo ông, người phụ nữ chết có thể là do sốc và tim đột ngột ngừng hoạt động.

Ông H. B. Patterson Finlay, thay mặt cho công ty đường sắt, bày tỏ sự hối tiếc sâu sắc về tai nạn. Ông bảo công ty luôn thực hiện mọi biện pháp phòng ngừa để ngăn chặn mọi người tùy tiện băng qua đường ray, muốn băng qua thì phải tìm cầu bắc ngang. Công ty cho đặt bảng lưu ý tại mọi sân ga, và tại các lối đi cắt ngang đường sắt đều có cổng lò xo. Người phụ nữ xấu số ấy có lẽ có thói quen băng qua đường ray vào ban đêm lúc tối trời từ sân ga này sang sân ga khác và xét đến một số tình tiết khác của vụ việc, ông không nghĩ rằng các viên chức đường sắt phải chịu trách nhiệm.

Thuyền trưởng Sinico, nhà ở Leoville, Sydney Parade, chồng của người xấu số, cũng đưa ra bằng chứng. Ông khai rằng người đàn bà đó chính là vợ ông. Ông không ở Dublin vào thời điểm xảy ra tai nạn vì ông mới từ Rotterdam về sáng hôm đó. Họ lấy nhau được hai mươi hai năm và sống hạnh phúc cho đến khoảng thời gian hai năm trước đây thì vợ ông bắt đầu có những thói quen không kiềm hãm được.

Cô Mary Sinico nói gần đây mẹ cô có thói quen ra ngoài vào ban đêm để mua rượu. Cô, trong tư cách một nhân chứng, đã nhiều lần cố khuyên bảo mẹ và đã thuyết phục bà tham gia Liên đoàn Phụ nữ. Hôm xảy ra tai nạn, một giờ sau cô mới về nhà.

Hội đồng xét xử đã đưa ra phán quyết phù hợp với bằng chứng y khoa và tuyên bố ông Lennon hoàn toàn vô tội.

Phó giám định y khoa cho biết đây là một tai nạn vô cùng đau lòng và bày tỏ sự cảm thông sâu sắc cùng chia buồn với thuyền trưởng Sinico và con gái ông. Ông khẩn thiết khuyến cáo công ty đường sắt thực hiện các biện pháp mạnh mẽ và hiệu quả hơn để ngăn ngừa khả năng xảy ra những tai nạn tương tự trong tương lai. Và không ai bị quy lỗi trong vụ này.

*

Ông Duffy rời mắt khỏi tờ báo nhìn ra quang cảnh buổi tối ảm đạm ngoài cửa sổ. Dòng sông nằm lặng lẽ bên cạnh nhà máy chưng cất rượu bỏ hoang, lâu lâu một ngọn đèn bật lên trong một ngôi nhà nào đó trên đường Lucan. Thật là một kết cuộc đau buồn! Toàn bộ câu chuyện về cái chết của bà khiến ông kinh hãi và ông cảm thấy kinh hãi khi nghĩ rằng mình đã từng nói với bà về những điều ông xem là thiêng liêng. Những câu chữ sáo rỗng, những biểu hiện vô nghĩa của sự đồng cảm, những lời lẽ thận trọng của một phóng viên nhà báo, tất cả được khéo léo diễn đạt để che giấu những chi tiết về một cái chết tầm thường, thô bỉ. Nó tấn công dạ dày ông. Bà không chỉ hạ thấp bản thân mình;

mà còn hạ thấp ông nữa. Ông nhìn thấy vùng đất bẩn thỉu của những thói hư tật xấu nơi con người bà, khốn khổ và thối tha. Người tri kỷ của tâm hồn ông! Ông nghĩ đến những kẻ nhếch nhác, những con người bê tha, bệ rạc chân đi khập khiễng ông từng thấy cầm ly cốc đến cho người phục vụ trong quán rượu rót đầy. Chúa ơi, thật là một kết cuộc đáng buồn! Rõ ràng là bà không đủ sức sống, không còn bất kỳ sức mạnh nào cho mục đích sống nữa, một con mồi dễ dàng cho những thói quen tật xấu, một bãi phế thải hoang tàn mà nền văn minh này đã được nuôi dưỡng. Làm thế nào bà lại có thể chìm sâu xuống đất đen như thế được! Phải chăng ông đã hoàn toàn tự lừa dối mình về con người bà? Ông nhớ lại cơn cảm xúc không trấn áp nổi của bà cái đêm hôm đó và ông đã diễn dịch nó theo một ý nghĩa khắc nghiệt hơn ông từng làm, và bây giờ ông cảm thấy chẳng hối tiếc chút nào về con đường mình đã chọn.

Ánh sáng tàn dần và suy nghĩ trong trí óc bắt đầu tản mác, ông nhớ lúc bàn tay bà chạm vào tay mình. Cú sốc ban đầu tấn công dạ dày ông bây giờ quay ra đánh mạnh vào các dây thần kinh. Ông vớ chiếc áo khoác ngoài, đội mũ rồi đi ra ngoài. Không khí lạnh phả vào mặt mũi ông ở ngưỡng cửa; nó len lỏi vào tay áo khoác. Đến quán rượu đầu cầu Chapelizod, ông bước vào trong gọi một cốc *hot punch* [6].

Người chủ quán lễ độ phục vụ nhưng không dám bắt chuyện. Có năm sáu người trong tiệm, toàn dân thợ thuyền, họ đang bàn luận về giá trị bất động sản của một người giàu có ở Quận Kildare. Họ uống rượu trong những chiếc cốc lớn và hút thuốc liên miên, chốc chốc họ khạc nhổ xuống sàn rồi dùng đôi ủng dưới chân hất mạt cưa lấp lên bãi nhổ. Ông Duffy ngồi trên chiếc ghế cao bên cạnh quầy rượu, hai mắt nhìn đám thợ, nhưng ông không thấy họ và cũng chẳng nghe họ đang nói gì. Một lúc sau, họ đồng loạt đứng lên bỏ ra về và ông gọi thêm một cốc rượu nữa. Ông ngồi đó rất lâu. Tiệm yên tĩnh. Người chủ quán nằm lăn trên quầy vớ tờ *Herald* ra đọc, vừa đọc vừa ngáp dài. Thi thoảng, người ta nghe thấy tiếng xe điện chạy rầm rì trên con đường vắng bên ngoài.

Ông ngồi đó ôn lại quãng thời gian ngắn ngủi với bà, hai hình ảnh trái ngược thay phiên nhau hiện về tâm trí ông. Bà đã chết, không còn tồn tại, và đã trở thành một ký ức. Ông bắt đầu cảm thấy có điều gì không ổn trong lòng. Ông tự hỏi khi đó mình có thể làm điều gì khác không. Ông chẳng thể nào tiếp tục vở hài kịch lừa dối với bà; không thể sống với bà một cách công khai. Ông đã làm những gì có vẻ như là tốt nhất cho ông. Ông phải chịu trách nhiệm như thế nào? Giờ đây bà đã chết, ông hiểu cuộc sống của bà hẳn cô đơn đến mức nào, đêm này qua đêm khác ngồi một mình trong căn phòng đó. Cuộc sống ông cũng cô đơn như thế thôi, cho đến khi ông nhắm mắt xuôi tay, không còn tồn tại, trở thành một ký ức – nếu còn có ai nhớ đến ông.

Hơn chín giờ tối ông mới rời khỏi tiệm rượu. Đêm lạnh lẽo và u ám. Ông bước vào Công viên qua cổng số một và đi dọc dưới những hàng cây khẳng khiu trụi lá. Ông đi lại những lối đi buồn thảm nơi bốn năm trước họ hay đi. Trong bóng tối hình như bà ở gần ông hơn. Có lúc ông cảm thấy giọng nói bà rót vào tai ông, tay bà chạm tay ông. Ông dừng chân đứng lại, lắng nghe. Tại sao ông lại tước đi mạng sống của bà? Tại sao ông lại kết án tử hình bà? Ông cảm thấy con người đạo đức của mình đang tan vỡ thành từng mảnh vụn.

Khi lên đến đỉnh đồi Magazine, ông dừng chân dõi tia mắt theo con sông chảy lững lờ về phía Dublin, nơi có những ngọn đèn nhấp nháy cháy đỏ trông ấm áp trong đêm lạnh. Ông nhìn xuống con dốc, chỗ chân đồi, trong bóng tối của bức tường Công viên, ông thấy vài cặp trai gái đang nằm ôm nhau. Những mối tình vụng trộm và tham lam đó khiến ông chỉ cảm thấy tuyệt vọng. Ông gặm nhấm sự thật thẳng băng của cuộc đời mình; ông cảm thấy như mình đã bị ném ra khỏi bữa tiệc đời sống. Có một người đàn bà hình như đã yêu ông và ông đã thẳng thừng từ chối cuộc sống hạnh phúc với người đó: ông đã gieo tội lỗi ô nhục lên người đàn bà, và kết cuộc là một cái chết đáng xấu hổ. Ông biết rằng những cặp trai gái nằm quấn quýt nhau dưới bức tường đang theo dõi ông và họ chỉ mong ông biến mất trong tầm mắt họ. Không ai muốn có ông; ông là kẻ bị ruồng bỏ khỏi bữa tiệc đời sống. Ông ngước mắt nhìn dòng sông lấp lánh màu xám xịt, uốn khúc chảy về phía Dublin. Bên kia sông, ông thấy một đoàn tàu hỏa chở hàng uốn éo chạy ra khỏi ga Kingsbridge, trông nó giống một con sâu có cái đầu rực lửa luồn lách trong bóng tối, một cách ngoan cố và khó nhọc. Nó chậm chạp đi qua khỏi tầm mắt; nhưng ông vẫn nghe trong tai tiếng động cơ xình xịch lặp đi lặp lại âm tiết tên người đàn bà.

Ông quay lại con đường đi lúc nãy, tiếng con tàu từng nhịp vẫn vang động trong tai ông. Ông bắt đầu nghi ngờ tính xác thực của những điều ký ức mách bảo ông. Ông dừng lại dưới một gốc cây để nhịp điệu đó lắng xuống. Trong bóng tối, ông không cảm thấy người đàn bà ở gần ông nữa, giọng nói bà cũng không còn vo ve trong tai ông. Ông đợi vài phút. Lắng nghe. Ông không nghe gì cả: màn đêm hoàn toàn im lặng. Ông lại lắng nghe: vẫn hoàn toàn im lặng. Ông cảm thấy chỉ có mình ông ở đó. Trong cô đơn.

(Trịnh Y Thư dịch từ ấn bản Dubliners, *NXB Alfred A. Knoff, 1991.)*

*

Chú thích của người dịch:

[1] Tên một ngôi làng ngoại ô Dublin, Ireland, tọa lạc trong thung lũng rừng cây ven sông Liffey, gần cánh đồng Strawberry Beds và công viên Phoenix. Tuy không nêu rõ địa danh từng nơi, nhưng có lẽ Joyce đã sử dụng bối cảnh vùng đất này trong thiên truyện.

[2] William Wordsworth [1770-1850]: Thi sĩ Anh thời kỳ Lãng mạn.

[3] Câu này trong nguyên tác là "*A medieval doctor would have called him saturnine*" để mô tả tính cách của ông Duffy. Bởi thời Trung cổ ở châu Âu, người ta tin tưởng rằng tính cách con người là do ảnh hưởng của các hành tinh. Ví von ông Duffy với người sao Thổ, câu văn ám chỉ một người có bản chất u sầu, tâm trạng bất thường, có cái gì bí ẩn nung nấu trong nội tâm. Với một câu văn ngắn ngủi, Joyce đã mô tả gần như toàn vẹn tính cách

của nhân vật ông sắp thuật.

[4] *Arrowroot*: Bột dong, còn gọi là bột hoàng tinh.
[5] Friedrich Nietzsche [1844-1900]: Triết gia Đức.

[6] *Hot punch*: Thức uống nóng pha rượu, là một loại đồ uống ấm áp, thơm ngon, thường được phục vụ trong thời tiết lạnh hoặc vào các dịp lễ, kết hợp rượu mạnh (thường là *rum*, *brandy* hoặc *gin*) với nước nóng, nước ép trái cây họ cam quýt, đường và các loại gia vị như quế và nhục đậu khấu. Thức uống này được pha chế để uống nóng, với sự kết hợp hài hòa giữa hương vị trái cây và rượu.

*

Lời người dịch:

Thiên truyện này của James Joyce dễ đọc, nhưng khó nhằn và khó nuốt.

Dễ đọc vì, ngay khi vào truyện, Joyce đã cho chúng ta thấy rất rõ cuộc sống, tính cách, tâm lý các nhân vật như thế nào. Họ là ai, làm gì. Trước hết là ông Duffy, ông độc thân, sống một cuộc đời cẩn trọng và chỉn chu ngăn nắp; ông giữ nhà cửa gọn gàng, ăn uống tại cùng một nhà hàng và đi làm mỗi ngày trên cùng một tuyến đường. Ông có đời sống như một nhà tu khổ hạnh. Và bà Sinico, một người đàn bà nhiều tình cảm, nhưng sống cô độc vì chồng làm thuyền trưởng một tàu buôn, thường xuyên vắng nhà.

Ông Duffy có quan hệ với bà Sinico, nhưng đó là một quan hệ trên tình bạn một chút nhưng không có tình yêu bởi ông Duffy không cho nó cơ hội xảy ra. Nhưng ông không thể chịu đựng tính cách nổi nênh vô định hướng trong mối quan hệ đó, nó khiến cuộc sống ngăn nắp của ông bị xáo trộn. Bà Sinico khơi dậy trong lòng ông Duffy những cảm xúc nồng ấm mới mẻ, nhưng khi bà có một cử chỉ thân mật, ông phản ứng lại với sự ngạc nhiên và ông nhanh chóng quyết định cắt đứt quan hệ với bà. Cử chỉ của bà Sinico cho thấy một sự thật khác tồn tại, và sự thật này khiến ông Duffy sợ hãi. Đó là để chấp nhận sự có mặt của bà trong cuộc sống, mở tâm hồn ra cho tình yêu cùng các cảm xúc sâu sắc ùa vào trái tim mình, ông phải thay đổi hoàn toàn cuộc sống mình, phải ném bỏ chiếc ghế ngã mạn cao vòi vọi với những nguyên tắc cứng nhắc, cũ mòn để điều chỉnh lại thành một con người và cuộc sống khác, một điều ông không thể làm được.

Ông trở lại cuộc sống cô độc với một chút nhẹ nhõm. Và, bốn năm sau, khi đọc trên báo tin bà Sinico qua đời trong một tai nạn đau thương tội nghiệp, ông đã phản ứng với cú sốc và sự ghê tởm, giống như khi bà chạm vào tay ông. Cái chết bi thảm của bà Sinico cho thấy chiều sâu cảm xúc mà bà sở hữu, điều ông Duffy sẽ không bao giờ hiểu hay chia sẻ được vì cái ngã mạn của ông quá lớn. Nó chỉ khiến ông Duffy tỉnh ngộ phần nào sau khi ông vào quán rượu uống hai cốc rượu, đoạn ra ngoài đi bộ dọc theo những con đường ngày xưa ông bà hay đi dạo, vừa đi vừa suy nghĩ. Ông nhận ra rằng chính cuộc sống như thầy tu với trật tự và sự đúng mực đã loại bỏ bà ra khỏi cuộc đời mình, và nó đã ngăn cản ông sống trọn vẹn. Ta tưởng, sau khi tỉnh ngộ, ông sẽ thay đổi cuộc đời mình. Nhưng không. Giống như các nhân vật khác trong *Dubliners* trải qua sự giác ngộ, ông Duffy không được truyền cảm hứng để bắt đầu một giai đoạn mới trong cuộc đời, mà thay vào đó, ông cay đắng chấp nhận sự cô đơn để tiếp tục kiếp sống cũ mòn.

Truyện ngắn *Một tai nạn thương tâm* của Joyce kết thúc ở nơi nó bắt đầu, với ông Duffy một mình. Sự lặp đi lặp lại tẻ nhạt đó cuối cùng đã mang đến cho ông Duffy cái chết trong cuộc sống: cái chết của một người từng khơi dậy khát vọng được ở bên cạnh một người khác. Khi còn sống, bà Sinico đã tiếp sức cho ông và, thông qua sự thân mật của bà, đã gần như sưởi ấm trái tim lạnh giá của ông. Tuy nhiên, chỉ khi chết, bà mới thành công trong việc làm bật lên cái vòng luẩn quẩn cô đơn của ông, cho ông thấy rõ hơn bản ngã mình. Bi kịch của câu chuyện này có ba khía cạnh. Thứ nhất, ông Duffy phải đối mặt với cái chết bi thảm trước khi có thể suy nghĩ lại về lối sống và quan điểm của mình. Thứ hai, việc thừa nhận những vấn đề trong lối sống khiến ông nhận ra lỗi lầm của mình: bà Sinico chết vì đau buồn do chính ông gây ra. Thứ ba, có lẽ bi thảm nhất, ông Duffy không thay đổi được quan điểm sống mà ông đã tạo ra cho mình. Ông bị tê liệt, và ông bất chấp những lời tự thú và cảm giác tội lỗi của mình. Bởi ngã mạn ông quá lớn.

Lưu ý, Joyce đã lựa chọn những cái tên mang tính biểu tượng trong thiên truyện. Để thể hiện chủ đề u ám của câu chuyện về tình yêu tan vỡ và sự cô đơn, ông cho nhân vật chính cái tên Duffy. Duffy bắt nguồn từ tiếng Ireland có nghĩa là tối tăm, gợi lên tâm trạng ảm đạm, u buồn mà câu chuyện diễn ra trong cuộc sống của ông. Khu ngoại ô nơi ông Duffy sinh sống, Chapelizod, lấy tên từ tiếng Pháp, Chapel d'Iseult. Iseult là một nhân vật trong cặp tình nhân nổi tiếng Tristan và Iseult, mối tình bi thảm của họ được xếp vào một trong những thiên tình sử kinh điển nhất trong văn học và âm nhạc Tây phương. Sự xuất hiện của cái tên này trong câu chuyện, với tư cách là khu phố nơi ông Duffy sinh sống – nơi ông cố tình chọn để tránh xa sự ồn ào náo nhiệt của Dublin – là biểu tượng cho tình yêu đơn phương và cái chết của bà Sinico với cuộc sống khép kín của ông Duffy.

Trong thời gian dịch thiên truyện kinh điển này của Joyce, vào đầu năm 2026, tôi cũng được xem một vở kịch nổi tiếng, *Who's Afraid of Virginia Woolf* của kịch tác gia Edward Albee trên sân khấu kịch South Coast Repertory, Nam California. Cả hai, thiên truyện của Joyce và vở kịch của Albee, viết cách nhau hơn nửa thế kỷ, từ hai bối cảnh rất khác nhau, nhưng đều có chung một nghiệm số: sự bế tắc đến bi thảm của cuộc sống hôn nhân hiện đại, và điều đó vẫn tồn tại cho đến ngày hôm nay. Sống với nhau phải chăng là cho nhau sự đau đớn, là đẩy nhau vào vũng lầy, là hủy diệt nhau?

Thiên truyện của Joyce, tôi bảo dễ đọc nhưng khó nhằn, khó nuốt, là vì vậy. Nó chiếu rọi một cách sâu sắc và không khoan nhượng vào bản chất tâm hồn chúng ta: chúng ta không có khả năng vứt bỏ cái ngã mạn cao nghều nghệu kia đi để đem hạnh phúc cho người khác.

TRỊNH Y THƯ

VŨ HOÀNG THƯ
nguyên đán

Điềm nhiên hoa
nụ riêng tư
sương dừng
khuya đậu
đêm trừ tịch yên
đại hồng chung
ngân sân tiền
hải triều vọng
tiếng êm đềm phổ âm

có phải em
tiếng thì thầm
khơi bình nguyên
điệu vô ngần riêng tây
áo xuân điểm
lọn mây bay
đã nghe hơi mát
rủ ngày sông Nghi (*)

VŨ HOÀNG THƯ
Tháng giêng, 2022

TRẦN VIỆT HẢI

Thơ Charles Baudelaire Trong Lăng Kính Nhận Xét Về Triết Lý Jean Paul Sartre

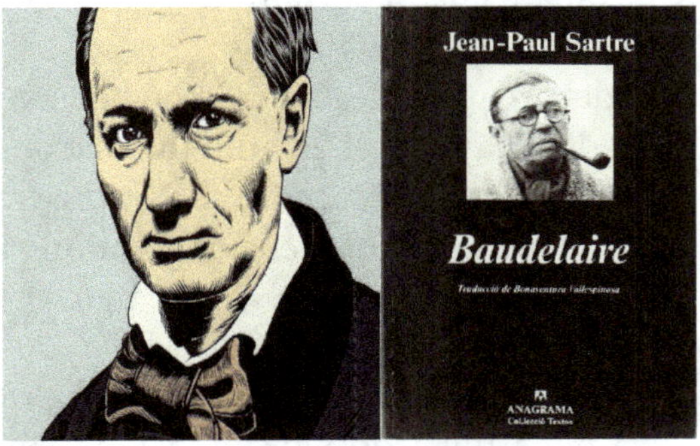

Phân tích bài luận "Baudelaire".
của Jean-Paul Sartre

Bài Jean-Paul Sartre

Bài viết này sẽ phân tích bài luận nổi tiếng của Jean-Paul Sartre mang tên "Baudelaire". Sartre, nhà triết học hiện sinh nổi tiếng, tập trung vào nhân vật nhà thơ Charles Baudelaire và tác phẩm tiêu biểu của ông, "Les Fleurs du Mal" (Những bông hoa tội lỗi). Bằng cách phân tích tác phẩm này, Sartre khám phá các chủ đề về hiện đại, thân phận con người và tự do nghệ thuật, mang đến một góc nhìn độc đáo về chủ nghĩa nhân văn phức tạp của Baudelaire.

Bối cảnh lịch sử và tiểu sử của Baudelaire

Trong bài luận mang tên "Baudelaire", Jean-Paul Sartre đưa ra một phân tích chuyên sâu về nhà thơ nổi tiếng người Pháp thế kỷ 19, Charles Baudelaire. Trước khi đi sâu vào tác phẩm của Baudelaire, Sartre cẩn thận đặt nhà thơ trong bối cảnh lịch sử và tiểu sử của ông để hiểu rõ hơn những ảnh hưởng đến nghệ thuật của ông.Sinh năm 1821 tại Paris, Baudelaire lớn lên trong một thời đại chứng kiến những biến động sâu sắc về xã hội, chính trị và nghệ thuật. Nước Pháp đang trải qua cuộc Cách mạng Kỹ Nghệ, với sự trỗi dậy của tầng lớp tư sản và quá trình đô thị hóa ngày càng tăng ở Paris. Những thay đổi này nhanh chóng tạo ra sự căng thẳng giữa hiện đại và truyền thống, một sự đối lập được phản ánh trong tác phẩm của Baudelaire.

Thời trẻ, Baudelaire phải đối mặt với khó khăn về tài chính và vấn đề sức khỏe, điều này góp phần hình thành trong ông cảm giác bị gạt ra ngoài lề và cảm giác thuộc về. Những trải nghiệm này đã ảnh hưởng sâu sắc đến thơ ca của ông, thường khám phá các chủ đề như sự cô đơn, nỗi buồn và sự giác ngộ.

Sortre cũng nhấn mạnh tầm quan trọng của những ảnh hưởng văn học và nghệ thuật đối với Baudelaire. Nhà thơ rất ngưỡng mộ Edgar Allan Poe, nhưng những tác phẩm đen tối và rùng rợn của Poe chắc chắn đã tạo ra một ảnh hưởng độc đáo đối với ông. Hơn nữa, Baudelaire là một người ủng hộ nhiệt thành của nghệ thuật hiện đại, không phải là một kiệt tác của thời đại mình. Ông đóng vai trò quan trọng trong việc quảng bá các họa sĩ trường phái Ấn tượng như Manet và Delacroix.

Trong tiểu sử của Baudelaire, bối cảnh lịch sử và chính trị là yếu tố thiết yếu để hiểu được tác phẩm của ông. Quá trình phát triển xã hội và chính trị, cũng như những trải nghiệm cá nhân, đã định hình thế giới quan và nuôi dưỡng thơ ca của ông. Hơn nữa, ảnh hưởng của ông đối với văn học và nghệ thuật đã góp phần tạo nên phong cách độc đáo và sáng tạo của ông. Chính trong bối cảnh này, Sartre, con trai của một doanh nhân, đã phân tích tác phẩm của Baudelaire, tìm cách làm sáng tỏ những khía cạnh phức tạp và hấp dẫn của nhà thơ này.

Ảnh hưởng văn học đến tác phẩm của Baudelaire

Trong bài luận mang tên "Baudelaire", Jean-Paul Sartre khám phá những ảnh hưởng văn học đã định hình nên tác phẩm của nhà thơ nổi tiếng người Pháp. Sartre lập luận rằng Baudelaire chịu ảnh hưởng sâu sắc bởi các nhà văn lãng mạn như Edgar Allan Poe và Charles Nodier, cũng như bởi các nhà thơ tượng trưng như Stéphane Mallarmé và Paul Verlaine.

Theo Sartre, Baudelaire chịu ảnh hưởng sâu sắc bởi tác phẩm của Edgar Allan Poe, một nhà văn có truyền thống lâu đời trong thơ ca Pháp. Nỗi ám ảnh của Poe với những điều rùng rợn, kỳ ảo và khó giải thích đã ảnh hưởng sâu sắc đến phong cách của Baudelaire, và chính ông cũng đã khám phá những chủ đề này trong thơ của mình. Sartre cũng nhấn mạnh ảnh hưởng của Charles Nodier, một nhà văn lãng mạn người Pháp bị ám ảnh bởi những điều kỳ ảo. Những câu chuyện của Nodier đã truyền cảm hứng cho Baudelaire trong việc theo đuổi vẻ đẹp bí ẩn và khó hiểu.

Hơn nữa, Sartre đã nêu bật ảnh hưởng của các nhà thơ tượng trưng đối với Baudelaire. Stéphane Mallarmé, được coi là một trong những người cha của chủ nghĩa tượng trưng, đã đóng một vai trò quan trọng trong sự phát triển thơ ca của Baudelaire. Mallarmé khuyến khích Baudelaire khám phá các chủ đề như tính nhạc của ngôn ngữ và sự gợi ý hơn là miêu tả trực tiếp. Về phần mình, Paul Verlaine là một nhân vật có ảnh hưởng lớn đến Baudelaire, đặc biệt là trong việc sử dụng táo bạo âm thanh và tính nhạc trong thơ của ông.

Bằng cách phân tích những ảnh hưởng đến các tác phẩm văn học của Baudelaire, Sartre đã làm sáng tỏ sự phong phú và đa dạng của các nguồn cảm hứng của ông. Ông cũng làm nổi bật nguồn gốc của Baudelaire, chứng minh cách ông tiếp thu những ảnh hưởng này để tạo ra một tác phẩm thơ độc đáo và vượt thời gian. Bài luận của Sartre do đó mang đến một góc nhìn sáng tỏ về tác phẩm của Baudelaire và cho phép hiểu rõ hơn về nền tảng văn học đã góp phần tạo nên danh tiếng của ông.

Tầm nhìn hiện sinh của Sartre được áp dụng vào Baudelaire

Trong bài luận về chủ đề "Baudelaire", Jean-Paul Sartre đưa ra một phân tích chuyên sâu về tầm nhìn hiện sinh được nhà tư tưởng hiện sinh áp dụng vào tác phẩm của nhà thơ nổi tiếng người Pháp. Sartre, nhà triết học hiện sinh nổi tiếng, khám phá các chủ đề về nỗi đau khổ, tự do và thân phận con người thông qua lăng kính thơ ca của Baudelaire.

oOo

Chuyện về thi ca Baudelaire với góc nhìn nhận dịnh của Jean-Paul Sartre.

Văn bản này nhằm mục đích phản hồi một ý kiến cụ thể được Emmanuel Richon nêu ra trong bài giảng về Baudelaire, trong bối cảnh kỷ niệm 150 năm tác phẩm “Les Fleurs du Mal” (Những bông hoa của cái ác), và được đăng tải trên bài báo Văn hóa của L’Express ngày thứ Hai, 17 tháng 9 năm 2007, trong bài viết sau: “mâu thuẫn với Sartre, người coi số phận của Baudelaire là một thất bại.”

Nói về phân tích của Sartre về Baudelaire chắc chắn là để cập đến tác phẩm của Sartre được xuất bản năm 1947 với tựa đề Baudelaire. Điều cần thiết là công chúng phải nhận thức được mục đích của tác phẩm này và phê bình không phải là một été l’objet de part de son auteur lui-même, avant de accepte toute autre. Như Jean-François Louette đã viết, “suy ngẫm về phân tích của Sartre về Baudelaire giống như bước vào một tấm gương.” (a été l’objet de part de son auteur lui-même, avant d’accepter toute autre. Comme l’écrivait Jean-François Louette, “ réflechir à l’analyse de Baudelaire par Sartre, c’est comme se regarder dans un miroir “.)

Mặt khác, cô độc, ông nhìn thấy trong sự cô lập của mình một định mệnh và cam chịu nó. Chính theo nghĩa này mà định mệnh của ông là một thất bại và cuộc đời ông là câu chuyện về thất bại này. Từ một góc nhìn nào đó, chủ nghĩa khắc kỷ (Stoicism) này đã biến ông thành cả một đao phủ và một nhân vật bí ẩn trong thơ ca của mình. Mặt khác, sống cô độc, ông lại nhìn thấy trong sự cô lập của mình một định mệnh và cam chịu nó.”

Không phải Sartre là người phát hiện ra sự thất bại trong định mệnh của Baudelaire. Chính nhà thơ, sau khi đánh mất niềm tin và say mê theo chủ nghĩa vô thần, đã từ chối tin rằng số phận của mình nằm trong tay Chúa. Chẳng phải ta đọc được trong lời ông, "Tôi khao khát hết lòng" tin rằng có một đấng tối cao nào đó quan tâm đến linh hồn tôi sao? Nhưng làm sao người ta có thể tin được điều đó? Theo Sartre, khi đó ông đã chọn sống bằng cách lựa chọn cái Ác, từ chối sống giống như mọi người khác, và vì điều này, ông cảm thấy bất an cho đến cuối đời. Mỗi lần, ông sống bên kia nấm mồ trong khi đùa giỡn với ý niệm về cái chết. Ông đã chọn "Tự sát mang tính biểu tượng", dưới hình thức đó sự sáng tạo thơ ca xuất hiện với ông, tạo ra "cái ác kiểu Baudelaire". Không còn nghi ngờ gì nữa, về sự thất bại của số phận mình, người đáng bị phản bác không phải là Sartre, mà chính là Baudelaire.

Về phương pháp của Sartre, nó chắc chắn rất khắc nghiệt, như tác giả đã viết: "Hãy nhớ rằng, nếu chúng ta muốn thoáng thấy những cảnh quan mặt trăng của tâm hồn hoang vắng này, vì thiên tài của một Baudelaire cho đến nay bị giới hạn trong lĩnh vực thơ ca và bị cấm đoán chủ nghĩa duy lý. Ông cũng bị chỉ trích vì những thiếu sót của mình liên quan đến «thực tế thơ ca» của thơ. Nhưng những người khác lại diễn giải nó như một cách thách thức tất cả những người cho rằng vô ích «bất kỳ nghiên cứu nào không thành công trong việc đưa chúng ta đến gần hơn với thực tế thơ ca Baudelairean.»

Trên đây là một điều thú vị từ nhận dịnh của Sartre, cuộc đời của một nhà thơ là cuộc phiêu lưu của tự do trong thi ca, nhưng sự lựa chọn tự do mà thiếu trách nhiệm đối với một nhà tư tưởng đã tự chọn lựa cho mình khi tạo ra một quan điểm về triết lý về tự do!

Theo Sartre, ẩn dụ trong tác phẩm của Baudelaire cũng là một phương tiện để khám phá giới hạn của ngôn ngữ. Trong quan điểm hiện sinh của Sartre áp dụng vào thơ ca Baudelaire, ý tưởng tự do buông thả, thiếu trách nhiệm.

Trong bài luận mang tên "Baudelaire", Jean-Paul Sartre đưa ra một phân tích sâu sắc về quan điểm hiện sinh được áp dụng vào tác phẩm của nhà thơ nổi tiếng người Pháp. Sartre, một triết gia hiện sinh nổi tiếng, khám phá các chủ đề về nỗi đau khổ, tự do và thân phận con người thông qua lăng kính thơ ca của Baudelaire.

Theo Sartre, Baudelaire thể hiện hoàn hảo chủ nghĩa hiện sinh thông qua cuộc tìm kiếm không ngừng nghỉ ý nghĩa và tự do trong một thế giới bị bao trùm bởi sự phi lý. Đối mặt với thực tại của thân phận con người, nhà thơ thể hiện nỗi đau khổ hiện sinh của mình qua những vần thơ u ám và buồn rầu. Đối với Sartre, nỗi đau khổ này là điểm khởi đầu của mọi suy tư triết học, vì nó đối diện chúng ta với sự tồn tại của chính mình và trách nhiệm của chúng ta trong việc tạo ra ý nghĩa cho cuộc sống.

Theo Sartre, tác phẩm của Baudelaire là sự khám phá về tự do cá nhân và khả năng vượt qua những giới hạn do xã hội áp đặt. Nhà thơ, bằng cách nổi loạn chống lại các quy ước và tìm cách thể hiện chân lý nội tâm của mình, trở thành một ví dụ về chủ nghĩa hiện sinh trong hành động. Sartre cũng nhấn mạnh tầm quan trọng của sự cô độc trong hành trình tìm kiếm tự do của Baudelaire, khẳng định rằng chính trong sự cô lập, nhà thơ tìm thấy sức mạnh để đối diện với chính mình và tạo ra một tác phẩm đích thực.

Bằng cách phân tích tác phẩm của Baudelaire qua lăng kính chủ nghĩa hiện sinh, Sartre làm sáng tỏ chiều sâu và sự phức tạp trong tầm nhìn của nhà thơ. Ông nhấn mạnh tầm quan trọng của tự do cá nhân, nỗi lo lắng hiện sinh và trách nhiệm tạo ra ý nghĩa cho sự tồn tại của chúng ta. Phân tích của Sartre do đó mang đến một góc nhìn mới về tác phẩm của Baudelaire, đặt nó trong bối cảnh triết học của chủ nghĩa hiện sinh và làm nổi bật tính thời sự của nó.

_Tầm quan trọng của sự cô độc trong thơ Baudelaire, trong bài luận "Baudelaire", Jean-Paul Sartre khám phá tầm quan trọng của sự cô độc trong thơ của Charles Baudelaire. Theo Sartre, sự cô độc là một chủ đề lặp đi lặp lại trong tác phẩm của Baudelaire và đóng vai trò quan trọng trong thế giới quan của ông.

Đối với Baudelaire, sự cô độc vừa là nguồn gốc của đau khổ vừa là điều kiện cần thiết cho sự sáng tạo nghệ thuật. Sartre nhấn mạnh rằng sự cô độc cho phép Baudelaire rút lui khỏi thế giới bên ngoài và đắm mình vào thế giới nội tâm, nơi ông có thể khám phá những suy nghĩ sâu kín và đen tối nhất của mình. Chính trong sự cô độc này, Baudelaire tìm thấy nguồn cảm hứng để viết nên những bài thơ thấm đẫm nỗi buồn và tuyệt vọng.

Sartre cũng khẳng định rằng cô độc là một trải nghiệm phổ quát, vượt qua mọi thời đại và cá nhân. Ông lập luận rằng Baudelaire thể hiện, thông qua thơ ca của mình, nỗi cô độc hiện sinh của con người hiện đại, người cảm thấy bị cô lập và xa lạ trong một xã hội không ngừng biến đổi. Do đó, cô độc trở thành phương tiện để Baudelaire kết nối với độc giả, thể hiện những cảm xúc và tình cảm sâu sắc vang vọng trong mỗi chúng ta.

Bằng cách khám phá sự cô độc trong thơ của Baudelaire, Sartre làm nổi bật tầm quan trọng của chủ đề này trong tác phẩm của nhà thơ bị phê phán nặng lời. Cô độc trở thành cách để Baudelaire đối mặt với chính mình và thế giới xung quanh, và tìm thấy ý nghĩa trong sự tồn tại của mình. Chính thông qua sự cô độc này mà Baudelaire đã tạo ra những bài thơ vượt thời gian, tiếp tục lay động độc giả cho đến ngày nay.

Phạm vi mỹ học về cái xấu trong thơ Baudelaire theo quan điểm của Sartre, trong cuốn sách "Baudelaire", Jean-Paul Sartre đã đưa ra một phân tích sâu sắc về mỹ học của cái xấu trong tác phẩm của nhà thơ nổi tiếng người Pháp. Theo Sartre, Baudelaire đã thành công trong việc vượt qua các quy ước thẩm mỹ của thời đại mình bằng cách khám phá tiềm năng nghệ thuật của cái xấu.

Đối với Sartre, cái xấu thường được coi là một khái niệm tiêu cực, đáng ghê tởm và không mong muốn. Tuy nhiên, Baudelaire đã tìm thấy một vẻ đẹp tiềm ẩn trong những gì thường được coi là tội lỗi, xấu xa. Ông tìm cách biểu hiện hiện thực trần trụi, mà không tô vẽ đậm nét của cuộc sống đô thị, với những khía cạnh đen tối và đáng lo ngại của nó.

Mỹ học về cái xấu của Baudelaire thể hiện qua những mô tả thơ mộng của ông về tầng lớp thấp kém trong xã hội, gái mại dâm, người nghiện ma túy và những người bị xã hội ruồng bỏ. Sartre nhấn mạnh rằng những đối tượng này, mặc dù thường bị coi là đáng ghê tởm, trên thực tế là biểu tượng của thân phận con người. Chúng đại diện cho sự mong manh, dễ bị tổn thương và đau khổ vốn có trong sự tồn tại của con người.

oOo

Tóm lại, phân tích của Sartre về thẩm mỹ của cái xấu xa trong tác phẩm của Baudelaire làm nổi bật tầm quan trọng của việc vượt qua ranh giới của cái đẹp thông thường và khám phá những hình thức biểu đạt nghệ thuật mới. Baudelaire đã thành công trong việc tìm thấy một vẻ đẹp bất ngờ trong cái xấu xa, từ đó mời gọi chúng ta đặt câu hỏi về nhận thức thẩm mỹ của chính mình và đón nhận sự phức tạp của thân phận con người.

Hơn nứa theo Sartre, Baudelaire đã sử dụng thơ ca như một phương tiện để tố cáo những bất công và mâu thuẫn của xã hội tư sản thế kỷ 19. Những bài thơ của ông, như "Les Fleurs du Mal" (Những bông hoa tội lỗi), thấm đẫm một cái nhìn đen tối và vỡ mộng về hiện thực, làm nổi bật sự khốn khổ, mại dâm, suy đồi và sự tha hóa của cá nhân hiện đại. Baudelaire cũng chỉ trích xã hội tư sản và sự ám ảnh của nó với chủ nghĩa vật chất và sự phù phiếm. Sartre nhấn mạnh rằng Baudelaire miêu tả tầng lớp tư sản như một giai cấp đạo đức giả, bị ám ảnh bởi vẻ bề ngoài và việc theo đuổi những thú vui phù du. Thơ của ông tố cáo sự trống rỗng của tầng lớp xã hội này, làm nổi bật sự cô đơn và khoảng trống hiện sinh do đó gây ra.

Bài thơ: Những phụ nữ đoạ đày (Dưới ánh sáng nhạt mờ của những ngọn đèn yếu ớt) Femmes damnées (À la pâle clarté des lampes languissantes trong thi tập "Les Fleurs du Mal" (Những đóa hoa tội lỗi. Baudelaire cho thơ tố cáo tội ác xã hội.

L'âpre stérilité de votre jouissance
Altère votre soif et roidit votre peau,
Et le vent furibond de la concupiscence

Fait claquer votre chair ainsi qu'un vieux drapeau.

(Nhưng khoái lạc của các người say đắm héo dần
Làm khô nẻ thịt da khát càng thêm khát
Và ngọn gió cuồng điên của say mê thể xác
Căng thẳng thịt da người như tấm vải cũ lá cờ)
("Les Fleurs du Mal" (Những đóa hoa tội lỗi),
dịch giả Vũ Đình Liên)

oOo

Tóm lại, phân tích của Sartre về thơ của Baudelaire cho thấy sự phê phán chủ quan, một chiều công kích Baudelaire. Theo tôi người viết bài cho là Sartre đã bỏ quan cái nhìn tich cực vì thi ca Baudelaire đã tiềm ẩn sự tố cáo những bất công xã hội, tình trạng của phụ nữ bị lạm dụng và sự xa hoa phù phiếm của xã hội tư sản phú gia (bourgeoisie). Hãy công bằng với Baudelaire, nhà thơ ít nhiều có tầm nhìn viễn kiến, nhìn xa trông rộng mà những vần thơ bất hủ bất tử của ông vẫn còn vang vọng cho đến ngày hôm nay.

TRẦN VIỆT HẢI
VHLA

Jean-Paul Sartre: L'existentialisme, la liberté et la responsabilité de Jean-Paul Sartre.

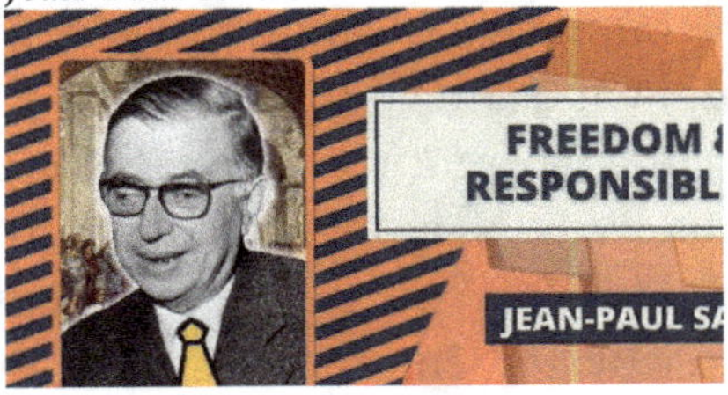

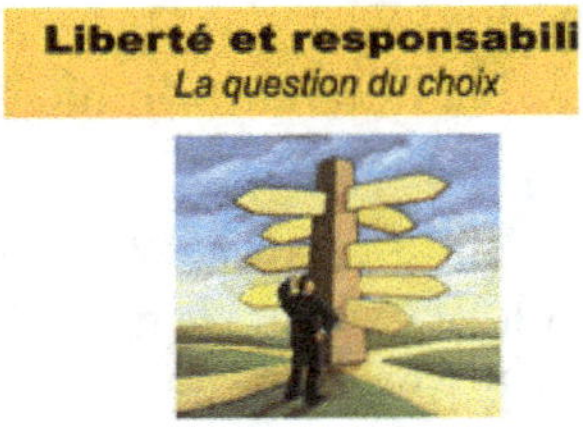

Tham khảo:

1/ Analyse de « Baudelaire » par Jean-Paul Sartre, Jean-Paul Sartre
2/ La destinée de Baudelaire vue par Jean-Paul Sartre, Antonio Machad.
3/ Baudelaire - un essai sur Charles Baudelaire, Wikipédia
4/ A Study of Jean-Paul Sartre's Baudelaire, Richard King
5/ Baudelaire: A Critical Study, by Jean-Paul Sartre. René Galan.

TRẦN VIỆT HẢI
MẠN BÀN VIỆC PHỔ NHẠC CHO BÀI THƠ

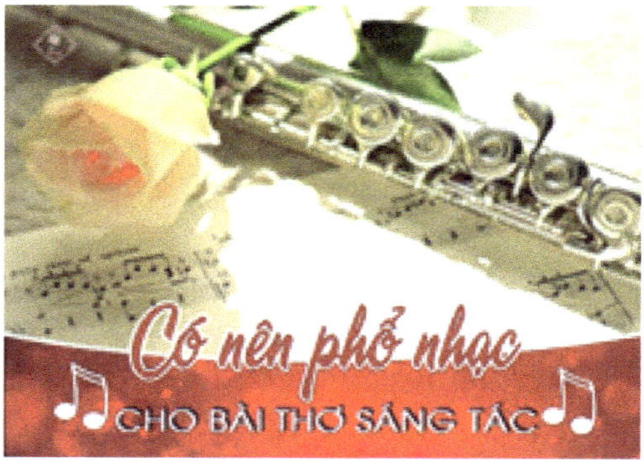

Chủ đề "Phổ nhạc từ thơ", theo Wkimedia blog thì Phổ nhạc là nghệ thuật dựa theo lời và ý của bài thơ mà viết thành bài nhạc. Trên thế giới, từ thời âm nhạc phục hưng, Rondeau cùng với ballade và virelai là ba hình thức thơ Pháp phổ nhạc vào cuối thế kỷ 13 cho đến thế kỷ 15. Về nhạc tính trong văn chương truyền thống Việt Nam, phải nói là trong ngôn ngữ Việt vốn giàu âm nhạc tính với âm vang trầm bổng chen lẫn trong thơ là nhạc. Các loại văn vần trong văn chương Việt Nam như lục bát, song thất lục bát, hát nói đều đi đôi với ngâm vịnh, xướng hát. Những điệu dân ca như hát ru, hò cũng hay mượn ca dao làm lời.

Giữa thơ ca và tân nhạc Việt Nam, nghệ thuật đem ý lời thơ lồng vào nốt nhạc để hát lên là phổ nhạc. Việc chuyển từ thơ thành nhạc có thể chỉ dùng ý để gợi lên những hình ảnh trong ca khúc, nhưng cũng có khi theo sát lấy câu thơ làm ca từ. Trong một bài thơ có khi bài nhạc chỉ rút một đoạn mà không đụng đến những đoạn kia, hay hoán chuyển tự sự nên việc phổ nhạc có thể chỉ là phỏng theo. Có người nhận xét thì thơ phổ nhạc là sự đồng cảm, đồng điệu giữa nhà thơ và nhạc sĩ. Phong cách này phổ biến trong dòng nhạc tiền chiến và sau đó được nhiều nhạc sĩ Việt Nam áp dụng suốt thế kỷ 20. Bài thơ được chọn phổ nhạc thường có nội dung phi thời gian.

Theo bài của tác giả Đỗ Bình ghi nhận về phạm vi Thơ

Phổ Nhạc như sau: "Hành trình vào cõi thơ là làm một cuộc phiêu lưu vô tận. Thơ bắt nguồn từ cảm xúc tâm hồn, nơi ẩn chúa những mối tình thiêng liêng sâu kín nhất. Phải chăng làm thơ là đi giữa cõi mộng và thực để đời trổ nhánh đâm hoa và đưa thực vào mộng cho hồn vơi đi những nỗi đau trần thế. Thi nhân nặng nợ với tình thơ nào khác chi kiếp tằm nhả tơ? Người nghệ sĩ ước mơ lớn nhất của họ là để lại cho đời dăm ba tác phẩm, hay ít bài thơ đắc ý. Dù mai sau tác giả có đi vào quên lãng thì những vần thơ trác tuyệt đó cũng dệt cho đời những đóa hoa muôn sắc. Hồn thơ tựa làn khói, mùi hương; mà hương thì vô ảnh người đời chỉ cảm nhận chứ không thấy được hình tướng. Nhưng ngay cả lúc hữu hình, hồn thơ hóa thể thành sợi khói, vầng mây... chúng ta đều nhìn thấy nhưng nào ai nắm bắt được? Phải đợi đến lúc con tim rung cảm thúc đẩy, hồn thơ nhập vào thi nhân thơ mới bật. Thơ vốn sẵn trong thiên nhiên, hàm chứa nhiều tính chất trong trời đất. Ngôn ngữ của thơ đôi khi ẩn trong văn, nhạc và hội họa, nhưng hình ảnh và nhạc điệu của ngôn ngữ thơ lại rất khác với văn xuôi mà chỉ có những tâm hồn thơ mới cảm nhận được. Nhà thơ không làm công việc của nhà lý luận, nhà khoa học, nhà thần học hay triết gia... để tìm cái mới lạ trong thế giới hiện hữu, cái huyền bí của vũ trụ..vv.. nhưng thi nhân có thể sống với với tôn giáo, luân lý qua tâm linh để phát hiện thêm lẽ đạo của cuộc đời, và sống triết qua thơ? Thi sĩ Bùi Giáng đã thở bằng thơ trong bài đi vào cõi thơ, thi sĩ minh họa: «... Cõi thơ là cõi bồng phiêu».

Nhập vào thơ là sống trong cõi phiêu bồng. Cây khô cành chết làm sao có thể nở hoa, thơ cũng thế chỉ nở rộ ở những tâm hồn nghe được tiếng thở của con tim. Nhưng nghe được mới chỉ là cảm nhận giữa người và thơ cùng có chung một tần số. Muốn diễn tả những rung cảm đó qua thơ cần phải có thi hứng, mà thi hứng là do thiên phú, nhưng từ thi hứng đến nghệ thuật là bước khá dài, đòi hỏi nhiều nghiên cứu học hỏi. Thơ có thể là vần hay không vần, nhưng đó chỉ là một trong những chất liệu dự phần của cấu trúc trong quá trình hoàn thành thơ. Một chuỗi câu, nhóm từ, cắt ráp kiểu tiền chế được kết lại, nếu chỉ dựa vào vần dễ biến thành bài vè. Và một số câu, nhóm từ không vần nếu không có các yếu tố khác phụ thêm để hoàn chỉnh thơ, cũng biến thành đoạn văn xuôi thiếu mạch lạc và trong sáng.

Thơ và nhạc là hai nghệ thuật riêng biệt nhưng rất khắng khít nhau làm say đắm lòng người. Thơ là nghệ thuật của «lời», nhạc là nghệ thuật của «âm thanh». Trong thơ có chứa: Tư tưởng, triết lý, tôn giáo, hội họa, âm nhạc… ngoài những chất liệu như ngôn từ, hình tượng, vần điệu, niêm luật, ẩn dụ, hoán dụ… trong cấu trúc để hình thành nên thơ, riêng thơ Việt Nam và thơ Trung Hoa còn có thêm chất họa vào nhạc. Âm nhạc là một môn nghệ thuật dùng âm thanh làm ngôn ngữ để diễn đạt tư tưởng và tình cảm con người. Ngày nay người ta còn dùng âm nhạc trị bệnh tâm thần (musicothérapie).

Âm nhạc gồm những đặc tính: cao dộ, trường độ, cường độ, và âm sắc, được ký hiệu bởi những hình nốt. Nghe những giai điệu dìu dặt khoan thai người thưởng lãm có cảm giác lạc vào cõi thiên thai, thơ mộng. Riêng thơ chưa có một định nghĩa nào là mẫu mực, "người ta chỉ cảm thơ là một môn nghệ thuật của nghệ thuật, phát xuất từ cảm xúc tâm hồn."

Nói đến ca khúc, người ta thường có thói quen nghe nhạc qua cảm âm dựa trên lời ca mà ít chú ý đến thẩm âm, phần cấu trúc gồm giai điệu, tiết tấu, hay cách phối khí hòa âm vv… .Thơ phổ nhạc là nghệ thuật đem thêm âm hòa với âm thanh sẵn có trong thơ, hoặc thay đổi âm thanh của thơ chuyển thể thành những nốt nhạc để hát. Nhưng đọc thơ, hát thơ hay còn gọi là ngâm thơ hoàn toàn khác với nhạc thơ. Đọc và hát thơ không cần áp dụng những quy tắc kỹ thuật cũng như mỹ thuật quá phức tạp của âm nhạc, vì nhạc trong thơ là những âm phát từ thanh bằng trắc của câu thơ; trong khi thơ trong nhạc hay còn gọi là tính nhạc gồm những hình tượng, ngôn ngữ được ngắt nhịp theo tiết tấu riêng để diễn tả giai điệu toàn bài chuyên chở tứ thơ.". (Vài Nét Thơ Phổ Nhạc – Đỗ Bình)

Phổ nhạc là một kỹ năng cơ bản của một người nhạc sĩ… Nhiều người dù một nốt bẻ đôi không biết vẫn có thể cho ra đời những bài hát thật thuận tai hợp nhĩ, nhưng khả năng thiên phú đó không phải ai cũng có được. Nếu bạn không thuộc nhóm người may mắn ấy thì cũng đừng lo, cứ theo quy trình bài bản sau đây.

1. Tạo sườn bài nhạc cho ca khúc:

Muốn phổ nhạc, trước hết bạn cần phải xác định cấu trúc của bài hát. Viết ra giấy sườn bài mà bạn muốn khai triển theo, sắp xếp lại từng phần với lời nhạc cụ thể. Tạo những giai đoạn như sau.

Intro: Một đoạn nhạc dạo đầu ngắn để dẫn dắt người nghe đi vào bài hát. Nhạc cụ thường đóng vai trò chính trong phần này.

Nghĩ xem bạn sẽ chọn nhạc cụ nào để phù hợp với thể loại, phong cách, cảm xúc của bài hát. Có thể phối hợp nhiều loại nhạc cụ với nhau, nhưng nhớ rằng luôn phải có một nhạc cụ đóng vai trò chính. Thường nhạc cụ chính sẽ chơi lại giai điệu của phần Verse hoặc Chorus.

Verse: Đây là phần bạn sẽ kể câu chuyện của mình, nên cần chú trọng lời bài hát. Chú ý không để nhạc át mất phần lời hay làm người nghe mất tập trung, bỏ sót đi ý nghĩa của bài hát.

Chorus: Điệp khúc là phần quan trọng nhất, vì trong phần này bạn sẽ khoe giai điệu bắt tai của bài hát. Giai điệu đó nên lặp đi lặp lại để người nghe thêm dễ nhớ. Cả phần điệp khúc cũng sẽ xuất hiện nhiều lần, thường là sau mỗi đoạn verse. Tuy nhiên điệp khúc cuối cùng trước khi kết thúc bài hát thường có chút thay đổi để tạo bất ngờ.

Bridge: Đây là đoạn cao trào, không bắt buộc phải có trong tất cả các ca khúc nhưng là yếu tố cần thiết để đột phá khỏi cấu trúc nhàm chán thông thường. Phần này thường sẽ xuất hiện khi bài hát đã đi được 2/3 chặng đường. Phần lời cũng như nhạc cần có nhiều khác biệt để tạo bất ngờ cho người nghe. Nó đóng vai trò như một cú plot twist xoay chuyển hoàn toàn nội dung bài hát, hoặc là nơi mà bạn hé lộ bí mật ẩn giấu trong nội dung từ đầu bài hát.

Đừng quên nghĩ ra cách cái tên cho bài hát trước khi bắt tay vào phổ nhạc, thường chỉ cần vài từ ngắn gọn để gây chú ý cho người nghe.

2. Bắt liền tai những ý tưởng xuất hiện trong đầu:

Sự sáng tạo rất khó để nắm bắt vì nó thường đến vào

những lúc bạn không có bất kỳ sự chuẩn bị nào hay những lúc bạn chẳng bao giờ ngờ tới. Một vài ý tưởng sáng tạo nhất sẽ lóe lên trong đầu khi mà trong tay bạn chẳng có nhạc cụ hay giấy bút để ghi lại.

Rất may là trong thời đại này, một cái smartphone Samsung Galaxy sẽ là giải pháp cho bạn. Ghi chú lại những ý tưởng trong đầu bạn vào phần note, hoặc nếu có thể, ngâm nga, humming song finding giai điệu bạn vừa nghĩ ra, gõ nhịp theo bằng tay và dùng smartphone để ghi âm lại. Đó sẽ là data dữ kiện.

3. Nghịch ngợm với nhạc cụ:

Dù biết chơi nhạc cụ là một lợi thế. Để khám phá ra những giai điệu thú vị, bạn chỉ cần ngồi nghịch ngợm trên phím đàn piano, hay búng string guitar khi tùy hứng đánh một vài nốt nhạc, hay vừa gẩy đàn mandolin, vừa ngâm nga một giai điệu bạn vừa bất chợt nghĩ đến trong đầu. Bạn sẽ khám phá ra một vài nốt nhạc hay giai điệu ngẫu nhiên được sắp xếp cùng nhau lại bay đến hay hay bất ngờ. Ngay cả khi bạn không chủ động, những ý tưởng và nguồn cảm hứng vẫn sẽ tự tìm đến khi bạn thả mình trong âm nhạc.

4. Sử dụng phần Siberius ghi ký âm:

Đặc biệt, khi bạn không biết chơi nhạc cụ, bạn vẫn có thể nhgịch Siberius software nhờ mánh ni sự trợ giúp soạn nhạ, thả các nốt nhạc trôi trên phíqm nhạc Siberius sơftware,.

5. Thêm phần hòa âm vào cấu trúc có sẵn qua Siberius software.

Siberius software cũng giúp bạn hòa âm là kỹ thuật sử dụng các nốt nhạc trong cùng một thang âm chồng lên nhau. Nói nôm na là làm cho bài hát hay hơn bằng cách thêm các giai điệu phụ song song để nâng cao nét nhạc phòng tắm lên giai điệu chính. Cách thông thường là sử dụng một giọng ca bè, hát lại phần lời ở một độ cao khác song song với giọng ca chính.

Các giai điệu chính phụ trong bài hát muốn tạo được sự hòa hợp cần phối hợp theo luật của đoạn nhạ mẫuc. Điểm mấu chốt là bạn phải xác định thang âm và nhịp của đoạn nhạc đó là gì để thêm các nốt nhạc phù hợp và sắp xếp nhịp cho đồng điệu. Điều này luôn được áp dụng khi hòa âm, phối khí nhạc cụ hay

hay cho hát bè.

Để hòa âm chuẩn, bạn cần phải có kiến thức cơ bản về nhạc lý và nỗ lực tập luyện.

Tập hòa âm theo các bài hát có sẵn cũng là một cách để bạn cải thiện khả năng hòa âm của mình. Và đôi khi trong quá trình đó, bạn lại có thể sáng tạo nên những giai điệu mới dành riêng cho các ca khúc của mình. Nhớ là khi hòa âm là sử dụng nốt nhạc trong cùng một thang âm chồng lên nhau.

6. Chỉnh sửa lại nhiều lần:

Để cải thiện, trau chuốt, và cho ra đời một sản phẩm hoàn hảo nhất, hãy dợt đi dợt lại thật nhiều lần.

Một bài nhạc được soạn xong, dể nhạc bản được,bay bổng, vươn cao hơn, chúng ta cần kỹ thuật hòa phối khí góp phần vào. Hòa âm có thể hiểu nôm na là sự pha trộn nhịp làn điệu trong một ca khúc nào đó giúp ca khúc trở nên hay hơn và bắt tay người nghe nhất, tôn lên vẻ đẹp của tác phẩm. Thông thường một bản nhạc do nhạc sĩ viết nên chỉ có giai điệu đơn thuần dành cho ca sĩ hát. Muốn bản nhạc có "hồn" hơn hoặc tạo nên một bản HIT thì cần phải hòa âm vào từ đó mới có thể có được một ca khúc hay. Còn Phối khí trong một bài hát thường là sự pha trộn giữa các loại nhạc cụ với nhau. Sự kết hợp các nhạc cụ như: guitar, violon, trống, piano… kèm theo đó là một bản nhạc đã hòa âm trước đó sẽ tạo ra sự khác biệt cho bài hát. Khi có các nhạc cụ phối khí bài hát sẽ trở nên khác biệt hơn khi húng ta nghe nó và có thể mình cảm nhận nét mới lạ thú vị hơn.

Tài Liệu dùng phần mềm để viết nhạc và hoà âm trên máy điện toán (vi tính) dùng kỹ thuật Sibelius, xin tham khảo link sau:

https://cuongde.org/doco/62-music/4200-viet-nhac-tren-may-vi-tinh-bang-phan-mem-sibelius

(Việt Hải ghi nhận theo theo datanet và khoá Silicon Music Composers workshop.với NS. Minh Trí)

TRẦN VIỆT HẢI

BẠCH XUÂN PHẺ

XUỐNG NÚI II

1.

Xuống núi, cõi trần mộng mị
Tiếng ồn, bụi bặm nhân gian
Bạc tiền bán mua mạch sống
Phồn vinh lạc bước lang thang

2.

Ta thấy Mẹ tám mươi bán vé số
Và thấy em đứng những ngã đường
Kẻ giàu vơ tiền, khai gian nói dối
Còn trẻ thơ dạo bán suốt đêm sương

3.

Ta thấy Cha vẫn còng lưng kéo lưới
Mà cá tôm cạn nước mắt người
Thấy đàn bò vẫn miệt mài cày xới
Lũ em thơ ngơ ngác bên nương

4.

Ta thấy Anh đã thành vô cảm
Cạn ly say, mặc câu năn nỉ "mua dùm"
"Đi chỗ khác!" lời đuổi xua nghe thật thảm
Âm vọng lênh đênh tựa giấc mộng hãi hùng!

5.
Ta thấy Chị vui theo đời nhảy hát
Ai thích 'face' như cuồn nộ phong ba?
Ai thích thêm mỹ phẩm xài chưa hết!
Chẳng can chi vận nước với nỗi nhà

6.
Ta thấy đất-nước-khí trời ô nhiễm
Mà bàng quan thiên hạ vẫn thờ ơ
Thấy hiện tại nỗi khổ đau trần thế
Khổ chất chồng vì chính sách tả tơi

7.
Ta thấy ta nhớ trăng xưa cổ tích
Ôi bàn tay nhỏ hẹp quá đi thôi
Sao hứng được máu, mồ hôi rả rích
Nỗi đắng cay vận nước rã rời!

8.
Ta thấy ta nhớ Mẹ già năm cũ
'Hãy giữ gìn tâm trong sáng nghen con'
Chợt nhận ra bạc mái đầu chưa đủ
Thân phận này lạc quốc, kẻ ly hương!

BẠCH XUÂN PHẺ

HÀ NGUYÊN DU

TIẾNG KHÓC CỦA SƯƠNG – NGỌN NÚI ĐÀO HOA: NHỮNG BƯỚC LƯỢN GÂY SÓNG

San Phi là một nữ sĩ trẻ với bút pháp tản thi đặc sắc. Cô chọn cho mình một con đường khúc khuỷu: "*ẩn dụ xuyên tầng*" – nơi mỗi từ là *một mảnh linh hồn, mỗi hình ảnh là một tầng cảm thức,* đòi hỏi người đọc phải thực sự *dấn thân.*

Duyên khởi đi từ một người làm thơ rất trẻ... Một *cô gái thật xinh với nét phúc hậu ơi dễ thương làm sao.* Trên bước chân độc hành trường, như một mặc định, với bản thể *sẵn vốn giàu tính đột phá, hiện đại và cách tân* đã đi vào thi giới để *trở thành nữ sĩ San Phi.* Với trí tinh thông nhanh nhẹn, *cô bước đi dưới lung linh sáng soi của vầng trăng tin yêu, để rồi trong phút chốc đã đốn ngộ nhập đạo thi ca.* Mọi kiến giải của cô như một *chìa khóa khai mở, một "ngón đả thông"* tạo nghiệp cho bước sáng hóa nghệ thuật theo phong cách "chế tác" mọi loại hình trong sinh hoạt hằng ngày.

I. TẢN THI NHƯ MỘT HÌNH THỨC SUY TƯỞNG TỰ DO

Tản thi của San Phi là sự *thả lỏng hình thức đến tận cùng để dồn tụ nội dung tối đa.* Không có biên giới rõ ràng giữa mô tả, biểu tượng, cảm xúc và suy tưởng. Ngay từ ***"Tiếng Khóc Của Sương"***, ta bắt gặp một khởi điểm hoàn hảo cho mọi tầng phản diện:

"Hạt sương long lanh, tan trên cành cây khẳng khiu, liệu có phải là nước mắt của mây, hay chỉ vì không muốn xa rời bóng đêm?"

Câu hỏi ấy không cần lời đáp, nó là sự khước từ ánh sáng để bảo toàn bản ngã. *Cách nhả chữ của cô có tính sắp xếp nhưng cũng lả lướt, mềm mại, đôi khi dễ dàng mà cũng thật bất ngờ làm người thưởng thức tưởng chừng hụt hẫng.*

II. NGỌN NÚI ĐÀO HOA – MỘT HIỆN TƯỢNG HY HỮU

Ở *"Ngọn Núi Đào Hoa"*, San Phi tái lập một không gian nơi *người và cái Tôi siêu hình giao thoa. Với tư cách một "chứng nhân", tôi mạnh dạn tin rằng cô là một hiện tượng hy hữu trong phong cách diễn đạt, làm mới ngôn ngữ Mẹ một cách nhiệt huyết và chân chính: Mới, Lạ, Riêng, Độc đáo... đến kinh ngạc.*

Chất thơ đậm đặc ẩn dụ -
biến ngôn ngữ thành thực thể sống:

"Ánh nhìn tê tái thiên di / Hoa rơi bóng ngả truyền kỳ sơ khai / Như đem men ủ cánh môi / Sương tràn hân thưởng dậy mùi hương xanh"

Hồi đầu, tôi cũng như nhiều người, đọc thơ nàng cứ tưởng nàng già dặn lắm cơ ! *Hóa ra lại là một tài năng trẻ sinh ra ở giữa thời kỳ hậu bán đầu thế kỷ 21.* Dù trải qua bao thăng trầm, hậu vận cô vẫn mang tính *biểu tượng của một "con số đỏ".*

III. THIÊN NHIÊN HÓA HỒN NGƯỜI TỪ TÂM PHẬT

Điểm đặc sắc nhất là San Phi không nhân cách hóa thiên nhiên, mà ngược lại: **Thiên nhiên chính là chủ thể cảm xúc**. Cách cô dùng chữ phát ra từ tâm Phật, *rất giàu cảm thức nghệ thuật. Sương, mây, núi biết thở, biết yêu, biết nhớ...* Con người đôi khi chỉ là cái bóng thấp thoáng giữa chúng.

San Phi cân bằng như hai cánh chim lướt gió:

- **Cánh gây Ấn Tượng:** *Tìm chữ, chơi chữ như tìm "hạt giống chữ để gieo nghĩa", khéo tay tạo nên món ăn vật chất mà "gắp đũa đầu tiên là hợp khẩu ngay".*

• **Cánh tạo Nội Lực**: *"Cấy" ẩn dụ sâu sắc với tính lí lắc, vui đùa; dùng nhiều phép nhân cách hóa nặng tính siêu thực để phát sáng rực rỡ* ***Ấn Tượng phái.***

IV. VĂN PHONG: NGÔN TỪ NHƯ LINH THỂ MA THUẬT

San Phi có phong cách rải chữ, gieo nghĩa thật lung linh như ánh sáng, mát tay như lụa và mềm mại như trăng. Đặc biệt, nàng nêm vị ngọt ngất, có khi **khéo** *"lắc léo"* qua cách đối xứng câu chữ và luyến láy mang tính "sex" rất gợi cảm, mà lại ý nhị và kín đáo. *Tôi rất thích lối hâm nóng sinh sôi năng lượng này! Nàng dùng ngôn ngữ rất đỗi bình thường, nhưng lại đan dệt, gieo cấy trong ngụ ý như một tay phù phép ma thuật.* Cô mở một cánh cửa mây mù, phần còn lại **để người đọc tự lạc vào.**

V. KẾT: ĐÃI CÁT TÌM VÀNG

Tản thi của San Phi là tiếng vọng của linh hồn trong vòm trời ký ức. "Tiếng Khóc Của Sương" là một hiện hữu rất mỏng, rất im, nhưng rất thật.

Tôi, dù có làm vai trò phân tích thơ cho bất cứ ai, cũng như một người cất công *"đãi cát tìm vàng"*. Nhưng với San Phi, *vàng của nàng rải đều trên lớp mặt rồi.* Nếu *vạch mây tìm trăng* nữa thì tuyệt hơn ơi hỡi! *Điều còn đọng lại không phải là câu chữ, mà là một dư vang vô hình làm rúng động cả không gian.*

HÀ NGUYÊN DU

HÀ NGUYÊN DU
ANH BIẾT, EM YÊU DẤU (2)

(Thơ Tân Hình Thức - trích tập "Anh Biết, Em Yêu Dấu")

Phóng xe trên freeway không đèn vàng
đèn đỏ chỉ có chạy và chạy như
bài thơ xuôi kiểu hình thức mới mà
em đọc đây rất dài hơi không một
dấu chấm hay dấu phẩy chỉ dùng một
dấu phẩy duy nhất khi lấy tựa đề
để gọi em và nhấn mạnh rằng anh
biết hỡi em yêu dấu đọc có mệt
thì cứ tự do nghỉ và đọc tiếp
khi với thơ cũng như xe chạy trên
freeway chỉ có ngừng và tấp vào
lane an toàn khi nào bị hư đàng

này thơ không có chi trục trặc thì
cứ để tuôn chảy như thác nguồn phải
không hỡi em yêu dấu khác chi nay
mình luôn tiếc xấp thư tình xưa ép
hoa với mớ kỷ niệm tử sinh khi
nhìn tơ nhện bụi vàng quấn quanh bao
vòng thời gian như muốn rã rệu cả
thảy chợt nghĩ phận lá quan ngại sao
thác ghềnh dù khi mưa hạ nhỏ muộn
giọt từ ái như tiếng gọi đò trễ
tràng của Quách Tấn làm lạnh hư không
để con sâu võ đoán ngốn ngấu hết

lộc mầm chỉ còn gốc và nhành khô
lác đác lơ thơ giữa cõi ô trược
lắm bạc hiếm vàng như nhà thơ y
dẫu có dở tiên tri về phận mình
trong tỉnh thức cũng phải ít ra là
một trái nổi trên mọi thứ mặt nước

của những thứ vận mệnh oái oăm ngã
nghiệt phường tuồng ơi thiên nhiên không thể
nhìn con chim lười biếng tiếng hót vào
mỗi sáng trinh tiết trong một vũ trụ
vận chuyển luân hồi như hoa phải thụ
tinh và kết trái để hạt lại cho

đời sau đời sau tợ em thời trăng
phải tự chiếu tia sáng hữu sinh soi
đường hoa mộng kẻo không ngả khuyết thân
lưỡi liềm rồi thở than mờ lu bất
hạnh như ta bị đốn quỵ cây xanh
biến phận giống thanh củi chụm vào cái
lò lửa lịch sử máu xương như tuổi
trẻ bị lợi dụng đầu tư vào những
tham vọng tà đạo bày đặt sơn phết
bóng nhoáng qua số nhãn hiệu quảng bá
tinh vi mà em không thể nhận dạng
kể cả diễn viên chính cũng lim dim

nghiện ngập như thằn lằn mê khói á
phiện của thi sĩ Vũ hoàng Chương hay
mê mẩn những sợi tơ từ nàng tiên
nâu của Baudelaire nhả ra khi
thi sĩ nhớ tới người mẹ tục huyền
để cô đơn lạc lõng gây ra nỗi
khắc nghiệt vì thế ai có thể nhận
dạng nổi bởi nhồi sọ và tẩy não
một cách độc ác của những trò nhân
danh trừ số đông ngoại cuộc đi ngược
chiều mang nặng sắc thái nhân bản rặc
ròng như anh là kẻ sinh trên lãnh

sàng thí nghiệm dùng mãi như con chuột
bạch không chết thì cũng bị thương rồi
nhốt vào rọ hiếm khi may mắn thành
công về một loại thuốc nào đó có
lợi cho loài người anh khác chi em

khác chi cây kiểng bị trồng trong chậu
cành lá phải được cắt tỉa đủ thứ
hình thù theo ý muốn của kẻ săn
sóc nó phải thế không hỡi em những
vốn dĩ của cảm xúc cùng trái tim
mỏi mòn trong cơn kinh thiên động địa
của quá khứ đen quến luôn ám ảnh

đến độ mang bệnh tâm thần cho bao
người cả anh nữa với bao sợi thần
kinh chùng thẳng bất thường trên quê ai
vẫn luôn là nơi lạc điệu cho tiếng
đàn thiếu giọng hát yêu thương cho ngày
không ánh dương cho đêm không trăng sao
cho cây không đơm hoa cho bướm ong
thôi nhởn nhơ vườn xanh cho gối chăn
dõi mắt ngoài song cho anh tan vào
mênh mông cho thơ tuôn dòng tuôn dòng
anh biết anh biết ơi em yêu dấu
nhỡ mai sau viên tịch chắc mình chắc

mình sẽ không xuống địa ngục hay lên
thiên đàng mà ở lửng lơ trên bầu
trời ngâm nga những câu thơ vần hay
đọc những câu nhảy chữ không phân trường
phái thi ca nghe vẫn có cái cảm
xúc mạnh như sóng công kích quá tải
qua con thác hỗn mang của dòng thú
tính thử thách cực kỳ cho trí năng
và cảm tính ta ngâm nga thơ để
ngậm nghe những tinh nhụy của đóa ẩn
dụ vàng luôn nở ngát trên nhánh cành
ngôn ngữ và thần kinh ắt sẽ giảm

căng căng như tiền thân anh biết hỡi
em yêu dấu nếu như là viên sỏi
sẽ bị chà đạp hạt ngọc sẽ bị

phá vỡ và thế là ta phải ra
sao hay có thể tu như sen trong
đầm bùn biết hóa thân cúi rạp như
lau sậy đồng mặc gió giông cứ siêng
năng nằm khi lắng yên đứng ung dung
nhìn trời vẫy lá xanh với bình minh
tươi nghe nhân gian thao thao nhiều lời
không mấy ai quên thân vì người như
Térésa thánh nhân rạng ngời không

như tên ngoa ngôn nói năng luôn pha
mật ruồi và rồi và rồi em nhớ
không mai sau nơi đâu mình về bao
tóc mơ phai lưa thưa đường ngôi bão
táp mưa sa mãi trên thân cày kiều
rơi kiều rơi đêm đen ba mươi bên
kia mẹ đang nguyện cầu xót xa con
luôn như thân tù công danh nào như
cơn mưa thu lá xanh lá vàng ơi
đua nhau bay mau nói như Nathan
Seiberg là không có không gian hay
thời gian đâu và theo String Theory

lý thuyết dây nay càn khôn có đến
mười một chiều với blac hole ví như
Archibald Wheeler đã hút cả
vào như lửa thiêu phực lên rồi tan
mau em biết không thiên kỷ ba là
gì riêng thi ca sẽ thi nhau ra
chi và anh yêu em anh yêu em
nên hư thể nào nghe lạnh đôi chân
như quên mang giày nghe xôn xao như
chờ em đêm nay như chờ em đêm nay ...

HÀ NGUYÊN DU

NGUYỄN ĐÌNH TỪ LAM
Bài thơ "Ở Đây Thôn Vỹ Dạ" và Mối Tình Hàn Mạc Tử với Hoàng Hoa[1]

Thi sĩ Hàn Mạc tử có hai bài thơ rất hay nếu không nói là hay nhất và ý vị nhất của ông. Bài "Mùa Xuân Chín" có nội dung thật vui tươi đằm thắm. Và một bài với lời thơ rất dịu dàng thơ mộng mà ẩn chứa tâm sự hoài nghi, nỗi thất vọng và đau khổ vì tình người bạc bẽo, đấy là bài "Ở Đây Thôn Vỹ Dạ."

Trong cõi nhân gian "cái đau khổ bất hạnh" của một kiếp người thường làm ta ghi tâm, tạc dạ, còn "cái vui" chỉ thoáng qua trong tâm trí, ít khi nhớ lâu. Thế nên, mỗi khi đọc bài "Ở Đây Thôn Vỹ Dạ" là ta biết ngay là của thi sĩ Hàn Mạc Tử và ngược lại, nói đến thi sĩ là nhớ ngay đến bài thơ nầy.

Bài "Ở Đây Thôn Vỹ Dạ" là một bài thơ mượn cảnh trí để gởi gắm một mối tình ngang trái của thi sĩ với người đẹp Hoàng Hoa. Vậy Hoàng Hoa là ai, và mối tình của họ đã diễn tiến như thế nào, rồi kết thúc ra sao vậy?

Hoàng Hoa tức tiểu thư Hoàng Thị Kim Cúc sinh ra trong gia đình "danh gia vọng tộc", cha là tham tá Hoàng Phùng, đậu hai bằng tú tài cả ta và tây trong thời kỳ Pháp thuộc. Mẹ là bà Tôn Nữ Thị Khuê, dòng dõi vương tôn triều đình Nhà Nguyễn. Thời đó, gia đình họ từng sống trong một căn biệt thự ở thôn Vỹ Dạ yên tĩnh hữu tình, bên bờ Hương Giang thơ mộng.

Năm 1932 Hàn Mạc Tử tức Nguyễn Trọng Trí 22 tuổi, làm nhân viên sở đạt điền Quy Nhơn, thầm yêu trộm nhớ Hoàng Hoa 21 tuổi, con gái vị giám đốc (tham tá) Hoàng Phùng của sở đạt điền nầy. Thế nên Hàn mạc Tử tìm mọi cách gặp Hoàng Hoa để bày tỏ tình cảm.

Một hôm Hàn qua lại nhiều lần trước nhà nàng ở phố Khải

Định Quy Nhơn, nhà vẫn kín cổng cao tường, cửa đóng, vắng lặng. Chàng đành lê bước khắp phố phường ngõ ngách tìm kiếm nhưng chẳng thấy bóng dáng Hoàng Hoa. Buồn quá, đêm hôm ấy Hàn Mạc Tử thức trắng viết một bức thư tỏ tình, với ý định chờ dịp sẽ trao cho nàng. May, mắn dịp ấy cũng đến, Hàn gặp được Hoàng Hoa trên một con phố, Hàn ấp úng nói vài câu chào hỏi rồi vội rút trong túi áo ra bức thư. Nhưng chàng chưa kịp trao thì Hoàng Hoa đã quày quả bỏ đi, không một lời đáp trả. Biết tiểu thư không hoặc chưa có cảm tình với mình, nhưng Hàn vẫn nuôi hy vọng, và tìm một cách khác mong thay đổi lòng nàng. Hàn nhờ một người bạn đồng nghiệp và cũng là bạn văn nghệ với mình là Hoàng Tùng Ngâm em trai con chú con bác với Hoàng Hoa, làm chim xanh đưa thư mình đến nàng. Nhưng Tùng Ngâm một mực dấu nhẹm lá thư, không đưa cho Hoàng Hoa. Vì Ngâm biết mối tình của Hàn chẳng đi đến đâu, bởi nề nếp gia phong của gia đình cụ Hoàng Phùng thân phụ tiểu thư Hoàng Hoa có nhiều ngăn cách. Lại nghe đâu, có lần Hoàng Hoa thổ lộ, tôi với Trí như hai quả núi khó mà gặp nhau. Việc nhờ bạn làm chim xanh không thành, Hàn xoay qua nhờ người cậu của Hoàng Hoa là ông trợ Cát làm mai mối đến nhà cụ Hoàng Phùng dò la, dạm hỏi. Lần nầy cũng thất bại luôn. Cuối cùng Hàn Mạc Tử bị Hoàng Hoa chối bỏ tình yêu. Hàn vật vã trong tột cùng khổ đau.

Ra nông nỗi quẩn bách như vậy mà Hàn Mạc Tử vẫn chưa hết hy vọng. Khi biết là vô vọng nhưng vẫn cứ hy vọng mai này trái tim Hoàng Hoa sẽ rung động và cùng chàng sánh đôi. Thế nên, không lâu sau, Hàn bỏ việc làm ở sở đạt điền, vào tận Sà Gòn quyết tâm tạo dựng công danh. Đến khi nào công thành danh toại mới về lại gặp người tình trong mộng, tỏ tình một lần nữa xem sao. Trên đường vào Sài Gòn, Hàn có ghé Nha Trang thăm người bạn thân là thi sĩ Quách Tấn. Trước khi giã từ bạn, Hàn có nói với Quách Tấn:

-Đi chuyến nầy, tôi quyết xây dựng sự nghiệp văn chương cho thực vững vàng, thử xem người ta có dám khi dễ tôi nữa không. Ở Sài Gòn Hàn Mạc Tử hăng say cọng tác với một số tờ báo. Thường đăng thơ ở các tờ Phụ Nữ Tân Văn, tờ Sài Gòn,

Trong Khuê Phòng, Đông Dương Tuần Báo, Người Mới. Và đã xuất bản được thi phẩm "Gái Quê"

Giờ đây, ước mơ thành danh vững vàng đã là sự thật. Hàn quay về Quy Nhơn, tìm cách gặp Hoàng Hoa, nhưng không thành. Đến khi nàng rời nhà ở thành phố Quy Nhơn về lại nhà ở Huế, Hàn Mạc Tử biết rằng mối tình mình dành cho Hoàng Hoa đến giờ đã quá mong manh. Thế mà chàng, một lần nữa vẫn chưa hết hy vọng. Hàn vội vàng ra Huế một chuyến. May thay dịp nầy, Huế có mở hội chợ, Hàn Mạc Tử gặp được chị em Hoàng Hoa ở đây, nhưng chẳng nói được với Hoàng Hoa một tiếng. Nàng nhìn Hàn bằng đôi mắt tĩnh tại, không hề vướng bận chút rung động nào. Đã đến thế, mà vào một tối thi sĩ tìm đến nhà Hoàng Hoa ở thôn Vỹ Dạ, đứng ngoài cổng, trên tay cầm một tập "Gái Quê" của mình vừa xuất bản. Chàng đứng chờ mãi, nhưng cửa nhà vẫn đóng im ỉm, chẳng thấy bóng dáng Hoàng Hoa đâu cả. Cuối cùng, Hàn Mạc Tử hết mong chờ, hết cả hy vọng. Chàng rời kinh đô Huế về lại Quy Nhơn. Không lâu sau, Hàn Mạc Tử mắc phải bệnh hủi, một chứng bệnh không thể chữa trị được ở thời bấy giờ. Thi sĩ bị cách ly với người thân và bị mọi người xa lánh.

Một hôm, Hoàng Tùng Ngâm có đến thăm Hàn, thấy chàng nằm co ro một mình trong túp lều tranh cũ nát giữa đồng không mông quạnh. Thương cảm phận đời bất hạnh của bạn, Tùng Ngâm liền gởi tin nhắn về nhà chị mình ở Vỹ Dạ, mong Hoàng Hoa viết thư thăm hỏi, an ủi Hàn Mạc Tử.

Hoàng Hoa thay vì viết thư, cô đến tiệm chụp ảnh Tăng Vinh ở thành phố Huế mua một tấm thiệp nhỏ, giống như carte postal, có in hình dòng sông Hương và một thiếu nữ chèo đò, trên trời có luồng sáng rọi xuống dòng sông. Phía sau tấm thiệp, Hoàng Hoa viết đôi lời thăm hỏi và chúc Hàn mau bình phục; chỉ chừng đó thôi, chẳng có đề tên hay chữ ký chi cả. Hoàng Hoa nhờ Hoàng Tùng Ngâm đem thiệp đến cho Hàn Mạc Tử. Hàn hết sức cảm động, hình như chàng quên phức mình đang mắc trọng bệnh, chàng vui mừng, lòng tràn đầy hy vọng sẽ gặp được người yêu. Để đáp lại Hoàng Hoa, thi sĩ làm bài thơ viết tay trên tờ giấy nhật trình, có nhan đề "Ở Đây Thôn Vỹ Dạ." Ở đầu bài thơ Hàn Mạc Tử viết mấy giòng cảm ơn cùng thăm hỏi Hoàng Hoa như thế nầy:

Túc hạ!

Tôi có nhận được bức ảnh bến Vỹ Dạ lúc hừng đông hay đêm trăng? Và mấy hàng chữ của túc hạ gởi thăm. Muôn vàn cảm tạ. Túc hạ còn nhớ đến nghĩa năm xưa thì phúc hậu lắm rồi. Mong Ơn Trên xuống lộc cho túc hạ thật đầy đủ. Và mong rằng, một mùa xuân nào đó, gặp lại túc hạ mới phĩ tình cho. Thăm túc hạ bình an và vui vẻ.

Hàn Mạc Tử ký tên

Và bài ***Ở ĐÂY THÔN VỸ DẠ*** *như sau:*

Sao anh không về chơi thôn Vỹ?
Nhìn nắng hàng cau, nắng mới lên
Vườn ai mướt quá xanh như ngọc
Lá trúc che ngang mặt chữ điền.

Gió Theo lối gió, mây đường mây
Dòng nước buồn thiu hoa bắp lay
Thuyền ai đậu bến sông trăng đó
Có chở trăng về kịp tối nay?

Mơ khách đường xa, khách đường xa
Áo em trắng quá nhìn không ra
Ở đây sương khói mờ nhân ảnh
Ai biết tình ai có đậm đà?

Đây là bài thơ mượn cảnh để gởi gắm tình cảm của Hàn Mạc Tử, một thi sĩ đa sầu đa cảm nhưng lại gặp cảnh yêu đương trái ngang.

Người ta thường nói: "Thi sĩ không nhìn bằng mắt mà bằng tim." Nên những tình ý được gởi gắm trong bài "Ở Đây Thôn Vỹ Dạ." ta đọc và cảm nhận theo chủ quan của ta, thì chắc gì đã đúng như tâm ý của Hàn. Nên chi ta thử đoán mò may ra hợp với lòng thi sĩ đã gởi gắm vào bài thơ nầy chăng:

Sao anh không về chơi thôn Vỹ?

Nhìn nắng hàng cau, nắng mới lên
Vườn ai mướt quá xanh như ngọc
Lá trúc che ngang mặt chữ điền

Bốn câu nầy, tỏ ra lúc Hàn Mạc Tử chìm đắm trong cõi mộng , mộng ước thấy Hoàng Hoa yêu mình tha thiết: Nàng chờ lâu quá không thấy chàng về thăm thôn Vỹ Dạ để nàng được gặp người yêu dấu cho thỏa lòng mong đợi bấy lâu. "...*về chơi*" là lời tỏ bày hết sức thân mật chỉ dùng cho người mình hằng yêu dấu. Nếu không yêu, nàng chỉ nói: "Sao anh không về viếng hoặc thăm thôn Vỹ." mà thôi.

Về đây, thôn Vỹ có cảnh đẹp nguyên sơ trong sạch tựa như nắng hanh vàng buổi ban mai, trãi trên những hàng cau cao. Nhà em lại có khu vườn tươi xanh màu ngọc bích -màu của quí phái, trang trọng, có em người con gái thôn Vỹ đứng sau khóm trúc kín đáo chờ đợi anh về. Em của anh chẳng khác chi cành trúc trinh trắng bền chặt với tình yêu, em dành cho anh.

Nhưng hỡi ôi! Cõi mộng chỉ là mơ ước ảo huyền. Quay về thực tại, khiến Hàn Mạc Tử đau lòng, nhận ra:

Lối theo lối gió, mây đường mây
Dòng nước buồn thiu hoa bắp lay
Thyền ai đậu bến sông trăng đó
Có chở trăng về kịp tối nay.

Thông thường, gió và mây luôn khắng khít bên nhau. Gió đưa đẩy mây cùng nhau trôi nổi bồng bềnh giữa bầu trời xanh mênh mang. Nhưng nay thì gió theo lối gió, mây đường mây, chẳng khác nào thi sĩ và Hoàng Hoa với hai cuộc đời phân cách, đường tình của ai nấy đi - Anh và tôi như gió với mây ở hai tầng trời thấp cao khác biệt. Thế mới biết tình yêu hai ta không đến được bến bờ. Mộng yêu đương không thành nên chàng đau lòng mà nhìn ra cảnh vật, đâu đâu đều nhuốm nỗi buồn rầu. Trên sông, con nước chảy, trên bờ có hoa bắp đungđưa theo gió vốn là hiện tượng thiên nhiên bình thường; lại có khi còn làm cho tâm tư ta thư thái. Nhưng trái lại, với thi sĩ thì "Giòng nước lại buồn thiu, hoa bắp lay cũng chẳng vui." Đúng là "Người buồn cảnh có vui đâu bao giờ." là không sai.

Thế rồi, thi sĩ chỉ còn chút hy vọng để an ủi mình là Hoàng Hoa sớm đến thăm, kẽo không còn kịp, trước khi Hàn giã biệt cõi đời. Thi sĩ nhân cách hóa vầng trăng như. người yêu Hoàng Hoa - Thuyền ai đậu bến sông trăng đó, có chở trăng về kịp tối nay. Ta cảm tưởng ra rằng, đây là niềm mong đợi quá mong manh.

Mơ khách đường xa, khách đường xa
Áo em trắng quá nhìn không ra
Ở đây sương khói mờ nhân ảnh
Ai biết tình ai có đậm đà?

Thuyền không chở trăng về kịp, Hàn không sao gặp được nàng; hết chờ hết mong, Tất cả bao ước ao, hy vọng như trôi vào một giấc chiêm bao. Trong cõi u trầm mê mê tỉnh tỉnh của chàng, nàng bây giờ là khách xa, người lạ, khoát lên mình màu trắng tang chế, bạc bẽo. Thế đấy, tình yêu, mộng đẹp, Hàn dành trọn cả cho Hoàng Hoa. Cuối cùng chỉ là hư không. Đến nông nỗi đen tối như vầy mà người vẫn cứ hy vọng - Ai biết tình ai có đậm đà? Còn đậm đà chi nữa, Hàn thi sĩ ơi!

Ôi! Ta thương cảm cho một kiếp người bất hạnh.

Mối tình đơn phương từng phong kín gần tám năm của thi sĩ Hà Mạc Tử dành cho tiểu thư Hoàng Hoa, đã xuôi khiến thi sĩ đau thương não nề, thêm phần lâm trọng bệnh, bị đồng loại ghẻ lạnh, xa lánh. Với tâm trạng ấy, thi sĩ Hàn Mạc Tử viết nên bài thơ bất hủ "Ở Đây Thôn Vỹ Dạ."

Vào ngày 1 tháng 11 năm 1940 thi sĩ Hàn Mạc Tử ở tuổi 28, qua đời tại trại cùi Quy Hòa, thành phố Quy Nhơn. 49 năm sau (1989), Hoàng Hoa tức bà Hoàng thị Kim Cúc mất tại Sài Gòn vì một tai nạn giao thông, bà thọ 76 tuổi./.

NGUYỄN ĐÌNH TỪ LAM

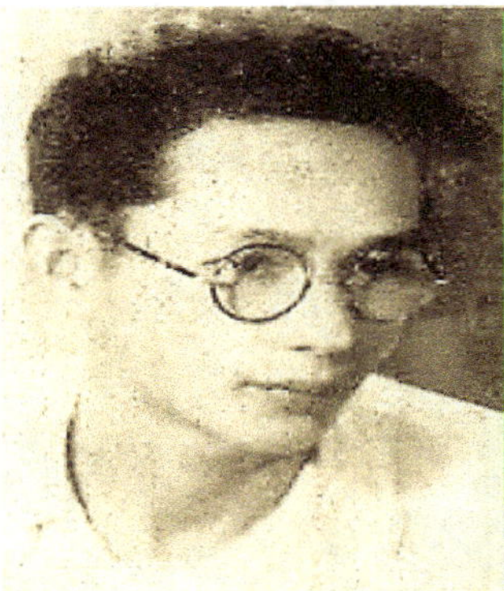

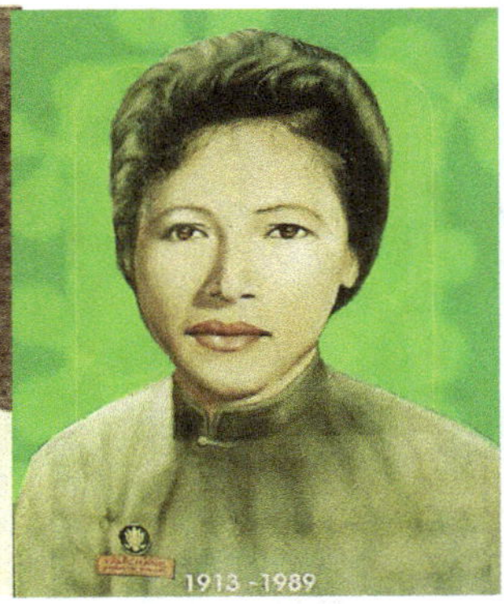

Hàn Mạc Tử   Hoàng Hoa

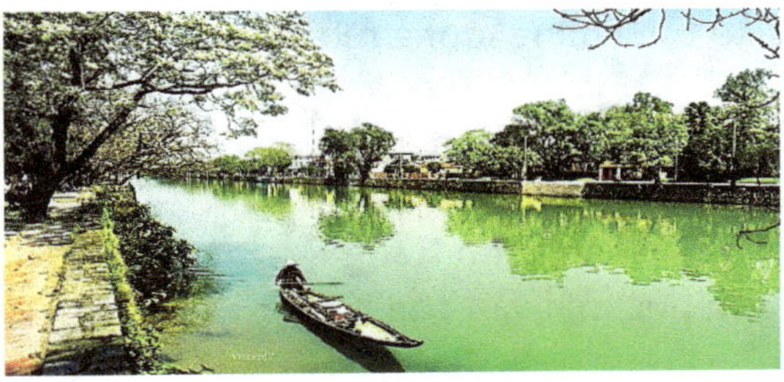

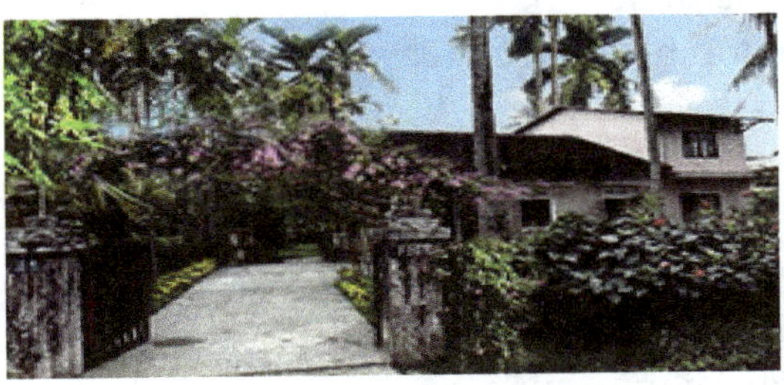

Ghi chú:

(1) Môt số chi tiết bài viết dựa theo sách: 1/ Lá Trúc Che Ngang của Hoàng Thị Quỳnh Hoa. 2/ Thi Nhân Việt Nam của Hoài Thanh - Hoài Chân.

NGUYỄN ĐÌNH TỪ LAM

QUẢNG XUÂN

BÓNG XUÂN GIAO THỪA

Điệu xuân trầm bổng nhịp cung tơ
Trừ tịch đầu năm nghe đợi chờ
Có cô nho nhỏ nhà bên cạnh
Cùng đón giao thừa dáng mộng mơ

Tiếng pháo nhà ai lại reo giòn
Niềm vui hoa hé nụ môi son
Ô! xuân đẹp quá ! màu trinh trắng
Tim bóng hình hoa mãi vẫn còn

Có phải em về lại đêm nay
Hương xưa ướp nhẹ mắt cay cay
Em về hư ảo theo làn gió
Gợi giấc mơ hồng mãi bay bay

Én đã bao mùa vẫn trở về
Xuân em biền biệt cõi hồn mê
Tôi mong xây lại mùa xuân cũ
Để kịp giao thừa…bóng em về

Tôi đếm thời gian chân rất chậm
Ngọt ngào đào nụ thoáng ngoài tê
Trầm hương hơi ấm… hồn lan tỏa
Xuân đã hòa tôi…nhẹ… vân vê .

CHỜ XUÂN

Em về gần đích tôi chờ
Âm ấm gió thổi ngu ngơ nụ hồng
Ngoài hiên còn sót tí đông
Se se lành lạnh nghe mong tin nàng
Đêm tới tôi đến mơ màng
Đâu đây thoảng nhẹ hương nàng ..hoa xuân
Chùa xa trầm bổng kinh ngân
Nhà thờ kinh nguyện… dưới vàng trăng lên
Chờ em cánh bướm nụ mềm
Dìu nhau lên nóc…đỉnh thềm ..vào xuân.

QUẢNG XUÂN
February 12nd 2026

PHAN NI TẤN

CĂN NHÀ XƯA

Sau 45 năm xa quê, nhìn tấm hình chụp căn nhà xưa do mấy đứa em ở bên nhà gởi qua làm tôi giựt mình. Thời gian thật khủng khiếp, nó như bàn tay quỷ mị mọc ra lạnh lùng úp chụp các thứ rêu phong ẩm mốc lên tường nhà trông giống như một bức tranh vụng về của thiên nhiên. Tuy nhiên, vách tường vẫn đứng vững kiên trì tỏa ra một sức mạnh kỳ lạ dù đen đúa vì mốc meo, cũ mèm đến tội nghiệp và thê thảm hệt như một người bạn thất chí lâu năm gặp lại. Nhưng mà nhìn kỹ lại một ký ức xa vời tôi có cảm tưởng như căn nhà thật quen thuộc, thật bình yên, tự nó vẫn lặng lẽ đứng đó dưới bầu trời xám xịt, vững chắc trong cơn nắng lụt mưa lầy, ngạo nghễ vươn lên mặc cho con tạo xoay vần, thế sự đổi thay.

Căn nhà này đã từng diễn ra biết bao là buồn, vui, tốt, xấu, bình yên và dữ dội, xiết bao là nỗi niềm ẩn chứa những kỷ niệm khôn nguôi. Căn nhà có ban công kia, đứng trên đó dựa vào lan can ta có thể nhìn bao quát chung quanh khu phố cũng như nhìn thẳng xuống suối sâu; xa hơn là dãy Trường Sơn nằm ở phía Tây lãnh thổ Việt Nam đổ dài về phía biển Đông theo hình cánh cung một màu xanh thẳm.

Cả một dãy phố với những cấu trúc sát liền nhau lại xẻ ra một con hẻm không tên. Con hẻm là điểm chốt cặp hông căn nhà này, tuy nhỏ nhưng vô cùng tiện lợi trong đời sống hàng ngày của bổn phố đi ngược về xuôi.

Mưa nắng từng đổ xuống và gió từng luồn qua con hẻm này, lâu năm đất hẻm trở thành đất nện khô cứng khá bằng phẳng đa phần cũng vì dấu chân người qua. Nhưng tội nghiệp cho con hẻm cũng thường bị ẩm ướt vì nước thải, vì rác rưởi và khai nồng vì nước tiểu. Phố núi chúng tôi xưa nay không có nhà xí công cộng nên con hẻm không tên vô tình lại trở thành một vị trí địa lý vĩ đại cho những ai mắc tiểu. Thập niên 1950, những người đàn bà Thượng lưng mang gùi, bụng địu con trong buôn ra phố đi chợ lúc mắc tiểu thường ghé vô con hẻm này dạng chânđứng tiểu thật tự nhiên

Có lẽ ông bà ta xưa quan sát thấy chị em ta đái ngồi mới phán một câu xanh dờn: «Đàn bà đái không qua ngọn cỏ». Tôi nhận thấy câu tục ngữ này ngày nay không còn chính xác vì đã lỗi thời. Cũng có thể các cụ ta xưa chưa từng nhìn thấy đàn bà miền núi mặc yêng (váy) đứng đái, đương nhiên là… ướt hết đầu ngọn cỏ.

Họ, những người đàn bà trong buôn ra chợ lúc mắc tiểu không tiện cởi yêng nên phải tiểu đứng. Cái dáng đứng tiểu của họ liếc qua cũng đã thấy gọn gàng, kín tiếng và khá ngộ nghĩnh. Tôi nghĩ rằng vì ảnh hưởng phong thổ khí rừng khí núi cộng với công việc nương rẫy đã nung đúc họ có một dáng dấp thon thả, thân hình săn chắc, mạnh mẽ và đằm thắm.

Có thể nói phụ nữ tiểu đứng là một nghệ thuật hiếm thấy ở các dân tộc khác. Nhằm bảo đảm an toàn hoặc giảm thiểu tối đa không để yêng bị ướt người phụ nữ miền cao phải đứng hơi dạng chân, đầu gối chùn xuống, lưng hơi khum đâu vào đấy xong mới đái nhín từng đợt sao cho dòng nước tiểu lặng lẽ chảy dọc từ đùi xuống đất. Hẻm hào phóng và bao dung những ai cần giải quyết mọi rắc rối một cách ổn thỏa. Nghệ thuật tự nhiên này chỉ xẩy ra trong hẻm ít người nhìn thấy nên không ảnh hưởng gì đến cái gọi là công xúc tu sỉ, một Hình luật Canh cải 330 của nhà nước thời phong kiến. Hơn nữa, nghệ thuật tuyệt vời độc đáo này phụ nữ người Kinh không tài nào bắt chước được vì kỳ cục quá, thẹn quá, ngại phạm thuần phong mỹ tục.

Tôi không sinh ra trong căn nhà rêu phong này như các em tôi, nhưng dưới nền móng của nó lại là nơi chôn nhau mình. Sáu mươi bốn năm trước, tiền thân của nó là căn nhà gỗ đơn sơ mái tôn, vách ván, không có trần nhà, nền nhà ngăn trước tráng xi-măng, nhưng nhà bếp ngăn sau là nền đất.

Đặc biệt, phía sau hè, nhà nào cũng có một cái cầu tiêu còn gọi là nhà cầu hoặc nhà vệ sinh. Tuy bình dị nhưng cực kỳ phổ biến và vô cùng hữu ích trong đời sống hàng ngày của mọi người. Thời đó, dựng nhà vệ sinh không có gì khó. Sau khi đào một cái hố vuông vức sâu chừng 1, 2 thước xong người ta dựng kín quanh miệng hố bằng bốn tấm ván hoặc phên tre, cửa cũng bằng vật liệu thô sơ này, mái lợp lá hoặc tôn. Sàn cầu được khoét một cái lỗ hình vuông hoặc hình chữ nhật khoảng một gang tay, hai bên lót hai viên gạch để ngồi thả chất thải thẳng xuống hố sâu.

Thập niên 1950, đời sống của người dân hiền hòa trên phố núi cứ thế trôi dần theo thời gian. Cho đến một hôm, nửa đêm khuya khoắt, cả một khu phố đang ngủ say thình lình bị bà hỏa nổi lửa cùng cơn gió lớn thiêu rụi không chừa bất cứ một căn nhà nào, cho đến rạng sáng ngày hôm sau mới hạ hỏa. Không nghe nói có ai chết cháy trừ gia súc, rắn rít và lúc nhúc dòi bọ dưới hố phân. Riêng con Kiki lông vàng, đuôi xoắn ốc chạy theo chúng tôi là may mắn thoát nạn.

Mãi đến năm 1960 nhà cửa mới được khởi công xây dựng lại. Thời đó, má tôi, suốt một đời sớm khuya tần tảo, hạp mệnh tuổi nên bà tự đứng ra theo dõi, đốc thúc công việc xây nhà mới. Chính cái sinh khí tốt của má tôi giúp cho nhà cửa không phạm phải tam tai, hoàng ốc, kim lâu mà tồn tại cho đến tận ngày nay.

Căn nhà xưa kia và con hẻm không tên mà độc đáo này từng là nơi in dấu chân tôi từ thuở ấu thời cho tới một ngày, vì thời thế tôi phải lìa xa. Đi xa mà không biết bao giờ mới trở lại để đến ngày nay, ở tuổi về chiều, bằng hết cả tâm tình, chăm chú nhìn căn nhà rêu phong ẩm mốc kia tôi có cảm tưởng như nó cũng lặng lẽ giương mắt nhìn lại cố nhân. Trang Chu ngày xưa nằm mơ hóa bướm (Hồ điệp chi mộng vi Chu dư?) có khác nào tâm trạng của tôi ngày nay.

Căn nhà xưa vẫn đứng đó như một bức tượng bám đầy rêu phong; còn con hẻm không tên kia đến nay tôi không hề nghe ai nhắc tới, dù xưa kia nó từng có một vị trí địa lý vĩ đại cho những ai cần giải quyết khẩn cấp mọi rắc rối ở người.

Căn nhà nay đã xưa, con hẻm kia cũng đã cũ, ở đó chứa đựng rất nhiều thương nhớ của tôi.

PHAN NI TẤN

PHAN NI TẤN
CÂU HÁT CAO NGUYÊN

Giữa thập niên 1940 tôi sinh ra trong một gia đình gồm mười một anh em. Nghĩ lại hồi đó không riêng gì má tôi, hầu như các bà mẹ khác cũng sanh con đẻ cái thiệt dễ nể. Ông bà ta xưa từng chịu ảnh hưởng Tàu, không giàu của thì giàu con, nghe bùi tai. Mà thật, gia đình ba má tôi đông con đông cái nên nhà cửa lúc nào cũng nhộn nhịp ra vào. Nhất là ba ngày Tết, từ ông bà cha mẹ cho tới đàn con quay quần quanh bàn thờ gia tiên, với những lễ vật và những câu chúc đầu năm, nghe ấm áp mà náo nhiệt như… kẻ chợ. Hạnh phúc cứ thế kéo dài từ năm này qua năm khác. Cho đến một ngày anh hai tôi lên đường nhập ngũ tòng chinh. Gia đình đang vui vẻ mà thiếu một người thân, tự nhiên mái ấm của chúng tôi khuyết đi một khoảng trống.

Rồi năm tháng trôi qua, con đường hoạn lộ lại đưa tôi vào lính. Theo chân ông anh, lần đầu tiên tôi cũng ăn một cái Tết xa nhà. Đêm giao thừa trong trại lính Quân Đoàn II Pleiku, tôi nằm lắng nghe đoàn trực thăng bên phi trường Cù Hanh bay đi hành quân mà lòng dâng lên một nỗi u hoài. Từ trong máu và nước mắt, cuộc chiến tranh Nam Bắc ngày càng đen tối và quyết liệt. Chợt nhớ trưa mai mồng một Tết, anh hai tôi, đang đóng quân tại một tiền đồn hẻo lánh ở Plei Bai, phía Tây Bắc Pleiku, sẽ tìm thăm làm tôi nôn nao trong bụng rồi ngủ thiếp đi.

Trưa hôm sau tôi đáp xe lam về thành phố. Hai anh em lâu năm gặp lại mừng mừng tủi tủi, kéo nhau vô một quán nhậu trên đường Hoàng Diệu lai rai vài đường tâm sự. Ngồi trước mặt tôi, ông anh nghệ sĩ tài hoa năm nào giờ đây lại đậm lên một dáng vẻ phong trần, sương gió. Hai anh em vừa dứt xong xị rượu thì ông đại úy Đại đội trưởng, cấp chỉ huy của anh hai tôi, chẳng biết ma đưa quỉ dắt thế nào lại nhắm ngay quán này lù lù dẫn xác vào.

Ở đời có những tình cờ thật thú vị. Vừa cấp phép (bằng miệng) cho ông anh ra Pleiku ăn tết một ngày, ông Đại đội trưởng liền lọt tọt dọt theo sau. Kể ra anh chàng đại úy này chì thật; đã cho phép ông Đại đội phó ra Pleiku ăn Tết còn dám bỏ đơn vị một mình dọt về thành phố du xuân. Tôi biết người lính tiền đồn nào mà không thèm đến cháy lòng không khí gia đình ba ngày tết. Con người ai cũng có tình yêu và nỗi nhớ khác nhau mà. Riêng tôi chẳng lẽ không da diết hơn sao; tôi nhớ những người thân và cái mảnh đất nơi tôi sinh ra bây giờ ở một nơi thật xa xôi.

Giới thiệu nhau qua loa xong ba chàng sĩ quan Quân Lực Việt Nam Cộng Hòa, đại úy Đại đội trưởng, trung úy Đại đội phó là anh hai tôi và chuẩn úy mới ra lò là tôi xáp vô nhậu một trận sanh tử lửa. Không ngờ đêm

hôm đó, cái đêm oan nghiệt, tiền đồn của hai ông như rắn không đầu bị Việt Cộng đánh úp, tất cả những binh sĩ trong đồn đều hy sinh. Thế là hai ông Đại đội trưởng và Đại đội phó rũ nhau vác chiếu ra tòa án quân sự, đi tù và giáng xuống một cấp. Thời gian này tôi được lệnh thuyên chuyển đi nhiều nơi, từ cao nguyên Djarai, Pleiku về Ban Mê Thuột, xuống bình nguyên Nha Trang, Cam Ranh, Ba Ngòi rồi ngược lên Quảng Đức (Gia Nghĩa), Pleiku, Kontum; đơn vị cuối cùng là Vịnh Cam Ranh.

Mãn tù ra ông cựu đại úy Đại đội trưởng trở thành trung úy Liên Đoàn 21 Biệt Động Quân; còn ông cựu trung úy Đại đội phó thành thiếu úy Trung Đoàn 45, thuộc Sư Đoàn 23 Bộ Binh. Cả hai Bộ chỉ huy nồng cốt này đều đặt bản doanh tại Ban Mê Thuột, một địa thế chiến lược quan trọng hàng đầu trong vùng Đông Nam Á.

Tháng 8 năm 1971 từ mặt trận về, ông cựu Đại đội trưởng, tức Trung úy Biệt Đông Quân ghé nhà thăm hai anh em tôi. Lúc này tôi đóng quân tại Ban Mê Thuột. Thế là ba chàng sĩ quan Quân Lực Việt Nam Cộng Hòa lại kéo nhau ra quán xáp vô nhậu một trận sanh tử lửa để gọi là mừng tri ngộ trong cơn chinh chiến. Nhưng mà ở đời không ai học được chữ ngờ. Bạn bè mới gặp nhau đã vội chia tay, mới sống đó lại chết đó. Khoảng một tháng sau trận nhậu, anh em tôi được tin ông bạn trung úy Biệt Động Quân tử trận tại ngã ba biên giới Việt Miên Lào, thuộc quận Đức Lập (Dak Mil), cách Ban Mê Thuột khoảng 45 cây số hướng Tây Nam. Xác được đồng đội chở về đơn vị. Lúc hai anh em tôi đến viếng xác, chung quanh lặng như tờ, không một bóng người, không cả một bát nhang, chỉ độc một chiếc quan tài bọc kẽm đặt trên bộ ngựa, quá ba ngày đã phình to, nước vàng chảy ngoằn nghoèo xuống nền đất trông như một vết thương dài, mùi tử thi xông lên nồng nặc làm tôi ngạt thở. Ông bạn của chúng tôi, lúc sống từng mang lon đại úy, lúc chết cũng đại úy. Cùng một cấp bậc, nhưng chỉ khác nhau ở chữ cố cựu.

Cuộc chiến ngày càng trở nên khốc liệt. Mùa hè năm 1972, Bộ chỉ huy Sư Đoàn 23 Bộ Binh được lệnh di tản chiến thuật ra Pleiku. Tháng 7/1972 anh hai tôi tử trận tại quận Lê Trung, nằm sâu trong quốc lộ 1, giữa Pleiku và Kontum. Người chết 45 ngày sau mới lấy được xác.

Sau 30 năm chiến tranh tương tàn, tôi may mắn sống sót được về quê ăn tết, dù là tết ở trong tù Cộng sản; còn anh hai tôi từ ngày đi lính cho đến lúc ngã xuống chẳng có lấy một ngày đoàn tụ với gia đình trong ba ngày tết thiêng liêng.

Con người ai cũng có số cả. Số anh hai và bạn bè tôi đều chết rất trẻ. Họ chết vì tổ quốc.

PHAN NI TẤN

SA CHI LỆ

EM TRONG TA MÙA THU

Em trong ta mùa thu
Sương mù bay lãng đãng
Cung đàn rung miên man
Lá vàng thơm hương tóc

Nghe du âm hoàng hôn
Quyện vào mắt em xanh
Nghe bâng khuâng mùa thu
Ưu phiền thân lữ thứ

Ta về đâu đêm nay
Nghe buồn vương trong mắt
Em trong ta mùa thu
Bên dòng sông ngẩn ngơ

Tiếng hát em chơi vơi
Ra ta vào giấc ngủ
Giăng chiêm bao ngọt ngào
Đưa ta vào cõi mộ

Em đẹp như vầng trăng
Lung linh trong huyền thoại
Chiếc lá thu rơi rơi
Ngân nga dòng suối nhạc

Em trong ta tuyệt vời
Quên đi ngày mỏi mệt
Dệt mộng đóa phù du
Mùa thu nắng tương tư

Nghe trong ta mùa thu
Thì thầm từng cơn sóng
Theo làn sương phôi pha
Mây buồn thôi mơ ước

Quê nhà hay dáng em
Níu từng ngày chia xa

THU TRONG MẮT EM

Thu trải lá vàng trong mắt em
Ngỡ ngàng chớp mắt gió thu mềm
Sương lay mi ngộp len lén đợi
Tiếng thở vô minh nhẹ bên thềm

Ta cúi đầu nắng rơi buồn lãng đãng
Xanh xao gầy gõ nhịp rớt bên sông
Em chớp mắt tình xưa đang vẫy gọi
Hồn ta say tóc rối nở môi hồng

Sương thu ướp mộng quỳnh hoa thở
Mở cửa tương tư đổ bóng chiều
Lá vàng bẽn lẽn vương vương nhớ
Mắt em chiều lịm dáng nghiêng nghiêng

Ta níu hồn thu đang lạc bước
Ái luyến ngân buông lướt cung đàn
Gieo mầm tiếc nuối quanh tà áo
Em về đâu mỗi khắc lạnh thu tàn…

SA CHI LỆ

LÊ HỮU

Bắn chậm thì chết

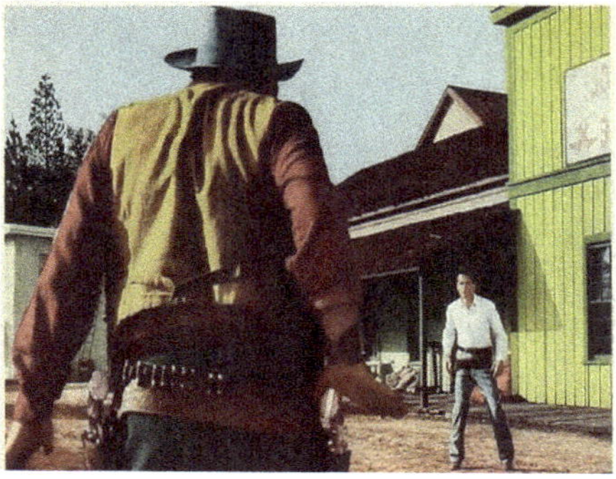

(The Fastest Gun Alive, movie scene)

Bắn Chậm Thì Chết là tên một cuốn phim cao bồi Mỹ (*The Fastest Gun Alive*) trình chiếu tại các rạp chiếu bóng ở miền Nam trước năm 1975. Vai chính trong phim là Glenn Ford, diễn viên điện ảnh quen thuộc với khán giả yêu thích phim cao bồi miền Viễn Tây. Chuyện phim kể về một tay súng cừ khôi đã quyết định giải nghệ để sống cuộc đời bình dị bên vợ hiền con thơ trong ngôi làng nhỏ. Thế nhưng, cuộc đời không bình lặng như anh mong muốn. Một ngày kia, tên đầu sỏ khét tiếng của băng cướp dữ dằn quyết tìm đến anh để thách đấu tay đôi, một mất một còn. Kẻ sống sót là kẻ rút súng nhanh hơn đối thủ. Nếu anh không nhận lời thách đấu, hắn sẽ cho đốt phá, thiêu hủy cả ngôi làng. Câu chuyện gay cấn, ly kỳ đến phút chót.

Tấm ảnh hai bố con người lính

Đấy là chuyện phim, còn câu chuyện *Bắn Chậm Thì Chết* bên dưới là chuyện "người thật, việc thật" thời chiến tranh Việt Nam. Điểm hơi khác, hai đấu thủ đều không giỏi nghề bắn súng, không rút súng nhanh như chớp như câu chuyện trong phim. Ngược lại, trong giây phút căng thẳng đến nghẹt thở ấy cả hai đều… lọng cà lọng cọng, rút súng chậm rì.

Nhân vật chính trong câu chuyện là chàng lính Mỹ trẻ tuổi tham chiến ở Việt Nam, tên Rick. Đối thủ của anh là một người lính Bắc Việt, tên Ngọc. Rick không phải là tay súng lành nghề, anh chỉ mới 18 tuổi khi sang chiến đấu ở Việt Nam. Anh sống sót chỉ nhờ vận may, hay không bằng hên. Anh đã chậm mà ngón tay bấm cò súng của đối thủ lại còn chậm hơn anh.

Chuyện xảy ra giữa năm 1967, vào một ngày hè thật nóng bức trong một cánh rừng ở Chu Lai, tỉnh Quảng Nam. Chàng lính trẻ Rick thuộc Đại đội A, Tiểu đoàn 2, Sư đoàn Kỵ Binh Bay 101, vừa mới ra trường đã được thả vào thử sức tại chiến trường Việt Nam.

Sau một trận đụng độ nhỏ, Rick và các bạn chạy tản ra. Anh vừa chạy vừa lăm lăm khẩu M16 trên tay. Một lát, Rick ngồi thụp xuống dưới một gốc cây lớn, đảo mắt nhìn quanh, nghe ngóng. Anh không nghe động tĩnh gì, cũng không thấy bóng đồng đội nào, chỉ thấy quanh mình rừng cây rậm rạp. "Không khéo mình bị lạc mất," Rick nghĩ. Anh ghìm chặt tay súng, thận trọng dò dẫm từng bước qua những bụi cây cao quá đầu người. Bỗng, trong cái im ắng rờn rợn ấy anh nghe những tiếng động khe khẽ, xào xạc. Rick giật mình, hướng mũi súng về phía phát ra tiếng động. Anh trông thấy những cành lá lay động, một cái gì đó động đậy.

Khom người xuống nhìn cho rõ hơn, Rick bỗng lạnh toát cả người. Chỉ cách anh vài mét, xuyên qua những cành lá, hai con mắt mở lớn đang nhìn xoáy vào anh, trừng trừng. Căng mắt ra nhìn kỹ, anh thấy thấp thoáng một khuôn mặt, một chiếc nón cối, một mẩu áo cỏ úa, một thân người ngồi tựa gốc cây, khẩu AK trên tay. Trong khoảnh khắc, toàn thân Rick như bị tê cứng. Khẩu súng vẫn nắm chặt trong tay nhưng anh không biết phải làm gì. Mặt đối mặt, bốn mắt nhìn nhau chầm chầm. Nhác thấy tay cầm súng của người lính cử động, Rick như bừng tỉnh, anh siết mạnh cò súng. Loạt đạn nổ giòn. Rick nhìn thấy một thân người bật ngửa ra sau. Rồi anh nghe những loạt đạn nổ tiếp theo, tiếng chân người chạy rầm rập về phía mình lẫn tiếng la hét của đồng đội.

"Rick, Rick, cậu ở đâu?"

"Tôi đây, tôi ở đây." Rick kêu lớn.

Rất nhanh, đồng đội chạy xộc đến chỗ anh. Tiếng súng nổ

chát chúa, tiếng cành lá rớt rụng. Tất cả nhoài người xuống.

"Nằm xuống! Đồ ngốc." Người nào đó xô Rick ngã sấp.

Lính Mỹ đâu lưng vào nhau, chĩa súng bắn vãi đạn ra chung quanh. Tiếng súng đối phương thưa dần, rồi im bặt.

Cả bọn cúi nhìn xác người lính Bắc Việt nằm ngửa, mắt trợn trừng. Jack, anh chàng vui tính, giơ ngón tay cái lên, dứ dứ về phía Rick.

"Tuyệt lắm!"

Ai đó cúi nhặt khẩu AK-47, lật nghiêng cái xác, lục lọi các túi quần áo. Một chiếc ví sờn cũ, ít giấy tờ nhàu nát bên trong, không có gì đáng giá. Một mẩu giấy nhỏ rơi xuống, Jack nhặt lên. Một tấm ảnh. Anh chàng liếc sơ qua, đưa cho Rick.

"Cậu quen người này chứ?" Jack nói đùa. "Giữ làm kỷ niệm đi."

Rick vẫn như kẻ mất hồn, anh nhìn kỹ tấm ảnh nhỏ, chỉ cỡ 1.5" x 2". Ảnh chụp người lính bộ đội mặc quân phục và một đứa bé gái. Anh nhìn khuôn mặt người lính trong ảnh, nhìn khuôn mặt xác chết, rồi lại nhìn tấm ảnh. Đúng là người nằm chết dưới chân anh, dưới họng súng của anh. Đứa bé ấy là con anh ta? Không có thì giờ nghĩ ngợi nhiều, Rick nhét vội tấm ảnh vào túi áo, vội vã theo chân đồng đội thoát ra khỏi nơi ấy.

Dần dà Rick học cách làm quen với chiến trận sau ít lần đụng trận. Anh bị thương vài lần nhưng không nguy hiểm đến tánh mạng. Cho đến một hôm đơn vị của Rick bị phục kích, anh xông ra cứu một đồng đội ngã gục thì bị trúng đạn vào lưng, suýt chết. Vết thương mang anh về lại quê nhà.

Tấm ảnh, Rick vẫn cất giữ trong ví, cũng theo anh về Mỹ. Rick cắp sách đi học lại. Việc tình nguyện nhập ngũ giúp anh được hưởng những đặc quyền để theo đuổi việc học hành đến nơi đến chốn. Ít năm sau khi hoàn tất chương trình đại học, anh lập gia đình với Carol, cô bạn học xinh đẹp quen biết nhau từ thời trung học.

Rick có một việc làm ổn định ở Sở Cựu chiến binh Rochester, Illinois. Hai vợ chồng đã có những năm hạnh phúc bên hai đứa con gái xinh xắn. Cuộc sống bình lặng, êm đềm. Có lúc Rick tưởng đã quên đi tấm ảnh anh mang về từ Việt Nam, nhưng không hẳn. Đến lúc Amy, con gái đầu lòng của anh lên 5 tuổi, cứ mỗi lần nhìn ngắm đứa con trong vòng tay yêu thương của hai vợ chồng, anh lại nhớ tới đứa bé trạc tuổi con mình trong tấm ảnh ấy. Tim anh thắt lại.

Thỉnh thoảng Rick lấy tấm ảnh ra xem. Anh ngồi thừ người một lúc lâu, nghĩ ngợi lan man. Tấm ảnh toát ra một vẻ lành lạnh, buồn buồn. Rick không đoán được tuổi người lính, nhưng nếu đứa bé là con anh ta thì Rick hẳn kém anh vài tuổi. Người lính tóc hớt cao, khuôn mặt xương xương, trông hơi gầy ốm. Rick không đọc được cấp bậc trên cổ áo anh ta. Đứa bé trắng trẻo, mặc áo trắng, hai đuôi tóc thắt bím thả trước ngực, tựa vào một bên vai ông bố. Hai bố con đều nhìn thẳng vào máy ảnh, đều không có nụ cười nào trên môi. Tấm ảnh có lẽ được chụp trước khi người bố từ biệt gia đình, lên đường vào Nam chiến đấu, rồi không bao giờ về lại nữa.

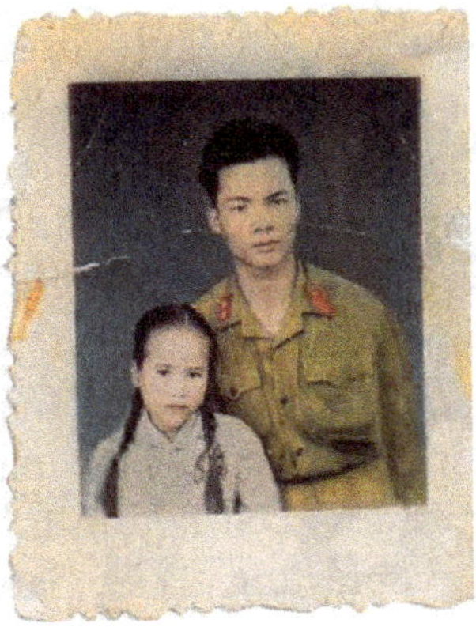

Rick nhìn vào đôi mắt người lính Bắc Việt. Đôi mắt, anh không sao quên được, từ khoảng cách có mấy thước, nhìn xoáy vào anh như thôi miên, khiến cả người anh như bị đóng băng. Rick tự hỏi người lính ấy trông thấy anh từ lúc nào. Anh ta nghĩ gì trong đầu vào khoảnh khắc ấy? Vì sao chỉ có một mình anh ta ở đấy? Vì sao anh ta không nổ súng khi vừa phát hiện ra Rick? Những câu hỏi và câu hỏi.

Rồi Rick chuyển cái nhìn sang đôi mắt đứa bé, anh ngỡ như mình bị hút vào đôi mắt ấy. Đôi mắt buồn buồn nhìn anh như oán trách, như gặng hỏi, “Vì sao? Vì sao chú lại làm thế? Bố cháu có làm gì chú đâu." Anh không thể trả lời. Rick nghĩ anh có giải thích cách nào thì cô bé cũng không hiểu được và cũng không tha thứ cho anh. Cô chỉ biết anh là kẻ độc ác, kẻ đã giết bố cô, một người không quen biết, không thù oán. Giết người lính, anh khiến cô bé bỗng trở thành đứa trẻ mồ côi bố, anh đã giằng tay cô ra khỏi người bố, chỗ dựa ấm áp của cô như trong tấm ảnh. Giết người lính, anh cũng giết chết niềm hy vọng của cô bé, của anh em cô, của bà mẹ cô ngày đêm mỏi mòn trông ngóng một ngày nào người chồng, người cha sống sót trở về.

Tấm ảnh ấy, đôi mắt ấy theo Rick vào trong giấc ngủ. Có đêm anh ú ớ, nói năng lảm nhảm. Có đêm anh la hét, giãy giụa, "Không không, đừng đừng!… Đừng nhìn tôi như thế." Carol phải đập đập vai anh, lay dậy. Mồ hôi Rick toát ra như tắm. Cứ thế, ít có đêm nào anh được yên giấc. Carol nhận ra những biểu hiện bất thường nơi ông chồng mình. Nhiều lần cô tỏ ra lo lắng và gặng hỏi, Rick chỉ nói anh nằm mơ, giấc mơ kinh dị.

Từ lâu, Rick giữ kín câu chuyện tấm ảnh, anh chỉ kể cho vài người bạn thân và nhận được ở bạn mình những lời khuyên giống nhau, "Cậu đã làm đúng, quên chuyện ấy đi. Đấy là chiến tranh." Anh không kể cho Carol vì không muốn một phụ nữ tính cách dịu dàng như cô phải khiếp hãi nghe chuyện bắn giết lạnh lùng trong chiến tranh. Cho đến một hôm, anh nhờ Carol lấy giúp tấm thẻ tín dụng trong ví của anh. Khi cô rút tấm thẻ, tấm ảnh nhỏ rơi ra. Rick giật mình, hoa mắt. Trong một thoáng, anh tưởng như trông thấy tấm ảnh từ trong ví của người lính Bắc Việt rơi xuống dưới chân mình trong cánh rừng già ấy. Carol cúi xuống nhặt lên. Cô nhìn chăm chú tấm ảnh.

"Ai vậy?" Carol ngước lên nhìn Rick. "Em chưa thấy ảnh này bao giờ." Cô hỏi và nhận thấy vẻ khác thường trên khuôn mặt chồng mình.

Rick biết là anh không thể giấu cô được nữa.

"Đấy là một người lính Bắc Việt," Rick nói. "Em thấy người này như thế nào?"

"Làm sao em biết được," Carol trả lời, "chỉ là tấm ảnh. Trông có vẻ hiền lành. Anh quen biết người này sao?"

Rick lại giật mình. Carol lặp lại đúng câu hỏi mà Jack, anh

chàng đồng đội vui tính, hỏi anh khi cúi nhặt tấm ảnh bên cạnh xác người lính và đưa cho anh, "Cậu quen người này chứ?"

"Anh không quen," Rick lắc đầu. "Anh chỉ gặp có một lần, thật ngắn ngủi."

"Vậy sao anh lại hỏi em?"

"Anh đã giết người này." Rick nói sau ít giây im lặng, và anh kể vắn tắt về cuộc chạm trán bất ngờ giữa hai người.

Carol sững sờ, chặn bàn tay lên ngực mình, kịp ngăn một tiếng kêu. Cô trố mắt chăm chăm nhìn chồng mình như nhìn người nào xa lạ, nhưng rồi cô kịp trấn tĩnh lại.

"Chỉ là tự vệ," Carol thấp giọng, "anh đâu có chọn lựa nào khác. Nếu anh không nhanh tay hơn người lính ấy thì anh đâu còn ngồi đây được để kể em nghe chuyện này."

"Nhanh tay hơn?" Rick cười, miệng méo xệch. "Em tưởng như vậy sao? Anh lính quýnh đến độ không biết phản ứng như thế nào. Người nổ súng trước lẽ ra phải là anh ta chứ không phải anh, vì anh ta trông thấy anh trước."

"Vậy thì… vì sao anh ta không bắn anh?"

"Anh ước gì biết được câu trả lời," Rick gục đầu. "Câu hỏi đó theo anh suốt từ ngày ấy đến nay."

"Rick, nghe em nói này." Carol nói, sau một lúc im lặng. "Anh không có lỗi gì cả. Đấy là chiến tranh. Hoặc anh, hoặc người lính Bắc Việt ấy, chỉ một người được sống. Em tin chắc người lính chiến nào cũng làm giống như anh thôi. Anh phải quên tấm ảnh ấy đi. Đừng có tự dằn vặt mình như thế nữa."

"Đấy là chiến tranh", Rick từng nghe những bạn mình nói thế, có nghĩa là trong chiến tranh người ta được cấp giấy phép để có thể bắn giết kẻ đối đầu vô tội vạ. Đổ lỗi cho chiến tranh là cách tốt nhất để không phải bận tâm về những việc mình làm.

"Quên tấm ảnh ấy đi", đã có đôi lần Rick toan xé, đốt tấm ảnh ấy, nhưng rồi anh không thể. Cứ mỗi lần vừa lóe lên ý định ấy là anh lại bắt gặp ánh mắt nhìn của đứa bé, nửa buồn bã nửa trách móc, "Chú định làm gì vậy? Chú không làm vậy được đâu." Rick tưởng nghe được giọng nói thì thầm, tưởng thấy được cái lắc đầu nhè nhẹ của đứa bé.

Rick chưa bao giờ gặp lại người lính trong giấc mơ anh,

anh chỉ gặp có mỗi cô bé. Đứa bé trong ảnh bây giờ đã là cô gái xinh đẹp, chỉ có đôi mắt buồn buồn. Cô gái đứng xa xa, mỗi lần anh tiến lại gần định nói gì với cô thì cô từ từ biến mất. Cứ thế, những đêm trằn trọc, những tiếng kêu trong cổ họng, những lần choàng dậy trong cơn mơ. Carol cũng phờ phạc, mất ngủ theo anh. Rick trở nên ít nói hơn, nhiều lúc cô bắt gặp anh ngồi thẫn thờ nhìn thật lâu vào khoảng không.

"Hãy nghĩ lại đi, Rick." Carol tìm mọi cách thuyết phục chồng. "Anh đã sống sót trở về, trong lúc bao nhiêu đồng đội khác lại không được may mắn như anh. Nếu anh không làm vậy thì anh đã mất mạng rồi và tên anh được khắc trên bức tường tưởng niệm lính Mỹ hy sinh trong chiến tranh Việt Nam."

Câu nói của Carol làm Rick bất chợt lóe lên ý tưởng. Phải rồi. Anh sẽ mang tấm ảnh tới đó. Anh sẽ đặt nó dưới chân bức tường ấy, là cách người ta vẫn làm như đặt ở đấy những bó hoa, những kỷ vật thời chiến. Đấy sẽ là nơi thích hợp nhất cho tấm ảnh. Anh bộc lộ ý định ấy với vợ mình.

"Tuyệt!" Carol gật gật đầu. "Ý kiến hay đấy." Tất nhiên là Carol tán thành, cô thúc giục Rick xúc tiến ngay việc ấy và chỉ sợ anh đổi ý.

Sau khi hội ý với vợ mình, Rick ngồi viết lá thư ngắn gửi người lính trong ảnh.

Thưa anh bạn,

Xin tạ lỗi với anh về việc tôi đã làm. Tôi tin là anh hiểu, tôi không còn cách nào khác hơn. Nếu anh biết rằng tôi đã sống những chuỗi ngày thật nặng nề trong nỗi ray rứt, dằn vặt. Cuộc chiến mà chúng ta tham dự vào từ hai phía đối nghịch đã chấm dứt từ nhiều năm qua, tôi mong nhận được ở anh sự tha thứ giúp tôi tìm được sự bình an trong tâm hồn bên những người thân yêu trong những ngày còn lại ở thế gian này. Tôi tin là chúng ta sẽ gặp lại nhau vào lúc nào đó, sẽ không giống như cuộc gặp nghiệt ngã giữa hai kẻ đối đầu trong chiến tranh.

Hôm nay tôi gửi lại nơi đây tấm ảnh trong ví của anh mà tôi đã giữ trong suốt 22 năm. Tôi luôn cầu nguyện mỗi ngày cho linh hồn anh được thảnh thơi ở bên kia thế giới.

Rick Littrell (ký tên)

Xong, anh cho lá thư và tấm ảnh vào một phong bì, bọc trong một túi nhựa zipper.

Ít hôm sau hai vợ chồng đã có mặt nơi Bức tường Đá đen (*Vietnam Veterans Memorial*) ở Washington D.C. Rick nhẹ nhàng đặt bó hoa và phong thư dưới chân bức tường. Anh thắp ngọn nến nhỏ và lâm râm cầu nguyện. Xong, anh thổi tắt ngọn nến, đứng im một lúc rồi lặng lẽ đưa tay chào như cử chỉ từ biệt người bạn thân thiết, gần gũi trong bao nhiêu năm.

Xong, anh nắm tay Carol, vội vã rời khỏi nơi ấy. Rick quay nhìn lần cuối. Bức tường Đá đen vẫn im lìm, câm lặng.

Cuộc chiến bây giờ mới kết thúc

Câu chuyện tưởng chấm dứt, nhưng vẫn chưa ngừng ở đó. Ít năm sau, một người bạn thân của Rick, cũng là cựu chiến binh chiến tranh Việt Nam, làm việc ở thư viện thành phố, tìm đến anh.

"Tôi có cái này cho cậu," Don nói và đặt lên bàn làm việc của Rick cuốn sách bìa cứng. Tựa sách là *Offerings at the Wall.* Bìa trước là ảnh chụp Bức tường Đá đen và những bó hoa, những lá cờ, những vật lưu niệm đặt dưới chân tường.

"Chuyện gì vậy?" Rick hỏi.

"Cậu mở trang số 52 đi."

Rick làm theo. Trang sách mở ra. Hình ảnh đập vào mắt anh là tấm ảnh quen thuộc, tấm ảnh người lính Bắc Việt và đứa bé gái. Bên dưới là hình chụp những dòng chữ trong một lá thư. Rick nhận ra ngay nét chữ của mình.

"Sao lại có chuyện này?" Rick giật nẩy người. "Tôi không hiểu gì cả."

"Duke là người quản lý Phòng sưu tập nơi Bức tường Đá đen ấy," Don kể. "Anh ta có ý định xuất bản cuốn sách giới thiệu những món kỷ vật đặc biệt thu nhặt được dưới chân bức tường. Trông thấy chiếc phong bì cậu để lại nơi đó, anh ta mở ra xem và quyết định đưa ngay vào cuốn sách này. Tôi nghĩ cần cho cậu biết."

Rick ngồi chết lặng. Anh tưởng đã quên được tấm ảnh, nhưng cô bé lại quay về với anh. Cô không chịu rời xa anh. Ánh mắt buồn buồn của cô nhìn xoáy vào anh như trách móc, "Sao chú làm vậy? Chú không thể làm vậy."

Hai tay bưng lấy mặt, nước mắt Rick ứa ra.

"Cám ơn cậu nhiều, Don." Rick nói, sau ít phút im lặng. "Tôi biết mình phải làm gì."

Rick vẫn ngồi một mình bên trang sách sau khi Don rời đi. Cuốn sách in đẹp, trang trọng. Anh nhìn thật lâu tấm ảnh hai bố con người lính, tấm ảnh như chưa bao giờ rời xa anh.

"Này cô bé," Rick thì thầm, "cô muốn gì ở tôi? Cô muốn tôi phải làm gì bây giờ?"

"Chú biết phải làm gì mà." Rick nghe tiếng nói trong đầu mình.

Carol bước lại gần anh, cúi xuống trang sách mở rộng trên mặt bàn. Cũng như Rick, cô sững người. Cô ngồi xuống bên Rick, không ai nói với ai một lời.

"Anh biết mình phải làm gì," một lúc sau Rick nói nhỏ. "Anh phải trả tấm ảnh này về đúng chỗ của nó."

"Em không rõ ý anh?" Carol hỏi.

"Anh phải đi tìm đứa bé ấy," Rick nói. "Tấm ảnh phải được trả về tận tay cô bé, trả về cho gia đình người lính ấy. Chính anh, không phải ai khác, phải làm việc ấy."

"Để làm gì chứ?" Carol tỏ vẻ nghi ngại. "Anh không thay đổi được gì cả."

"Có chứ, Carol. Anh sẽ tìm được viên thuốc ngủ tốt nhất và sự an bình khi rời bỏ thế giới này."

Carol biết không gì có thể ngăn cản được Rick, làm như có tiếng gọi nào thôi thúc anh vậy. Cô cũng muốn một lần này nữa cho xong.

"Chuyện này cũng khó như mò kim đáy biển. Nhưng, nếu anh muốn vậy, em sẽ đồng hành với anh." Sau cùng, cô nói.

"Tốt lắm," Rick khẽ nắm bàn tay cô, "chỉ cần em gật đầu. Anh luôn cần có em."

Rick xúc tiến ngay việc ấy. Anh liên lạc với Duke, người biên soạn cuốn sách *Offerings at the Wall*, xin lại tấm ảnh. Sau đó anh tìm đến một nhà báo quen biết ở East St. Louis, thuật lại câu chuyện xoay quanh tấm ảnh ấy. Câu chuyện sau đó được đưa lên trang đầu tờ *Sunday Post-Dispatch*, tờ báo có nhiều độc giả ở địa phương.

Rick cắt trang báo ấy cho vào một phong bì, cùng với lá thư viết gửi về Đại sứ quán Việt Nam nhờ giúp đỡ tìm kiếm tin tức về gia đình người lính trong ảnh. Công việc xem ra không dễ dàng chút nào và Rick chỉ biết cầu nguyện. Rick đợi, đợi mãi, cho đến lúc anh ngỡ việc mình làm quả là chuyện "mò kim đáy biển" như lời Carol nói thì anh nhận được thư hồi đáp từ Đại sứ quán.

Tin ông rõ, chúng tôi vừa nhận được thư của một người tên là Nguyễn Văn Huy. Anh ta cho biết người lính trong ảnh là bố anh, tên Nguyễn Trọng Ngọc, và bé gái trong ảnh là chị của anh, tên Nguyễn Thị Loan, lúc 6 tuổi. Hai chị em hiện đang sống ở xã Đức Thắng, huyện Hiệp Hòa, tỉnh Bắc Giang. Ông có thể liên lạc với gia đình chị Loan theo địa chỉ bên dưới…

Qua lá thư, Rick biết được câu chuyện dẫn đến việc lần ra tung tích người trong ảnh: Một tờ nhật báo ở Hà Nội đưa tấm ảnh ấy lên trang báo với dòng ghi chú vắn tắt, "Độc giả nào có thông tin gì về người trong ảnh, xin liên lạc tòa soạn." Đến gần một năm sau, một cậu sinh viên xa nhà ở Hà Nội dùng tờ báo cũ để gói quà, gửi về cho mẹ mình ở làng quê. Bà mẹ nhận được quà, mở trang báo ra đọc, nhìn thấy tấm ảnh cha con người bộ đội, nhận ra người lính. Bà vội mang tờ báo sang làng bên cạnh, gõ cửa một căn nhà. Một người phụ nữ ra mở cửa. Bà cụ chìa tờ báo, chỉ tay vào tấm ảnh nói, "Người này là bố của cháu đây."

"Tạ ơn Trời," Carol vỗ mạnh vào vai Rick. "Anh sắp tìm ra được 'chiếc kim' ấy rồi."

Cỗ xe bắt đầu khởi động. Rick vội viết lá thư cho Huy, kể rõ câu chuyện về tấm ảnh và ngỏ ý muốn được đến thăm gia đình để trao lại tấm ảnh ấy. "Thư đi" khá lâu, không có "tin lại". Rick hoang mang, không rõ phản ứng của gia đình người lính như thế nào hoặc thư có đến tay người nhận. Cho đến một ngày, anh nhận được lá thư từ Việt Nam, tên người gửi là Nguyễn Văn Huy. Thư chỉ vắn tắt ít dòng, nói gia đình đã nhận được thư và sẵn sàng đón tiếp vợ chồng Rick khi có dịp nào đến Việt Nam.

Bàn tay đã chìa ra, Rick chỉ mong có vậy. Anh và Carol đã sắp xếp sẵn mọi thứ, chỉ chờ ngày lên đường. Với Rick, đấy còn là chuyến đi thăm lại một đất nước từng là "mảnh đất chiến trường xưa" hơn ba mươi năm về trước, khi anh còn là người lính trẻ của một bên tham chiến. Với Carol, đấy là chuyến đi đến một đất nước xa lạ, con người và ngôn ngữ cũng xa lạ, chưa kể những rủi ro khó mà biết trước được.

Rick thuê khách sạn ở Hà Nội. Nhờ sự trợ giúp của Đại sứ quán Mỹ, anh thuê được một chiếc xe, một người thông dịch tiếng Anh và tin đến gia đình Huy ngày anh và Carol đến thăm gia đình.

Hôm ấy không phải là ngày đẹp trời, xe khởi hành vào một sáng trời mây âm u. Người tài xế cho biết mất khoảng hai tiếng rưỡi từ đây đến một thôn làng nhỏ xa Hà Nội.

Xe chạy vòng vèo qua những con đường làng nhỏ hẹp, có lúc tài xế phải xuống xe hỏi thăm đường xá. Đến một lúc, anh ta chạy chậm lại, ra dấu, chỉ tay vào dãy nhà lụp xụp trước mặt. Từ xa, Rick đã trông thấy nhóm người, khoảng hơn hai chục người, đứng lố nhố, đón đợi trước sân nhà. Rick cố trấn tĩnh, hít một hơi thở sâu vào lồng ngực rồi thở ra từ từ. Anh không sao biết được những gì chờ đợi mình ở phía trước.

Xe đậu ở ven đường, tài xế mở cửa cho Rick và Carol bước ra, người thông dịch theo sau. Một tay ôm bó hoa cúc vàng, một tay cầm túi xách nhỏ, Rick sánh đôi Carol rảo bước về phía cổng nhà. Mọi cái nhìn đều đổ dồn về phía anh. Người thông dịch tiến đến trao đổi ít câu với người đàn ông và một phụ nữ đứng ngoài cùng. Rick dừng lại, lưỡng lự. Người phụ nữ chầm chậm bước lên giữa khoảng sân, nhìn chăm chăm vào Rick.

Rick khẽ rùng mình, tim anh đập mạnh. Anh tin chắc người phụ nữ đứng trước mặt mình là cô bé trong tấm ảnh năm xưa, tuy không tìm thấy nét gì quen thuộc giữa người và ảnh. Điều gì khiến anh tin vậy? Rick hiểu ra, chính là ánh mắt nhìn anh. Đôi mắt trông quen lắm. Đôi mắt gợn buồn, nhiều đêm theo anh vào trong giấc ngủ.

"Đây là chị Loan và anh Huy," người thông dịch chìa tay về người phụ nữ và người đàn ông đứng sau. "Còn đây là ông Rick."

Người đàn ông Mỹ tóc bạc trắng và người phụ nữ đứng sững nhìn nhau, bối rối. Rick quên mất mình nói gì, làm gì. Ít giây sau, như tỉnh người, anh bước lại gần hơn.

"Chào chị Loan," Rick nói, trao bó hoa cho cô.

Người phụ nữ nói cám ơn, đưa tay đón bó hoa. Rick rút trong túi áo mảnh giấy ghi câu tiếng Việt anh học được từ người thông dịch.

"Thưa chị," Rick bập bẹ, vừa nói vừa nhìn vào mảnh giấy. "Hôm nay tôi đến đây để xin hoàn trả lại chị và gia đình tấm ảnh mà tôi đã giữ suốt ba mươi năm. Xin tha thứ cho tôi."

Người phụ nữ cúi mặt, quay đi giấu giọt nước mắt ứa ra. Rồi cô bỗng nấc lên, tiếng khóc bật ra. Rick lúng túng, anh vỗ nhè nhẹ lên bàn tay cầm bó hoa. Hai chân muốn khuỵu xuống, cô ngã chúi vào Rick, ôm chầm lấy vai người đàn ông Mỹ xa lạ. Cô úp mặt vào ngực Rick, khóc rưng rức. Bàn tay Rick xoa xoa, vỗ vỗ vào lưng cô.

Một lát, đợi cho Loan trấn tĩnh lại, Rick ra hiệu cho Carol đưa cho anh chiếc túi xách. Anh lấy ra chiếc khung hình lồng tấm ảnh nhỏ, đưa cho Loan. Cô cầm lấy, mắt nhòe đi. Cô úp mặt vào khung ảnh, khẽ nấc lên. Trao chiếc khung ảnh cho người em đứng bên, cô lại dúi đầu vào ngực Rick, tiếng khóc vỡ òa. Rick cảm thấy bờ vai cô rung rung theo tiếng nấc nghẹn. Nước mắt cô thấm ướt ngực áo anh. Rick cố nén xúc động, anh không biết phải làm sao. Anh lại vỗ vỗ, xoa xoa vào lưng cô như cố xoa dịu một vết thương.

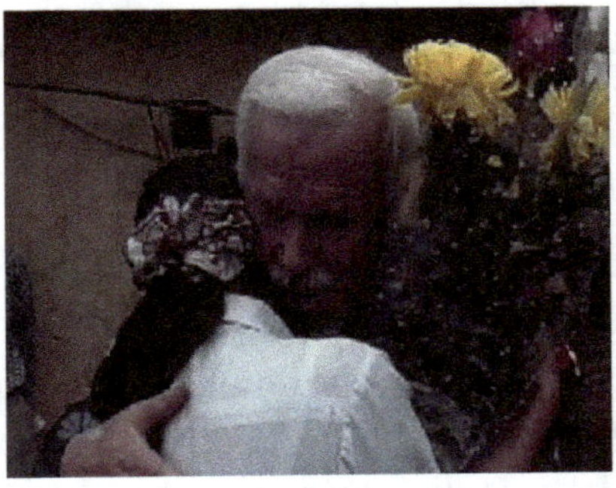

Carol bước lại gần đưa khăn giấy cho Loan, rồi quay nhìn hướng khác. Cô nhìn dãy nhà lợp tôn, cũ kỹ, lụp xụp. Cô nhìn những đứa trẻ lem luốc, đen đủi, giương to mắt nhìn cô và Rick. Cô nhìn nhóm người già trẻ đứng vây quanh, hẳn là những thân nhân, những người quen biết với gia đình này. Cô nhìn thấy vẻ hiền hòa trên những khuôn mặt, vừa tò mò vừa lộ vẻ xúc động.

"Cháu có oán hận tôi không?" Rick khẽ hỏi, qua người thông dịch.

Loan vẫn gục đầu lên ngực anh, khóc nức lên, không trả lời. Anh hỏi lại lần nữa. Cô ngước lên, nhìn Rick, ít giây sau cô nhè nhẹ lắc lắc đầu. Huy, người em cô, đến bên Rick.

"Chị Loan rất ít nói," Huy nói. "Chị ấy không oán ghét gì chú đâu. Ngày trước thì có, bây giờ thì không còn nữa. Chú không có lỗi, đấy là chiến tranh."

Đấy là chiến tranh. Carol từng nói vậy, những bạn bè anh từng nói vậy, và bây giờ Huy cũng nói vậy. Vẫn là mấy chữ ấy. Chỉ đơn giản là vậy sao?

"Chúng cháu oán ghét chiến tranh chứ không oán ghét chú," Loan bỗng ngước lên nhìn Rick, mắt đỏ hoe.

"Hai cháu không biết đâu," Rick trầm ngâm, "lẽ ra người chết phải là chú chứ không phải bố của hai cháu. Ông ấy nhìn thấy chú trước khi chú kịp nhìn thấy ông, nhưng không hiểu vì sao ông đã không bắn chú. Câu hỏi ấy theo chú suốt bao nhiêu năm nay."

"Đấy là phần số của bố cháu," Huy nói, sau mấy phút im lặng. "Chú đừng tìm kiếm câu trả lời nữa, chẳng thay đổi được gì đâu. Cháu cũng có nhiều câu hỏi và khi biết sẽ gặp chú cháu cũng định hỏi chú, nhưng bây giờ thì… cháu không muốn hỏi nữa. Chiến tranh đã đi qua. Mọi chuyện đã kết thúc như chiến tranh đã kết thúc." Anh quàng tay ôm siết vai chị mình, "Mọi người cần hướng về phía trước, cần sống cho những người thân yêu của mình."

Rick khựng người, mở lớn mắt nhìn người đàn ông. Anh chàng này là ai mà đã cho anh những lời khuyên thiết thực ấy? Anh ta nghĩ thế và nói thế, hay là anh ta nói thay cho bố mình?

"Cám ơn cô chú đến thăm và gửi chúng cháu tấm ảnh bố cháu," Huy nói thêm. "Ảnh này rất quý đối với chúng cháu."

"Chính chú mới phải cám ơn gia đình cháu đã tha thứ cho chú và cất dùm chú khối nặng đè trên ngực chú từ nhiều năm nay," Rick nói, áp bàn tay lên ngực mình.

Huy nói anh chưa nhìn thấy tấm ảnh này bao giờ. Cả mẹ

anh, khi còn sống, cũng không giữ được ảnh này. Ngày bố xa gia đình, đi biệt, anh chỉ mới 6 tháng tuổi, nên hình ảnh người bố chỉ là tấm ảnh đen trắng mờ mờ bên ánh nến lung linh trên bàn thờ.

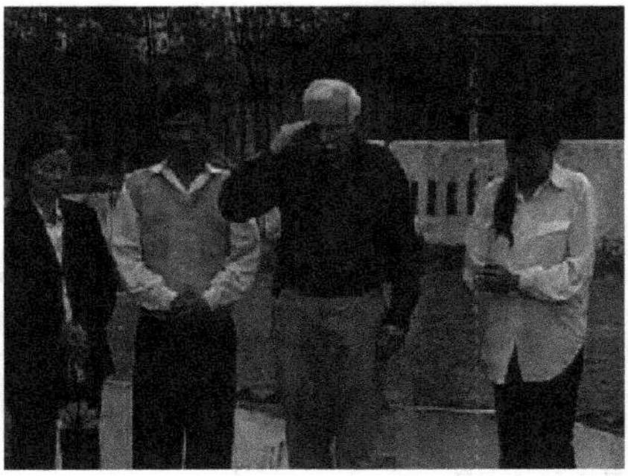

"Cô chú có muốn đi thăm mộ bố chị Loan?" người thông dịch ghé tai Rick hỏi nhỏ. "Ở gần đây thôi."

"Ô… vậy sao? Cậu hỏi giúp hai chị em xem có tiện không."

Mộ người bố nằm giữa cánh đồng gần nhà. Huy đưa mọi người đến đó. Nấm mộ thấp, đơn sơ, chỉ một tấm bia nhỏ khắc tên người lính.

Huy thắp nén nhang trao cho Rick. Anh đón lấy, vụng về làm theo động tác khấn vái của hai chị em. Xong, anh đứng thẳng người, chụm hai chân, đưa cánh tay lên chào, môi mấp máy một đôi câu với người dưới mộ.

Đã lâu lắm Rick mới tìm lại được cảm giác nhẹ nhõm như lúc này. Anh đứng yên một lúc, dõi mắt nhìn đồng cỏ rộng trải dài tận chân núi xa xa, nhìn những bông lau trắng phau đong đưa theo chiều gió và những bông hoa dại lay động nhẹ nhàng trên mộ người lính.

"Chú biết không?" Huy khẽ nói, "Khi thoạt nhìn thấy chú bước vào cổng nhà cháu, chúng cháu tin rằng linh hồn bố cháu ở trong chú, và ngày hôm nay bố đã trở về lại căn nhà của mình sau chiến tranh."

Rick lặng người. Anh muốn thốt ra câu gì đó nhưng cổ họng như nghẹn lại. Anh dang rộng cánh tay ôm chặt hai chị em một lúc, mắt nhắm lại, cố ngăn giọt nước mắt ứa ra. Đến lúc ra xe, anh và Carol lần lượt ôm hôn từng người trong gia đình, nói lời từ biệt. Xong, anh bước vội vào xe. Xe nổ máy, Rick ngoái lại nhìn. Loan úp mặt vào lòng bàn tay trong lúc Huy ôm vai chị mình, đứng nhìn theo.

Xe chạy chậm, để lại đám bụi nhỏ trên mặt đường gồ ghề. Từ lúc ấy cho đến khi ra khỏi con đường làng dẫn ra đường lớn, bốn người trên xe, Carol và Rick, người tài xế và người thông dịch, không ai nói với ai một lời nào.

Một lúc sau trời chuyển mưa, rồi cơn mưa nặng hạt rơi xuống. Rick chăm chú nhìn chiếc cần gạt nước chuyển động qua lại quét những màng nước chảy ràn rụa trên mặt kính xe. Carol ngồi sát vào anh hơn.

"Anh có tin là người chết có linh hồn?" cô hỏi khẽ.

Rick lặng thinh, không trả lời.

"Em nhớ Huy nói gì chứ?" một lúc sau, anh hỏi lại cô. "Đừng tìm kiếm câu trả lời nữa." Anh nói và mỉm cười, tìm bàn tay Carol.

Mưa mỗi lúc một lớn hơn.

Trong bài trả lời cuộc phỏng vấn của báo Mỹ sau chuyến đi ấy, Rick có đoạn nói:

Trong nhiều năm, tôi luôn cảm thấy nặng nề và ray rứt trong lòng mỗi khi nghĩ tới gia đình người lính ấy; tuy nhiên, là một cựu chiến binh, tôi không hề hối tiếc việc mình từng tham dự vào cuộc chiến đó, cuộc chiến mà biết bao đồng đội tôi đã hy sinh. Đấy là hai chuyện khác nhau, nói rõ là vậy. Tôi tin là gia đình người lính và mọi người hiểu được điều đó. Mỗi bên tham chiến đều chiến đấu cho niềm tin của mình. Niềm tin ấy ở trong tôi không hề lay chuyển.

Ở dòng cuối bài phỏng vấn, Rick nói lời sau cùng, "Với tôi, kể từ phút ấy, giây phút tôi đưa cánh tay lên chào người lính nằm dưới nấm mộ, cuộc chiến tranh đó mới thực sự kết thúc."

LÊ HỮU

** Viết phỏng theo bài báo NBC News, 25/5/2008*
Ảnh từ Youtube "Emotional Return to Vietnam"
https://www.youtube.com/watch?v=cwm0UEGQWjE

LƯU NGUYỄN TỪ THỨC
Tôi Nhớ Sài Gòn

Có những ngày tôi nhớ Sài Gòn
Không vì một điều gì rõ rệt
Chỉ gió thoảng qua hồn rất nhẹ
Mà tim tôi bỗng hóa thành sông.

Tôi nhớ những chiều chạy rong chơi
Ngắm những cánh diều bay trong gió
Những lần bắn bi lăn trên đất
Những ngày thơ dại nhớ một đời.

Tôi nhớ con đường quanh xóm nhỏ
Dẫn tôi qua những cánh đồng hoa
Nhớ tiếng chuông chùa ngân đâu đó
Và tiếng ve buồn giữa bao la.

Nhớ những ngày ngồi bên cửa sổ
Nghe mưa rơi, tưởng bước chân quen
Nhớ mái hiên xưa, hàng me cũ
Nhớ ánh mắt mẹ nhìn tôi dịu êm.

Sài Gòn đó, một thời tôi đã sống
Với trái tim chưa biết niềm đau
Với giấc mơ chưa mang màu xám
Và nụ cười chưa vướng bụi mai sau.

Giờ nơi đây, tôi người xa xứ
Mang trong tim quê cũ thân thương
Mỗi chiều xuống, lòng như chiếc lá
Rơi miền ký ức nhiều vấn vương.

Có những ngày chẳng nói cùng ai
Chỉ lặng lẽ viết tên Sài Gòn cũ
Như viết lại phần đời đã mất
Như giữ gìn ngày tháng không phai.

Về Lại Mùa Xưa

Chiều nghiêng bóng ngả bên sông
Nghe con gió hát trong lòng tuổi thơ
Cánh diều bay giữa trời mơ
Dẫn tôi về lại bến bờ ngày xưa.

Mẹ ngồi vá áo song thưa
Chị thì nhóm lửa sớm trưa bếp hồng
Tiếng gà gáy vọng ven đồng
Lúa thơm mùi nắng, mây bồng bềnh trôi.

Tôi đi qua những tháng rồi
Mang theo ký ức một thời rất xanh
Dẫu đời có lúc mong manh
Vẫn nghe quê gọi mộng lành xa khơi.

Có khi giữa phố đông người
Chợt thèm một tiếng ru hời năm xưa
Thèm mùi đất ẩm sau mưa
Thèm câu hát mẹ đong đưa ru mình.

LƯU NGUYỄN TỪ THỨC

ĐIỂM SÁCH

LƯƠNG THIẾU VĂN
VỤN VẶT GIỮA ĐỜI, MỘT CHẶNG ĐƯỜNG VĂN HỌC CỦA NHÀ THƠ TRỊNH BỬU HOÀI

*

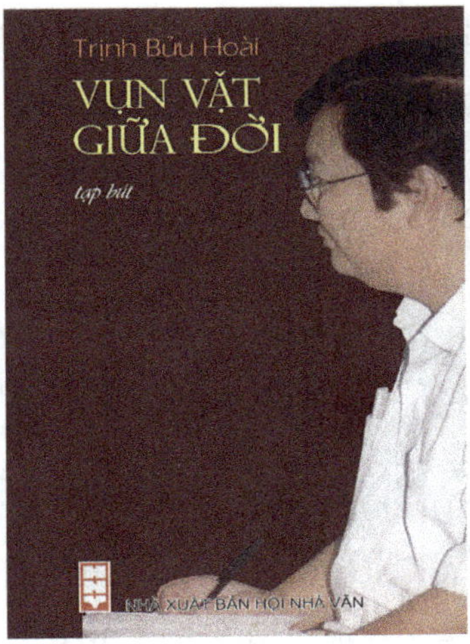

Một ngày cuối năm 2018 tôi có dịp về Châu Đốc cùng anh em văn nghệ của tập san Quán Văn khi ra mắt số Quán Văn chủ đề chân dung văn họcTrịnh Bửu Hoài. Trước khi chia tay anh tặng chúng tôi mỗi người một tập tạp bút *Vụn Vặt Giữa Đời.*

Tập sách dày hơn 800 trang do nhà xuất bản Hội Nhà Văn cấp phép. Khi nhận sách tặng tôi thầm nghĩ không biết bao giờ mình mới đọc xong tập tạp bút nầy vì đối với tôi nó quá đồ sộ.

Trong mùa Côvid năm nay, tôi có gởi tặng anh bộ sách thơ phổ nhạc 5 quyển và 2 tác phẩm mới in, anh gởi lại tặng tôi một số tập thơ của anh đã in trong những năm gần đây, điều nầy làm tôi rất vui bởi lẽ khi trở lại văn chương sau nhiều năm ngừng viết có lẽ tôi là người tiếp cận và đọc tác phẩm của anh rất trễ. Đặt mấy tập thơ mới nhận lên kệ sách nơi dành riêng cho các tác phẩm Trịnh Bửu Hoài mà tôi có được từ trước, tôi bắt gặp tập tạp bút *Vụn Vặt Giữa Đời* ở đó, trong đầu tôi chợt có một suy nghĩ: Sao mình không dùng thời gian để đọc tác phẩm nầy một lần trọn vẹn nhỉ?Tôi có một thói quen mỗi khi nhận một sách của bạn văn gởi tặng cho mình là đọc lướt qua bằng cách đọc nhảy cóc những bài thơ hay bài văn mà mình cảm thấy ấn tượng sau đó để vào kệ sách và nếu có thời gian sẽ đọc kỷ hơn. Tập *Vụn Vặt Giữa Đời* của anh tôi cũng đã đọc như thế. Té ra khi bắt đầu đọc kỹ và nghiêm túc, tập tạp bút của anh viết không khô khan như ta tưởng mà nó lại hấp dẫn và lôi cuốn ngay từ đầu bởi những câu văn được viết bằng tình cảm, tấm lòng và sự chân thật không thể nào hơn được.

Như chúng ta biết nhà thơ Trịnh Bửu Hoài yêu văn chương từ nhỏ, cho đến nay anh đã xuất bản trên 50 tác phẩm gồm cả thơ lẫn truyện, tiểu thuyết, du ký, biên khảo... còn thơ văn in chung trong các sách khác thì nhiều lắm khó có thể kể hết được, nói như thế để thấy được việc sáng tác và cống hiến cho văn chương nước nhà của anh đáng nể biết bao nhiêu.

Đọc *Vụn Vặt Giữa Đời* của Trịnh Bửu Hoài điều đầu tiên tôi rút ra được anh là một trong những người cẩn thận đối với văn chương đã tập hợp những bài viết về thơ, truyện, tản văn mà anh cho là khá tiêu biểu vào một tập sách. Ngoài ra trong tập sách còn có những bài viết về một nhận định, chuyên đề mà anh tham gia hoặc để ý tới, những bài phỏng vấn của báo chí, nhà phê bình về thơ văn anh. Anh còn góp nhặt những bài viết nhận định về thơ truyện của anh từ các nhà nghiên cứu phê bình có tiếng tăm đến các bạn văn đồng nghiệp, đặc biệt anh rất trân quý những bài viết của lớp trẻ viết về mình, chính điều đó cho ta thấy anh luôn để ý lắng nghe các ý kiến khác nhau về tác phẩm để viết sao cho có tình có nghĩa với con người quê hương đất nước mà mình đang sinh sống tồn tại.

Tập tạp bút *Vụn Vặt Giữa Đời* có hai nội dung chính:

Phần đầu đề cập đường đến văn chương của nhà thơ Trịnh Bửu Hoài: Những ký ức về thời đi học, mối quan hệ trong gia đình, về trường học, về những người thầy ảnh hưởng đến niềm say mê văn chương của anh và trên hết là năng khiếu của anh sớm bộc lộ từ nhỏ được nhà thơ thủ thỉ tâm tình một cách cởi mở. Trong phần nầy Trịnh Bửu Hoài muốn dẫn dắt người đọc đến việc hình thành niềm say mê văn chương của anh từ đâu mà có; cũng ở phần "Trước khi vào sách" anh tâm sự một cách thật lòng: *"Khi bước vào cuộc văn chương, tôi làm thơ, vì mê thơ... Thuở ấu thơ, nghe những lời ru của mẹ; thời tiểu học, học những bài ám đọc; tâm hồn tôi lâng lâng vì những vần điệu ru hồn ấy."*

Trong bài "Thời tôi đi học" ta bắt gặp một Trịnh Bửu Hoài với một tâm hồn ngây thơ trong trẻo khi để ký ức ngày tháng cũ ùa về khi nói đến những năm tháng thơ dại ấy: nói về cha, ông nội, cô út, ngôi trường sơ cấp Miếu Điền và những người thầy đầu tiên của mình với một lòng thương yêu và chính những mái trường mà anh đã trải qua từ trường tiểu học Mỹ Đức A, trường trung học tư thục Hòa Bình, trường công lập Thủ Khoa Nghĩa. Chính từ ngôi trường công lập nầy tình yêu văn chương của anh phát tiết và bắt đầu được thầy cô, bạn bè biết đến nên dù sau đó vì tình trạng quân dịch anh phải chuyển về Long Xuyên học các trường tư thục như Bồ Đề, Phụng Sự nhưng vẫn không quên tham gia viết báo, làm văn nghệ với các bạn bên trường Thoại Ngọc Hầu như anh kể trong bài "Thành phố Long Xuyên và tôi"

Hình ảnh những người thầy giúp rèn nên nhân cách tình yêu văn chương cho anh sau nầy như thầy Phan Văn Nhựt, thầy Nguyễn văn Hầu cũng được anh nhắc đến với lòng tưởng nhớ và kính trọng biết bao.

Tiếp theo tập tạp bút anh chọn lọc những bài tạp văn, du ký, biên khảo ngắn khác để đưa vào tập tạp bút, có lẽ những bài nầy ít nhiều anh chưa đưa vào các tác phẩm mình đã in, hơn nữa nó ghi đậm dấu ấn về một vùng đất đã cưu mang anh từ nhỏ và hình thành một nhà thơ Trịnh Bửu Hoài được nhiều người biết đến như ngày nay. Những kỷ niệm về mối quan hệ khắng khít trong gia đình được anh nói đến trong "Ký ức ngày xuân". Anh tham gia nhiều cuộc hội thảo, bắt đôi chân mình phải đi không ngừng và ghi chép tỉ mỉ những nơi mình đã đi qua để có những bài du ký, những bài biên khảo có giá trị để giới thiệu đến mọi người về một vùng đất biên viễn miền Tây của đất nước đang từng ngày thay đổi: *Một vùng công nghiệp không khói, Người góp phần khai mở nền văn xuôi miền Nam, Một góc nhìn về tiểu thuyết đồng bằng sông Cửu Long, Nét đẹp người Chăm, Đua bò ở Bảy Núi, Châu Đốc tân cương, Tao đàn Chiêu Anh Các, Miếu tiên sư, Thành phố ngã ba sông, Thiên Cấm Sơn, huyền bí và thơ mộng, Vùng đất biên cương có nhiều sản phẩm du lịch trời cho, Miếu Bà Chúa Xứ núi Sam, một di tích tín ngưỡng dân gian độc đáo của vùng biên thùy Tây Nam bộ...*

Anh còn có các bài viết thể hiện tình cảm gắn bó thân thiết với bạn bè văn nghệ: Những người được anh nhắc đến có thể lớn hơn anh nhiều tuổi như nhà thơ Viễn Phương, nhà văn Mai văn Tạo, Kim Đan, Kiên Giang, Mang Viên Long, Ngô Nguyên Nghiễm hay những người đồng trang lứa như Phạm Hữu Quang, Lâm Tẻn Cuôi, Nguyễn Thành Xuân, Tường Vân, Trung Nguyên, Tô Bửu Lưỡng, Dương Anh Chiến, Thùy Linh Thụy Vũ, Võ Chân Cửu... khi nói về họ anh luôn giữ được niềm tôn kính, thân mật gần gủi một cách chân tình. Chẳng hạn khi nói về Phạm Hữu Quang trong bài: "Giang hồ trong cõi thơ cõi người" bằng mấy câu chí tình:

"Nhiều người thuộc và thích hai câu thơ trong bài Giang Hồ của Quang:

...Giang hồ ta chỉ giang hồ vặt
Nghe tiếng cơm sôi cũng nhớ nhà.

Quang viết khiêm tốn vậy thôi, chứ Quang đi giang hồ là giang hồ thiệt. Mê bạn, khoái rượu, thích ăn ngon... quên cả đường về. Quang chịu đi là cạn túi mới quay về.

Tôi vẫn chơi thân với Quang, dù tính cách hai người khác nhau, chỉ có một điều chúng tôi gặp nhau: mê thơ, và biết trọng nhau dù trong hoàn cảnh nào. Quang và tôi vẫn đối xử với nhau một mực như thuở ban đầu."

Tôi vẫn nhớ như in bài thơ "Bạn tôi" trong bài "Người bạn thơ bạc mệnh" khi anh viết về Lộc Vũ:

Bạn dừng chân phiêu bạt

Về bên bến quê buồn
Quanh năm nghề hạ bạc
Neo đời một khúc sông.
...

"Từ úa vàng tâm sự đến trái tim không già" nói về nhà thơ Kim Đan với bao kỷ niệm khi làm tờ tập san Khuynh Hướng số 1, *Giật mình tóc trắng như sương, Mãi mãi những bóng hình, Hương từ góc khuất bay xa, Không thể nào quên, Vĩnh viễn là người phương x*a cũng thể hiện những hoài niệm về tình bạn chân thật đậm nét tâm tình biết bao.

*

Phần hai anh gọi là phần phụ lục gồm hai ý: phỏng vấn và tình văn.

Nói là phần phụ lục nhưng theo tôi nó không kém phần quan trọng khi muốn tìm hiểu về con đường văn chương của nhà thơ Trịnh Bửu Hoài. Để nắm bắt được hai ý nầy tôi nghĩ các bạn nên đọc lại cảm nhận của anh được in trên tai trước và tai sau của bìa sách:

Tôi viết để trút tâm sự của mình lên trang giấy, để chia sẻ cảm xúc với những người đồng cảm, để đem cái đẹp mình cảm nhận được đến với mọi người.

Tôi làm thơ là để giãi bài nỗi lòng của mình. Một phút trải lòng trên trang giấy tôi thấy mình được sống thêm một chút trong đời sống tinh thần; thả được nỗi buồn xuống trang giấy thấy lòng mình nhẹ đi...Tôi làm thơ bằng cảm xúc, nên trước hết thơ là của riêng tôi, sau đó thơ sẽ là của những ai có sự "gặp gỡ" với nỗi niềm của tôi. Mỗi người làm thơ đều có độc giả của riêng mình. Không thể làm thơ bằng "trái tim tập thể" để cầu mong có số lượng độc giả là "mọi người".

Thời đẹp nhất của mỗi người rồi cũng qua đi, ta hãy sống hết mình bằng trái tim cháy bỏng để sau nầy không phải quá nhiều luyến tiếc...

Với nghề: "Với tôi, nghề văn cũng như mọi nghề khác trong xã hội, chỉ khác nhau ở chức năng mà thôi. Nghề nào cũng có nhân cách và tài năng. Ai giỏi nghề thì đắt khách. Ai có lương tâm thì tồn tại." Trong văn chương lòng đố kỵ luôn làm cho con người trở nên thấp kém và cũng tự hủy hoại sự nghiệp mà mình đeo đuổi. Bản thân tôi cũng bị những kẻ như thế làm hại mình nhưng mình vẫn đứng lên được trên đôi chân của mình.

Và trong bài viết ngắn "Trước khi vào sách" anh có viết: *"Tôi là người cẩn trọng giữ gìn bản thảo không những của mình mà của cả bạn bè... Và tôi cũng rất cảm động khi đọc lại những bài bạn bè, đồng nghiệp viết về mình dù những nhận định, cảm xúc chủ quan hay khách quan, dù chính xác hay không, tôi đều trân trọng tấm lòng bè bạn, đồng nghiệp đã dành cho mình, xem đó là những động lực quí báu, những việc làm đầy ý nghia góp sức cho tôi đi tới con đường dài không bến đỗ. Tôi cũng xin đưa vào tập sách nầy trong phần phụ lục như một kỉ niệm trong đời cầm bút , dù nó rất riêng nhưng cũng không có gì quá đáng khi được mọi người chia sẻ"*

Ở điều nầy thì tôi rất đồng tình với ý kiến của anh, nên khi đề cập tôi chỉ xin được trích dẫn một số lời phỏng vấn hay cảm nhận về tình văn của đồng nghiệp, bạn bè dành cho anh mà không thêm thắt hay chen vào ý kiến riêng của mình để nó khách quan hơn.

Phần phụ lục phỏng vấn ta bắt gặp một số tên tuổi thân quen trên văn đàn như: Đynh Trầm Ca, Đoàn Thạch Biền, Phạm Chu Sa... Cho thấy độc giả dành thiện cảm cho anh rất nhiều, lứa tuổi tìm đọc sách của anh được lớp trẻ đọc nhiều hơn người lớn, tôi cho đó là một thành công của anh và anh lí giải về điều nầy: *"Tôi viết về đề tài tình yêu... Tôi đã sống trong thế giới tình yêu từ thời học sinh, và đó là thời đẹp nhất của đời tôi, nên đã có ít nhiều ảnh hưởng đến trang viết của mình. Trong tiểu thuyết của tôi thường có những chương thuần túy tình yêu, mơ mộng, mô tả những cảnh đùa vui, vô tư của tuổi trẻ. Độc giả lớn tuổi cho rằng những đoạn nầy không cần thiết, nhưng các bạn trẻ thì rất thích. Tôi nghĩ, văn học không chạy theo thị hiếu, nhưng không thể không cần độc giả."*

Cũng qua các bài phỏng vấn ta bắt gặp một Trịnh Bửu Hoài suy tư về sự phát triển của văn chương, về vùng đất mà anh khi đó với cương vị chủ tịch Hội Văn học nghệ thuật tỉnh An Giang trả lời nhà văn Đoàn Thạch Biền đăng trên tập san Áo Trắng số

61, tháng 3-2002: *"Để có lực lượng kế thừa, chúng tôi luôn quan tâm phát hiện và bồi dưỡng các cây viết từ cơ sở, trong đó nguồn lớn nhất là trong trường học. Chúng tôi đã tổ chức giải thưởng văn chương Thủ Khoa Nghĩa hằng năm trong các trường trung học, hiện nay đang phát động giải lần thứ 9. Qua giải nầy chúng tôi đã có một số cây viết trẻ triển vọng và đang trưởng thành như: Trí Tính, Ngọc Diệp, Trương Thị Thanh Hiền, Đặng Ngọc Kiều Oanh, Nhâm Quí Phương... Câu lạc bộ Văn thơ của trường đại học An Giang đã có nhiều buổi giao lưu với văn nghệ sĩ của hội. Chúng tôi dự định sẽ liên kết với trường để in tuyển tập thơ văn của sinh viên."*

Và anh đã có lời nhắn gởi đến các bạn đọc Áo Trắng khi phóng viên Hồ Quốc Nhạc đề cập đến mà tôi nghĩ cũng là lời nhắn gởi chung đến lứa tuổi học sinh đang tràn đầy sức sống có những ước mơ đang ấp ủ thực hiện: *"Tôi xin nói riêng với các bạn đang mặc áo trắng, đang sống trong tuổi hoa niên: Thời đẹp nhất của mỗi người rồi sẽ qua đi, các bạn hãy sống hết mình bằng trái tim cháy bỏng để sau nầy không quá nhiều luyến tiếc..."*.

Trong phần phụ lục 2 Tình Văn: Đây là phần nhà thơ Trịnh Bửu Hoài góp nhặt lại những bài viết về thơ, tiểu thuyết, bút ký, biên khảo của anh... được các nhà nghiên cứu phê bình, các bậc đàn anh, bạn đồng nghiệp, ngay cả các bạn viết trẻ đang tập tành vào văn chương anh cũng trân trọng đưa vào, bạn đọc có thể thấy ở bìa sau của tập tạp bút nầy nhà thơ Trịnh Bửu Hoài đã lược trích những nhận định về thơ văn của anh của các nhà thơ, nhà văn có mối quan hệ gắn bó với anh nhiều năm nay, nên ở phần nầy tôi cũng chỉ làm công việc của người trích dẫn lại những lời nhận định khác còn lại nhằm làm nổi bật thêm tình cảm và những nhận định khác về văn chương của Trịnh Bửu Hoài mà thôi:

- Theo Lục Tùng: Thơ Trịnh Bửu Hoài thường nhẹ nhàng như tiếng sương buông, như hồn thu phả vào hồ tĩnh lặng... nhưng gợi cho ta những bất ngờ thi vị:

Một vầng trăng
Rụng xuống đồi
Cỏ năm giếng nước

Cùng phơi bóng vàng
Một mình em
Giữa nhân gian
Có nghìn giếng mắt
Cũng mang nỗi buồn
(Ngũ Hồ Sơn)

- Hồ Ngọc Mân cũng có nhận xét khá hay về thơ thiếu nhi của Trịnh Bửu Hoài qua bài viết "Thơ cho tuổi thơ của Trịnh Bửu Hoài":

"Thơ thiếu nhi của Trịnh Bửu Hoài mang được chất tươi trẻ, hồn nhiên, trong sáng, nhí nhảnh của tuổi thơ. Bằng hình ảnh chân thực thiết tha của một thanh niên đối với các em thiếu nhi, Trịnh Bửu Hoài đã sáng tác được nhiều bài thơ hay."

- Nguyễn Thanh Nhã có nhận định về truyện, du ký của anh:

"Ngoài thơ, tôi cũng đã đọc một số truyện dài, truyện ngắn, du ký của Trịnh Bửu Hoài như Tình yêu trong veo, Mùa hội vía, Non nước Hà Tiên. *Về lĩnh vực nầy anh cũng có biệt tài với lời văn ngắn gọn, bố cục chặt chẽ dễ cuốn hút người xem và nhất là ý tưởng trong sáng trong cốt truyện, gần gũi đời thường không xa rời thực tế."*

(Nhà thơ Trịnh Bửu Hoài, người con của vùng đất trù phú An Giang)

-Trong bài "Vài cảm nghĩ khi đọc *Thơ thời áo trắng* của Trịnh Bửu Hoài" của Lê Minh tôi bắt gặp cảm nghĩ đồng điệu: " *Thơ thời áo trắng của Trịnh Bửu Hoài có sức truyền cảm lạ lùng: vừa nhẹ nhàng vừa sâu lắng. Tập thơ chẳng những hấp dẫn người đọc bằng hình thức trình bày trang nhã, tươi tắn mà suốt 45 bài thơ đã tỏa ra một cảm tình dạt dào, long lanh, trong sáng. Nói cách khác, toàn tập thơ được ướp toàn một chất men tình đằm thắm, dễ làm say đắm lòng người."*

-Trong bài "Trịnh Bửu Hoài, nguồn thơ như dòng chảy êm đềm, bất tận của những nhánh sông rạch đồng bằng, hiền hòa và long lanh vẻ đẹp", Nguyễn Lang Quân cũng có nhận định về thơ tình của anh: *"Thơ tình của Trịnh Bửu Hoài là một nhịp thở nhẹ nhàng, đầm ấm, ngát hương tình ái. Với tình yêu, anh không có thái độ thống thiết kêu gào, hay bi lụy, thở than, mà lúc nào anh cũng nhìn người tình qua ánh mắt long lanh của một kẻ tình si đầy ngưỡng vọng".*

Nhà thơ trẻ Vĩnh Thông khi cảm nhận về tập thơ *Ký ức* của anh cũng có lý lẽ riêng của mình: "... *Có lẽ tập thơ* Ký ức *là một tác phẩm khá ấn tượng trong số "gia tài" văn chương của Trịnh Bửu Hoài tính đến nay. Ấn tượng bởi một lẽ, tập thơ đầy tâm sự, hoài niệm với quê hương, với bạn bè, với những vùng đất mà tác giả đã đi qua trong hơn nửa đời người, đúng như tên của nó:* Ký ức."

Nói thật lòng nếu nhà thơ Trịnh Bửu Hoài không xuất bản quyển tạp bút *Vụn Vặt Giữa Đời* thì những người yêu văn thơ của anh có thể không nghĩ đến những tác phẩm của anh xuất bản được nhiều đến thế, anh có thể phóng bút viết nhiều thể loại từ thơ, truyện ngắn, bút ký, du ký, biên khảo mảng nào anh cũng để lại những dấu ấn đậm nét khó phai, nhưng anh vẫn luôn trung thành với một thể loại gắn bó với anh từ thời đi học: đó là thơ. Đối với tôi, thơ Trịnh Bửu Hoài, dù sáng tác qua rất nhiều thời gian khác nhau, trải qua nhiều biến thiên của thời cuộc, tuổi tác vẫn luôn luôn trong trẻo, hồn nhiên, dòng thơ của anh như một dòng chảy chuyên chở phù sa màu mỡ tưới mát cho cánh đồng văn chương chữ nghĩa mang đậm tình yêu quê hương, tình người, tình bạn, mang đậm nét hiền hòa hồn hậu người dân miền Thất Sơn một thời là vùng biên viễn xa xôi của đất nước.

Và người quan tâm có thể khái quát sự nghiệp văn chương của anh qua các bài phóng vấn, những bài cảm nhận, phê bình nghiên cứu các tác phẩm văn học của anh qua ngòi bút của các bạn văn gần xa từ Bắc vào Nam, như vậy *Vụn Vặt Giữa Đời* chẳng phải là một tác phẩm cần thiết đối với những ai yêu văn thơ của Trịnh Bửu Hoài hay sao?

LƯƠNG THIẾU VĂN

HÀ BẠCH QUYÊN

Sao quên chuyện ngày mưa

Và vai em trĩu gánh đời nỗi
ngặt sao quên chuyện ngày mưa nơi
cầu Calmet bàn tay anh đơm
hoa cây cành em cũng bàn tay

anh như xây huyệt mộ cho đời
em nhớ con mèo ngày xưa khi
ta yêu nhau anh lại cưng nó
như em giờ con mèo chết từ

lâu ơi! nay tình hai ta chẳng
khác Mẹ hỏi sao không thấy anh
ghé lại và ngàn lần ngàn lần
câu hỏi này cứ thế lập lại

hay không chừng diễn ra em chỉ
ngậm ngùi không trả lời trả vốn
chi với Mẹ yêu khi đời nến
bạch lạp nhân nghĩa que diêm tình

yêu ánh chớp địa ngục thân quen
thiên đàng xa lạ hạnh phúc như
kẻ thù khổ đau gần như bè bạn...
nói gì kia ơi ...ơi ánh sáng ..!!

HÀ BẠCH QUYÊN

LÊ HỮU MINH TOÁN.
TÌNH THƠ

Đọc thơ, tìm người
Người đẹp như mơ
Nên ta yêu người
Như đã yêu thơ

Người vừa cho ta
Một trời " Thu Tím "
Tình gầy thiết tha
Hồn đau mấy bận

Khuya nghe tiếng buồn
Rơi trong im vắng
Chợt nghe tiếng phone
Lao xao đồng vọng

Bên kia đầu dây
Ngọt ngào tím Huế
Người từ chân mây
Trắng ngần lụa mỏng

Ta bơi giữa dòng
Houston - Dallas
Trăn trở qua phone
Mỏi mòn cánh vạc

Tim ta mệt nhoài
Tình thơ " Mây Trắng "
Vệt nắng mau phai
Tình ơi! Hụt hẫng….!

@ LÊ HỮU MINH TOÁN.

TUỆ TRUNG
Quà Tặng Mùa Xuân

Em tặng Anh một nhánh mai vàng
của Sài gòn mùa Xuân
Anh hãy nhớ chúc mừng
cho Em thêm một tuổi,
tuổi của bâng khuâng
của xôn xao năm mới, xôn xao Tết
Yêu Anh, yêu Anh, thêm nhớ nhung.

Anh tặng Em một chùm phượng vĩ
của Huế mùa Hè
Thuở của học trò áo tím
và những mối tình si
của quê hương ta, của khổ đau, ly loạn
người xa nhau, không hẹn được ngày về.

Em gửi Anh một cánh đồng hoa dã quỳ
của Đà lạt mùa Thu
ở đây có buổi chiều se lạnh
và buổi sáng sương mù
Em đang đứng giữa rừng hoa vàng đó.
Rất hoang sơ
Và Anh thì đang mãi trong Em.
Vô cùng rực rỡ.

Anh gửi Em một giò hoa lan dại
của cao nguyên mùa Đông
Nơi có bạt ngàn đồi núi chập chùng
theo nhau như bóng tối
theo nhau như đêm không cùng

Nhắc lại cho Em về một thời chinh chiến
Vẫn còn quanh đây là những hạt bụi hồng.

Mùa xuân này Anh sẽ gửi về tặng Em
một cành hoa đào từ thủ đô nước Mỹ,
hãy gửi lại cho Anh mùa xuân Sài gòn
và một chút Tết
tất cả đã gần như phai mờ trong ký ức,
Để cho Anh còn được giữ trong tim
hình ảnh của quê hương mình,
dù chỉ còn trong hoài niệm.

THẾ NÀO LÀ TÌNH YÊU

Cô ấy gọi tên tình yêu
là mật ngọt
Vì đang được sống trong đó rất bình yên
được nghe hát ru bằng tiếng chim hót
và những bài ca rất dịu hiền.

Anh ta nói tình yêu là giọt máu
đổ lên bức tranh
vẽ hai kẻ đang yêu nhau
nhưng hạnh phúc thì đen như ngục tối
bởi lẽ vừa tan vỡ mối tình đầu.

Này em gái, tình yêu có mùi vị gì, em có biết?
mặn đắng,
ngọt bùi hay chua cay?
Xin thưa, hình như là tất cả
thêm chút men nồng,
thêm ngất ngây.

Này em gái, tình yêu có mùi vị gì, em có biết?
mặn đắng,
ngọt bùi hay chua cay?
Xin thưa, hình như là tất cả
thêm chút men nồng,
thêm ngất ngây.

Cậu bé kia hỏi tình yêu là gì,
thưa anh hoạ sĩ?
Là một hộp thuỷ tinh trong vắt
Trong ấy có lấp lánh vô số những sắc màu
Nên không thế nào phân biệt
để biết được tình yêu thực sự sẽ ra sao.

Tình yêu ở nơi nào mà mãi đi tìm kiếm?
Chàng thi sĩ nhắm mắt nghĩ suy
câu trả lời luôn ở trên bàn phím.
đó là một dấu chấm than và dấu hỏi
chứa đầy nỗi say mê.

Nhạc sĩ ơi, tình yêu là gì vậy?
thực lòng quý vị có muốn biết hay chăng?
thì hãy yêu một lần,
một lần thôi cũng đủ
và lắng nghe trái tim gõ nhịp của tiếng lòng.

Xin nói về tình yêu, thưa ngài hiền triết?
Này bạn, tình yêu có ở khắp nơi
trong sâu thẳm của những tấm gương soi
đang bị phủ mờ bằng hơi nước nóng
lau đi thật khô,
bạn sẽ thấy tình yêu đang khóc hay cười.

TUỆ TRUNG

TIỂU LỤC THẦN PHONG
ĐOẠT GIẢI NOBEL

Hắn ngồi lì cả mấy giờ rồi, cứ bóp trán, nhíu mày cố suy tư tầm tứ để viết cho xong mẩu truyện ngắn mà lòng ấp ủ bấy lâu nay. Khổ nỗi cái đầu mít đặc chẳng có tứ nào nảy ra, rị mọ, hý hoáy hoài mà chữ không lấp kín trang vở học trò. Lòng dạ hoang mang nhưng cũng phải tạm dừng vì thấy bà vợ cứ đi ra đi vào đá thúng đụng nia, mặt mày xưng xỉa chửi chó mắng mèo, đôi lúc lại cạnh khóe bóng gió:

- Ối giời cao đất dày ngó xuống mà xem này!Có ai khổ như mụ gái già tôi không? Quanh năm cực nhọc làm ăn để nuôi báo cô, khéo bày trò văn vẻ…

- Này, này! Bà đừng có mà mồm loa mép giải đấy nhé! Bà bảo ai báo cô?

- Ừ thì tôi bảo báo cô đấy! ai báo cô thì tự mà biết lấy, đây không dư nước dãi mà giải thích. Thời buổi này không lo làm ăn kiếm đồng tiền đong bát gạo, suốt ngày cứ ngồi lì ra đấy, rồi mơ mộng chữ với chả nghĩa, rõ vớ vẩn! Mớ chữ ấy có mua nổi một miếng vá trên cái váy đụp của tôi không nào?

- Bà đừng có mà chanh chua chát khế như thế nhé! Bà xúc phạm tôi thì được nhưng đừng động đến văn chương chữ nghĩa! Đàn bà đái không khỏi ngọn cỏ biết gì mà lu loa lắm mồm, rách việc!

- Ối giời ơi, bớ làng nước ơi! Lại mà trông lão Thộn mắng tôi đây này! Này bà bảo cho mà biết nhá! Gái già này nào dám nói chuyện văn chương! Thiên hạ đoạt giải này giải nọ thế ông có giải gì? Giải rút lưng quần hả? Có giỏi thì tranh đoạt với thiên hạ, tôi nghe giải nô beo nô biếc chi đó danh giá lắm, tiền thưởng cả triệu đô la Mỹ. Ông cố lên đấy nhá, đoạt giải ấy để gái già này nở mặt nở mày với họ hàng làng nước. Tôi xem ti vi tối qua nghe anh Bảy nói nhà văn ta phải đoạt cho được giải nô beo đấy nhá!

Nói xong bà vợ cười the thé, cười nham nhở nhe hàm răng cái rụng cái sâu. Bà ấy ngồi phịch xuống đất vén váy đụp lên chùi nước dãi leo ra hai mép. Y ngán ngẩm và cũng thấy xấu hổ trong lòng, không muốn tranh cãi với đàn bà nhưng xét ra bà ấy cũngcó lý, mặc dù bà ấy mỉa mai dấm dẳng thật sâu cay. Y biết cãi với đàn bà là dại. Anh hùng cái thế trong thiên hạ đánh Đông dẹp Bắc oai hùng là vậy nhưng về đến nhà là một phép nhất vợ nhì giời. Mình là tay hàn sỹ thì làm sao chống nổi bà, thượng sách vẫn là chịu phép, hơn nữa bọn chữ nghĩa vẫn kháo nhau "kính vợ đắc thọ" kia mà. Y bỏ bút giấy chỏng chơ trên bàn, bước ra nhà sau lấy cám cho lợn ăn rồi tắm lợn, hốt phân, quét rác… Tuy thân làm nhưng tâm y vẫn không dứt ra khỏi cái luồng suy tư về tứ của mẩu truyện đang định viết. Thật lòng thì y cũng có phần chán nản vì mình bất tài vô tướng, đã thế cộng với sự chụp mũ hồ đồ của bà vợ nên tâm tư lăn tăn bất an. Bà ấy tuy cay nghiệt nhưng thật tế, thời buổi này mà ngồi viết thì đến cám lợn cũng không có để mà húp. Y lấy chổi xể cọ chuồng lợn mà lòng tức tưởi, nghĩ đến thằng Thái bạn cùng làng, ngày xưa học chung lớp, nó dốt đặc cán mai, ấy vậy mà giờ làm đến bí thư tỉnh Q. Thằng Đức cũng thế, một chữ bẻ hai không thuộc, chuyên trốn học đi đánh đáo nhưng nay làm tổng giám đốc công ty quốc doanh Thuận Thiên Thành. Hồi nẳm, khi thi tốt nghiệp cả hai đứa mua bằng B tiếng Anh nộp vô, vậy mà giờ danh giá tai to mặt lớn, giàu nức đố đổ vách. Còn thân phận mình nổi tiếng học giỏi, văn hay chữ tốt vậy mà cứ ì ạch làm anh nhân viên quèn, tối ngày rặn mớ chữ, về nhà bị mụ vợ già xỉa xói linh tinh. Y nhớ lời sỉ nhục của thằng Thái nói hôm gặp nhau buổi tiệc cưới con của lão Đại:

- Ông vẫn còn mơ mộng viết lách à? Sách bán chạy không? Nói thật với ông chứ tiền ông bán sách không bằng tiền một lần tôi bo cho con phò ở quán karaoke Thiên Đường

Y nóng mặt nhưng cố kiềm chế:

- Ông đem chữ nghĩa ra so với con phò được sao? Đạo nghĩa để đâu?

- Ối giời, rõ vớ vẩn, thời đại này mà còn nói đạo nghĩa, ông quả là lạc hậu tận cùng. Ngày nay đứa nào có tiền đứa đó làm vua, mục đích phải đạt được không kể là phương tiện gì. Ông dẹp quách chuyện viết lách đi, ai đọc mà viết? hơn nữa trí tuệ nhân tạo nó có thể viết vô thiên lủng.

- Trí tuệ nhân tạo chỉ là máy móc kỹ thuật, nó không có trái tim, tâm hồn làm sao có cảm xúc thật được!

- Cần đách gì linh hồn với chả cảm xúc. Trí tuệ nhân tạo nó làm được tất cả, làm tuốt tuồn tuột. Văn chương chữ nghĩa là cái thá gì, thú thật với ông chứ tôi làm đến bí thư nhưng cả đời chưa đọc lấy một trang sách.

- Thảo nào đất nước như thế này, quan chức như thế ấy!

Thằng Thái cười the thé, vẻ mặt đắc thắng, giọng càng hợm hĩnh, cái thái độ của kẻ được thời đắc thế rất ngông nghênh chẳng xem thiên hạ ra gì:

- Ông mở mắt ra mà xem, không chỉ mình tôi đâu nhá! Cu Thẹo học cùng khóa làm chủ tiệm nước nó có đọc chữ nào đâu, ngay cả ghi sổ tang mà còn cầm miếng bùa mẫu do đàn em soạn sẵn trong tay. Thằng Lịnh lớp sử giờ làm tổng biên tập báo Quần Anh cũng chỉ lấy bài trên mạng chứ có viết bài nào ra hồn thì nói gì đến đọc sách. Thằng Khương làm giám đốc sở, quanh năm rượu chè gái gú, tay sờ vú bóp mông chứ nào đụng đến sách báo… Chỉ có mỗi ông còn cặm cụi như lão già lẩn thẩn ngày đêm mài mòn mông để viết lách. Tôi thật sự lấy làm quan ngại và thương hại lắm!

- Ê, đừng ỷ thế thần nói càn! Tôi không cần ông thương hại. Ngày xưa ông đã từng đi học ắt ông còn nhớ câu: "Ngoại môn tam thốn trúc/ nội viện thiên kim thư"?

Thằng Thái cười sằng sặc sùi cả bọt mép, nó cười như thể chưa bao giờ được cười. Nó cười rung rinh nọng mỡ nơi cổ, mặt đỏ khé, cái bụng như mụ chửa chín tháng nung núc mỡ rung giật giật. Nó cười rũ ra rồi bảo:

- Ông quả là người muôn năm cũ, tưởng không lạc hậu nhưng lại lạc hậu không tưởng. Thời đại 5.0 mà còn nói chuyện "tam thốn trúc với thiên kim thư". Ờ, mà ông cũng có chỗ đúng, thiên kim và ngàn vàng đó, vàng là số một, giờ một cây vàng là mấy ngàn đô la Mỹ…Ông có mơ mộng gì đi nữa cũng nên nhớ một điều: Đứa nào có tiền đứa đó có quyền!

- Thế ông có biết cái tay đại gia gì đó vẫn thường xưng "qua" nói: "tiền nhiều để làm gì?" không?

Thằng Thái vẫn cười không dứt, nó cười như thể cười thay

phần của y:

- Tiền nhiều để ngồi ghế cao, mua xe xịn, mua cả tờ báo nuôi đám bồi bút viết bài tâng bốc mình! Tiền nhiều để làm gì hả? làm bí thư như tao nè, làm giám đốc sở như thằng Khương… Còn không tiền thì bị mụ vợ chì chiết, mắng mỏ như mày đó! Vì không tiền nên mày mới cho lợn ăn, tắm lợn mỗi ngày còn tao với tụi thằng Khương, thằng Đức thì cho đào thổi kèn, tắm tiên mỗi ngày.

Y cảm thấy bị xúc phạm nặng nề, dù đó là sự thật, cái sự thật phũ phàng đầy cay đắng. Cho dù nó làm lớn, giàu có nhưng nó cậy thế để dạy khôn mình, mạ lỵ mình. Thời đại kim tiền, kẻ có tiền là có quyền, ngồi cao, ăn bốc nói bậy, đăng đàn nói xàm, chụp mũ người khác. Nào chỉ có thằng Thái hay mấy tay làm lớn xứ mình. Ngay cả ông trùm xứ Mỹ cũng y hệt vậy. Y nghĩ ngợi lung tung, đầu óc mông lung rối nùi. Y không biết nên nói gì hay rút lui, trong phút giây lưỡng lự thì thằng Thái lại tiếp:

- Cỡ như ông thì coi như vất đi, chỉ vì mớ chữ nghĩa mà ngu ngơ lạc hậu. Thiên hạ giờ khối đứa chữ không đầy lá mít mà làm nên ông nọ bà kia, giàu sang quyền thế, muốn làm gì thì làm. Thú thật với ông, cùng là bạn học cũ nhưng ngày xưa tôi học dốt hơn ông. Ngày nay thì ông thấy rồi đó, tôi làm vua một cõi, ở địa phương này bố thằng nào dám đụng đến tôi, còn ông thì…đến vợ nó còn khinh thì nói gì thiên hạ ngoài đời.

Thấy thằng Thái hống hách, hợm hĩnh quá đáng. Y bực mình gằn giọng:

- Ông có tin là tôi có thể đưa ông vào trong truyện của tôi, cho ông hóa thân thành một tay quan chức tồi, ăn bẩn, phá phách?

Thằng Thái câng mặt thách thức:

- Ông có tin là tôi sẽ cho người còng đầu ông, đem đốt hết sách của ông, phá nát cái chuồng lợn nhà ông?

- Đúng, ông có thể vì quyền hành nằm trong tay nhưng ông còn nhớ ngày xưa Tần Thủy Hoàng đốt sách chôn nho? Sách có thể đốt nhưng tư tưởng trong sách vẫn tồn tại với loài người. Nào chỉ có mỗi Tần Thủy Hoàng, sau cuộc nội chiến xứ mình, sách cũng bị đốt giữa thành đô… nhưng tư tưởng trong sách làm sao đốt được!

Thằng Thái câm nín, mặt mày có vẻ giận dữ nhưng cố kìm xuống. Nó biết thái độ ngông cuồng ngạo mạn và hồ đồ không thể áp đảo được y, cái mớ lý luận chính trị mà nó trang bị không thể bẻ được cái lý của y. Thằng Thái hậm hực nói câu chót trước khi bỏ đi:

- Đồ mọt sách, cuồng chữ, vô tích sự!

Chuyện trong buổi tiệc cưới những tưởng dừng ở đây, nào ngờ có kẻ nào mách lẻo đem ton hót với mụ vợ tào khang của y. Chiều hôm kia y vừa đi làm về, mụ ấy nhảy nhổm lên, vạch váy vỗ bành bạch, mồm tru tréo:

- Tôi cắn cơm cắn cỏ lạy ông, ông tha cho tôi, mẹ con tôi sống nhờ đàn lợn. Ông đụng đến lão bí thư đó có mà chết! Lão ấy cho người phá chuồng lợn thì mẹ con tôi ra chợ ăn mày. Cái quân ấy không phải dạng vừa đâu! Chúng phá chuồng lợn thì ông đến cám cũng không có mà húp! Ối giời ơi là giời! làm ơn ngó xuống, sao thân phận gái già này khốn khổ thế! Vô phước vớ phải lão chồng gàn, quanh năm suốt tháng rị mọ với mớ chữ ấm ớ không đủ tiền mua bát nước xáo, đã vậy còn gây thù chuốc oán với lão bí thư. Ông làm ơn tha cho mụ này, bỏ ngay việc viết lách vô tích sự ấy đi. Ông còn mơ mộng giải nô beo nô biếc thì mẹ con tôi chết cả nút. Ông giỏi thì ra ngoài kia làm ông nọ bà kia như lão Thái, lão Khương ấy đấy nhé! Nếu đoạt giải Nô Beo thì vợ con cũng nở mặt nở mày nhưng xem ra hão huyền quá, chi bằng làm tai to mặt lớn còn có cửa! Ối giời ơi sao mà thân tôi khốn khổ thế này! Vợ chồng ăn ở với nhau mấy mặt con rồi, nay tôi xin ông, cắn cơm cắn cỏ lạy ông đấy, bỏ đi, bỏ hết mộng mị văn chương Nô Beo Nô Biếc. Lúc trước tôi nói vậy là khích tướng ông đấy thôi chứ nào có ý xúi ông tranh giải, mà dù ông có muốn tranh đoạt cũng không sao đoạt được đâu, bằng chứng cái giải rút lưng quần của hũ mắn xứ mình ông còn chưa đoạt được thì nói gì đến giải quốc tế. Ông ơi, tôi nhà quê dốt nát nói ra thì ông khinh chứ thật ra tôi thấy tài năng là một chuyện, còn phước phần nữa rất quan trọng ông ạ! Thiên hạ còn khối kẻ tài hơn những người được giải nhưng họ lại không có phần. Ông liệu mà giải nghệ đi, vợ chồng hú hí với nhau xem ra còn thú hơn cái giải Nô Beo của bọn Tây cà lồ mắt xanh mũi lõ. Xưa kia tôi lấy ông vì mê ông thuộc hạng văn chương chữ nghĩa, nay tôi khổ với ông cũng bởi mớ chữ nghĩa văn chương. Văn chương chữ nghĩa danh giá đâu chẳng thấy chỉ thấy họa thế này. Thảo nào cụ Tản Đà đã bảo:" Văn chương hạ giới rẻ như bèo" thời cụ ấy chưa có internet, chưa có mạng xã hội, máy vi tính, điện thoại thông minh…Con người chỉ có mỗi mớ chữ thôi, ấy thế mà cụ còn ca cẩm như cóc kêu trời mưa, nếu cụ sanh vào thời đại hôm nay không chừng cụ ấy nhảy sông ôm trăng chứ chẳng phải chơi. Mà nào có mỗi cụ Tản Đà. Cụ Nguyễn Văn Vĩnh còn khóc rống lên kia :"Nhà Văn An Nam khổ như chó". Chưa hết, đến chí sĩ Phan Bội Châu còn hạ bút:" Lập thân tối hạ thị văn chương" Thế đấy ông ạ, liệu mà buông xuống đi nhá!

Mụ vợ khóc rống lên, tuôn thốc tuôn tháo ra bao nhiêu là văn tự chữ nghĩa như thể suối lũ mưa nguồn, chữ nghĩa cuồn cuộn tuôn, văn chương cấu tứ cứ như một tài tử. Y lõ mắt. Y chết lặng cả người, không ngờ mụ vợ tấm mẳn của mình là một cái mỏ có trữ lượng ngôn từ kinh hồn đến thế! Y những mong sao có được một phần trăm cái mỏ chữ nghĩa trong bụng của mụ vợ. Y nhìn mụ vợ như thể một thần chữ. Ngày xưa có kẻ từng tự phụ:"thiên hạ có ba bồ chữ thì ta có cả ba bồ", nào ngờ ngày nay mụ vợ của y cũng chừng ấy bồ chứ chẳng phải chơi! Phải chi mụ ấy sang cái mớ chữ trong bụng của mụ ta cho y thì phen này y sẽ đoạt cái giải Nô Beo cho anh Bảy niễng vui lòng. Y nhìn mụ vợ lần nữa, mắt sáng lên tia hy vọng, biết đâu những lúc ăn nằm với nhau thì chữ nghĩa trong bụng của mụ ấy sẽ thẩm thấu qua y và cái giải Nô Beo văn chương không thể nào trượt khỏi tay y. Nghĩ đến đây y sung sướng lâng lâng, tinh thần bay bổng, vẻ mặt tươi tỉnh chứ không còn nhăn nhở nhàu nhĩ. Y lặng lẽ ra sau nhà lấy cám cho lợn ăn rồi xắn tay áo tắm lợn.

TIỂU LỤC THẦN PHONG
Ất lăng thành, 1225

TRẦN QUÝ TRUNG
MỪNG XUÂN BÍNH NGỌ 2026

Bính Ngọ *đã* về trên mọi miền *đất* nước
Người người hớn hở vui *đón* tân xuân
Hãy quên đi bao cơ cực *đau* buồn
Mà chia sẻ chân *tình* cùng bạn hữu

Tôi khởi viết bài thơ mừng *năm mới*
Để đón chào lễ hội khắp nhân gian
Mặt trời mới mọc chan *hòa ánh* sáng
Đem nắng vàng *xóa* bỏ hết sương lam

Biển Thái Bình bao la và xanh ngắt
Nhớ quê xưa cũng *có* Thái Bình Dương
Sóng vỗ rầm rầm *đập vô* vách *đá*
Tiếng ầm vang mời gọi khách lên *đường*

Lời Chúa phán Bình An cho trần thế
Khiến cho tôi *ước* vọng một mùa xuân
Không còn tên bay *đạn* lạc
Không còn bắn giết hận thù
Không còn hờn ghen *đố* kỵ
Không còn cảnh màn trời chiếu *đất*
Không còn ai rên la trong nhà thương
Mà chỉ *còn* những người từ bi, bác *ái*
Đem văn, thơ nhạc, họa đến cuộc *đời*

Hãy hát lên những bài ca diễm tuyệt
Nắm tay nhau di chuyển dưới trời cao
Mỗi bước đi là một bước xôn xao
Đem hơi thở vào ra trong chánh niệm

Ta sẽ thấy lòng thảnh thơi an lạc
Xóa vô minh, phiền não, tham sân si
Theo *Đức* Phật làm lành và tránh dữ
Theo *Đưc* Chúa Hài Đồng vô cùng bác *ái*

Ta hãy nhớ Mười Điều Răn Trên Núi
Mà tu thân *hành* xử khắp nơi nơi
Thâm tạ *Đất* Trời, công ơn Cha Mẹ
Đã cho con một trái tim mẫn tiệp
Biết yêu thương, thông cảm với tha nhân
Và chỉ thấy một màu hồng rực rỡ
Trước sông, hồ, mây, nước của thiên nhiên

Tôi tự hỏi *đâu* thần uy Phật Chúa
Sao không làm vơi bớt những khổ *đau*
Của loài người *đang* sống trên trái *đất*
Mà dửng dưng nhìn thần dân rên xiết
Ôm đớn đau sầu não khắp châu thân
Lũ chúng tôi mọi người đều có tội
Nên kiếp này phải trả nợ kiếp xưa

Ta hãy hưởng một mùa xuân *Di* Lặc
Mà quên đi phiền não với *âu* lo
Ăn bánh chưng xanh, dưa hấu, cá kho
Ba ngày tết cùng cô, dì, chú, bác
Mừng mùa xuân của thế kỷ hôm nay
Rồi sẽ đi cho hết cuộc *đời này*
Nơi trần gian *có* mùa xuân mộng *ước*

TRẦN QUÝ TRUNG
February 4, 2026 8:26 PM

(Kỳ 1)

LÂM CHƯƠNG
ĐI GIỮA BẦY THÚ DỮ

Chúng tôi theo xe hàng từ Phnom Penh lên cảng Kampong Som, trễ mất gần hai tiếng đồng hồ. Ngày đã xế, nhưng nắng còn đổ lửa trên đầu. Trời đứng gió, cái nóng hừng hực như hắt ra từ lò sấy. Người dẫn mối cứ thôi thúc nhanh lên, nhanh lên. Đồ đạc cái xách cái mang tất tả đến được điểm hẹn, chúng tôi mệt phờ người. Ba gã chủ chốt người Miên còn kiên nhẫn chờ trên đầu dốc nơi ngã ba đường lên chợ, dưới bóng râm của một tàng cây. Hai gã ngồi trên hai chiếc xe Honda, phì phà điếu thuốc. Gã thứ ba đứng dựa lưng vào gốc cây. Thấy chúng tôi tới, họ bu lại vồn vã, cùng lúc những chiếc xe đò cổ lỗ xỉ ì ạch bò lên dốc. Khói xe và hơi nóng phả vào mặt. Đây là lần đầu tiên tôi gặp họ. Người dẫn mối giới thiệu chúng tôi bằng tiếng Miên. Họ cũng tự giới thiệu lại mình. Một gã tên Nu da xám, môi chì, mắt trắng, nói thạo tiếng Việt. Hai gã kia chỉ nói tiếng Miên, tên khó nhớ. Gã tóc quăn, có bịt răng vàng. Giữa cái răng vàng cẩn hình trái tim. Gã thứ ba mặt mày sáng sủa đẹp trai, Tàu lai Miên. Tất cả, trạc tuổi ngoài ba mươi, mặc đồ chải chuốt lịch sự, tư cách đàng hoàng đáng tin cậy.

Tôi xin lỗi vì trễ hẹn, và giải thích rằng đường từ thủ đô lên cảng có quá nhiều trạm kiểm soát làm mất thì giờ.

Gã tên Nu nói không sao, làm ăn đôi khi trễ nải là chuyện thường. Gã cho biết về phần gã đã chuẩn bị đâu đó xong xuôi, còn phần tôi thì sao?

Tôi nói: "Cũng sẵn sàng."

Gã hỏi nhỏ: "Có đem theo đủ số không?"

"Đủ. Đi liền bây giờ chưa?"

"Dĩ nhiên."

Nu quay qua nói với hai gã kia điều gì đó. Trông họ rất phấn khởi. Tôi cũng mừng. Dù trễ hẹn, nhưng mọi việc vẫn tiến hành đúng như dự định. >>> Xe Honda bắt đầu nổ máy kêu lụp bụp như con ngựa cuồng chân nóng nảy lên đường. Tôi chào từ giã người dẫn mối. Anh là người Việt sống lâu năm ở Kampuchia, cũng là người cuối cùng của đường dây tiếp nhận lúc chúng tôi mới đặt chân đến Phnom Penh. Nhiệm vụ của anh là hướng dẫn, và giao chúng tôi cho người chủ chốt. Anh ta bắt tay tôi lần chót, chúc may mắn. Nu cho biết sẽ đi về hướng Tân Hao, bảo vợ con tôi ngồi xe của gã Tàu lai. Con tôi ngồi giữa. Vợ tôi ngồi sau, choàng tay qua đứa con, ôm eo gã Tàu lai. Nu và tôi đi chung với gã răng vàng. Mỗi chiếc Honda chở ba người. Xe chạy. Tôi ngó ngoái về phía sau, thấy người dẫn mối còn giơ tay vẫy vẫy.

Đường đi Tân Hao rộng thoáng. Mặt đường không tráng nhựa. Nhiều đoạn lởm chởm trơ ra những sỏi đá, hoặc trũng thành ổ gà. Thế nhưng hai chiếc Honda vẫn phóng như bay. Không khéo cán phải đá hay vấp ổ gà, quăng cả lũ xuống đường, sứt tay gãy gọng như chơi. Tôi nói với Nu, bảo gã lái xe chạy cẩn thận hơn. Nu cười rằng đừng lo, gã đã từng lái xe trên đường này hàng trăm lần rồi, chưa bao giờ xảy ra tai nạn.

Hai bên đường là rừng. Có lúc xe chạy ngang qua trảng trống, hoặc đồng cỏ tranh. Nhìn xa xa về bên trái, thấy bờ biển và mặt nước xanh rờn, bao la ngút mắt. Mùa này, gió lặng sóng êm. Mặt biển láng như trải lụa. Vùng biển từ đây tới Lem Ngộp, Nu bảo đảm không có hải tặc. Mọi việc chắc chắn sẽ êm xuôi. Và vào khoảng quá nửa đêm, sẽ đặt chân lên bờ biển Thái Lan. Nghĩ tới một chân trời mới sẽ mở ra cũng đủ thấy đời tươi đẹp. Tự nhiên yêu biển lạ lùng.

Xe đang chạy, Nu bảo: "Sắp tới nơi rồi. Đưa vàng."

Tôi hỏi: "Sao không chờ lúc xuống bãi?"

"Tới nơi là gấp rút chạy ào xuống bãi lên ghe. Nếu lằng nhằng mất thì giờ vì chuyện này, sẽ bể việc lớn."

Cũng có lý. Cái giờ phút quan trọng nhất là lúc bắt đầu lên ghe. Thành hay bại cũng từ nơi khởi điểm này. Tôi nghĩ, chiếc ghe đã chờ sẵn ở đâu đó. Honda vừa ngừng là chúng tôi nhào lên ghe liền. Bọn an ninh bờ biển có trở tay cũng muộn. Bởi người đầu mối đã cho biết, ghe được trang bị máy bốn lốc đầu bạc. Tôi chẳng biết máy bốn lốc đầu bạc là máy gì, mạnh yếu ra sao? Nhưng người ta đã khoe như thế thì chắc là phải ngon lành lắm. Dù công an tuần duyên có đuổi theo, cũng đành ngửi khói mà thôi. Chúng tôi sẽ chơi một cú thật ngoạn mục. Hồi hộp bất ngờ giống như phim trinh thám. Còn chuyện đưa vàng, trước sau gì cũng đưa. Thôi thì đưa ngay bây giờ, đổi lấy một chuyến đi định mệnh. Tôi luồn tay vào cái túi nhỏ may dính dưới đũng quần lót, móc hai thỏi vàng, đưa cho Nu.

Gã đặt vàng trong lòng bàn tay nâng thử để ước lượng sức nặng, rồi nhét vội vô túi.

"Chưa đủ." Gã nói khi xe đang chạy.

Tôi nói: "Còn hai cây nữa, vợ tôi cất."

"Bảo vợ anh đưa ngay bây giờ."

Tôi gật đầu.

Nu nói tiếng Miên với gã răng vàng. Gã này phóng xe lên song song với gã Tàu lai.

Tôi bảo vợ: "Anh đưa vàng rồi. Em đưa luôn cho họ đi."

Vợ nói: "Chờ xuống bãi."

"Họ muốn ngay bây giờ."

"Ngồi trên xe, không lấy ra được."

Tôi biết lý do vợ tôi không thể lấy vàng lúc này.

Tôi nói với Nu: "Anh nghe chưa?"

"Tôi nghe. Xuống bãi đưa."

Ba gã lại nói líu lo. Xe vẫn phóng như bay, tới một khoảng rừng rậm, họ dừng lại đột ngột. Nu nắm tay vợ con tôi lôi bừa, khom người chạy lúp xúp men theo rặng phi lao, vào rừng. Có lẽ gã sợ những chiếc xe đò ngang qua nhìn thấy. Tôi ôm cái túi xách, hấp tấp chạy theo. Hai chiếc Honda bỏ chúng tôi lại đó, vọt thẳng về hướng Tân Hao. Chúng tôi luồn lách qua những lùm bụi gai góc, đến một con suối cạn. Mùa nắng, lòng suối khô phơi bày cát đá.

Vừa ngồi xuống, Nu bảo: "Núp ở đây, chờ ghe đến, mình sẽ ra bãi."

Tôi hồi hộp, tinh thần căng thẳng đến cùng tột. Nếu bị lính Miên bắt quả tang đang núp ló để chuẩn bị lên ghe thì đời khốn nạn ngay. Vợ con tôi ngồi nép vào nhau, thở hổn hển, mặt xanh như tàu lá.

Tôi hỏi: "Anh có đi theo ghe với chúng tôi không?"

Nu nói: "Tôi đưa anh tới Thái Lan."

Rồi gã nhìn vợ tôi, xòe tay ra: "Đưa vàng cho tôi."

Cách nói chuyện của Nu thẳng thừng, cử chỉ thô lỗ. Tôi nghĩ gã là người Miên quen tính bộc trực nên cũng không lấy đó làm khó chịu. Chỉ cảm thấy có điều gì bất thường, khi vợ ngó tôi, ngầm hỏi ý kiến. Xuống xe, chúng tôi chạy ào, nhưng không phải ào lên ghe như Nu diễn tả, mà ào vào rừng. Ghe đâu không thấy. Thế thì có gì gấp rút? Kế hoạch thay đổi chăng? Dẫu sao, đã tới mức này rồi, một liều ba bảy cũng liều. Tôi nhìn vợ, gật đầu.

Vợ tôi đứng dậy, đi khuất vào bụi rậm. Tôi biết vợ đang móc vàng từ trong cửa mình.

Trong chuyến mang vàng lên Kamphuchia. Vợ giao tôi cất giữ năm khâu vàng, còn bao nhiêu vợ giữ. Lúc qua biên giới Việt-Miên, công an biên phòng xét hỏi. Tôi sợ quá, nhét ba chiếc khâu vô hậu môn, nghe nhói cấn khó chịu. Còn lại hai khâu không biết giấu đút nơi nào, tôi cho vô miệng nuốt luôn, trước khi họ mò xét khắp người. Tôi qua khỏi, chỉ lo vợ bị rắc rối. Nhưng vợ tôi cũng qua luôn. Sau đó, tôi hỏi em giấu ở đâu mà tài thế? Vợ mỉm cười, không nói.

Khi đến Phnom Penh, người dẫn mối gởi chúng tôi tạm trú nơi nhà người Miên. Tôi bắt đầu móc ba chiếc khâu trong hậu môn, nhưng thọt ngón tay vào không đụng. Không biết tại sao nó chạy tuốt vô sâu? Tôi hoảng. Vợ bảo, nó nằm trong phần ruột già, không đáng ngại. Khi đi cầu, phân sẽ tống nó ra trước.

Đúng như vợ dự đoán. Hôm sau tôi đi cầu. Thỏi phân như cục đất sét khô, đẩy ba chiếc khâu rớt xuống cái bô nhựa. Tôi dùng que bới cục phân, không tìm được hai chiếc khâu đã nuốt. Tôi tính đem đi đổ. Vợ giựt cái bô lại, bịt mũi rà tìm lần nữa. Vẫn không thấy.

Ngày hôm sau, tôi không đi cầu. Bao nhiêu lo lắng dồn dập làm bộ tiêu hóa nổi chứng rối loạn bất thường. Vả lại mấy ngày không ăn rau, tôi bị táo bón. Vợ nóng ruột, mua cho tôi một liều thuốc xổ. Tôi uống thuốc với nhiều nước. Và nửa khuya đêm đó, như cái nút chai bung ra, tôi tháo dạ ào ạt. Quậy trong cái chất lợn cợn dậy mùi. May quá, bắt được một khâu. Còn một khâu đi đàng nào?

Thêm ngày hôm sau nữa, tôi lại nín ỉa. Cứ vài tiếng đồng hồ, vợ bảo xách cái bô vô buồng ngồi rặn, quyết tìm cho ra chiếc khâu.

Tôi nói: "Bụng trống không, rặn thế nào được?"

"Mất chiếc khâu hai chỉ là chết em." Vợ nhăn nhó.

"Nó không ra, anh sẽ bị nguy. Em không lo cho tính mạng anh, chỉ tiếc của."

"Nó còn trong ấy, không đáng ngại. Sợ ra rồi mà mình không bắt gặp mới chết chứ?"

Đến ngày chúng tôi lên đường đi Kongpong Xom, chiếc khâu vàng vẫn còn lẩn trốn đâu đó trong cái dạ dày, hoặc khúc ruột ngoằn ngoèo của tôi.

Trở về với hiện tại. Khi vợ tôi từ bụi rậm đi ra, trao cho tôi một nắm khâu vàng. Những chiếc khâu được buộc thành hai chùm bằng sợi chỉ còn ươn ướt.

Tôi đưa cho Nu: "Thêm phần này là đủ số."

Nu cầm vàng, xòe ra nhìn, suy nghĩ. Tôi đâm lo. Tổng số vàng, vẫn còn thiếu một chiếc khâu hai chỉ. Nếu Nu phát giác chưa đủ số, làm khó trong giờ phút này thì thật rắc rối. Nhưng gã chẳng nói gì, đưa lên ngửi thử.

Tôi hỏi: "Anh thử vàng cái kiểu gì lạ vậy?"

Gã không trả lời, ra dấu bảo chúng tôi ngồi yên đấy, rồi bất ngờ quay lưng lủi khuất vào rừng rậm, nhanh như con chồn.

Tôi thảng thốt: "Anh đi đâu?"

Không có tiếng trả lời.

Tôi phóng theo: "Anh ơi! Anh ơi!"

Tiếng kêu không ai hồi đáp.

Tôi lại gào bằng tiếng Miên: "Bòn ơi! Bòn ơi!"

"Bòn" có nghĩa là "anh", tôi học được từ lúc mới đặt chân lên đất Kampuchia. Dù đã gào hai tiếng "bòn ơi" thống thiết, nhưng Nu vẫn mất hút. Tìm loanh quanh một đỗi không thấy Nu, tôi tuyệt vọng trở lại con suối, ngồi lau mồ hôi, thở dốc. Vợ con tôi co rúm người, sợ hãi. Tôi chợt nghĩ đến những trường hợp đã từng xảy ra. Nhiều người lên Kampuchia vượt biên, bị lừa lấy hết vàng, rồi bị giết luôn để trừ hậu họa.

Tôi bảo vợ: "Em dẫn con Khuê tìm chỗ kín đáo ẩn núp. Anh ở lại đây chờ xem động tịnh ra sao.".

Khi nói điều đó tôi đã có chủ đích. Nếu chúng trở lại đưa đi thì coi như tôi hiểu lầm thiện ý của chúng. Nếu chúng manh tâm sát hại, tôi sẵn sàng một mất một còn với chúng.

Vợ tôi dẫn con tìm chỗ núp.

Tôi chạy theo dặn dò: "Dù có thế nào, em cũng đừng ra mặt."

Ngồi một mình nơi lòng suối, tôi tự hỏi trong tay không một tấc sắt, lấy gì chống đỡ khi bộ ba của chúng trở lại? Và nếu muốn giết tôi, chúng phải tay dao tay búa sẵn sàng. Tôi khó mà thoát thân, nói chi đến chuyện dằn co ấu đả? Suy cho cùng, tôi quyết định bỏ của chạy lấy người.

Tôi đến chỗ vợ con đang trốn: "Phải rời khỏi nơi đây ngay."

Vợ nói: "Chờ một chút. Có thể họ trở lại đưa mình đi."

"Họ đưa đi mua muối." Tôi gắt.

Vợ xót của: "Còn vàng trao cho họ thì sao?"

"Bỏ vàng, giữ lại cái mạng cùi."

"Ráng chờ, anh ơi. Còn nước còn tát."

"Nước nôi gì nữa mà tát? Hết vàng, nó sẽ lấy máu. Chạy ngay bây giờ, may ra còn kịp."

Tôi nắm tay đứa con gái, băng ra đường. Ngoài đường trống trải. Thỉnh thoảng có xe qua lại, bọn sát nhân không dám làm ẩu. Trong khi chờ xe ngược về Kongpong Xom, vợ tôi ngồi bẹp xuống lề đường, thảm não khóc không ra tiếng. Chưa bao giờ tôi thấy cái mặt của vợ đau khổ như lúc này. Bao nhiêu tiền của chắt bóp dành dụm trong mười năm trời, chờ tôi ở tù về để cùng nhau vượt biên, bỗng chốc hóa thành trắng tay. Chuyện đời như sân khấu. Tự nhiên tôi bật cười khan. Chẳng biết tại sao tôi có thể cười được trong tình huống bi đát này? Ai đó đã nói, cười là tiếng khóc khô không lệ. Có phải tôi cười như thế không? Đời thật chó đẻ! Mình lao đao khốn khó, chạy trốn bọn ác ôn, lại gặp thằng thất đức.

Sau tiếng cười, tôi ngửa mặt lên trời, uất khí xung thiên: "Phật và Chúa đi đâu cả rồi? Sao không vặn họng mấy thằng quỷ sứ?"

Tôi muốn tiếng la vang rền cả thinh không như giọng gầm sư tử hống của Tạ Tốn. Nhưng sao tôi nghe tiếng mình nhỏ như tiếng con dế rè gáy trong bờ cỏ thấp.

Vợ tôi quẹt nước mắt, phẫn nộ: "Giờ phút này mà anh còn cười. Tôi hận anh!"

Mất của, vợ bắt đầu nổi điên, giở giọng ngang bướng xưng "tôi" với chồng.

Tôi dịu nhẹ: "Em không hiểu anh."

"Tôi còn lạ gì anh mà không hiểu? Ai ở tù cũng đều rên xiết, nhưng anh ở tù với bộ mặt tỉnh bơ. Chuyện gì đối với anh cũng là trò đùa. Tôi mất vàng, tôi xót. Nhưng anh lại cười."

"Em muốn anh làm sao?"

Vợ rít giữa hai hàm răng sắc lạnh: "Chém nó!"

"Anh không có dao. Anh sẽ cắn nó."

Tôi vừa dứt câu, vợ tru lên đau đớn như sói tru trăng ngoài đại mạc.

Chúng tôi trở lại Kongpong Xom, bằng Honda ôm. Xe chở bốn người. Con Khuê ngồi trên bình xăng phía trước, trong lòng gã người Miên lái xe. Vợ chồng tôi ngồi phía sau. Trên đường đi, gã nói và chỉ trỏ vô rừng. Tôi không hiểu. Gã làm dấu bằng cách đưa bàn tay cứa ngang cổ. Ý muốn nói nhiều người đã bị giết dọc theo cánh rừng này chăng?

Chúng tôi lên tới chợ Kongpong Xom, lúc mặt trời sắp lặn. Từ khi rời Kongpong Xom cho đến lúc trở lại, chỉ cách bốn tiếng đồng hồ. Chúng tôi, những người đi tìm tương lai bỗng hóa ra kẻ đầu đường xó chợ. Tôi lang thang, làm quen với một cụ già người Việt hành nghề mài dao cho các thớt thịt. Tôi bịa ra chuyện đi tìm người bà con nhưng địa chỉ không rõ ràng nên bị lạc. Đồng thời tôi xin cụ giúp chỗ tạm trú qua đêm. Đêm đó, cụ dẫn chúng tôi về chỗ ngủ của cụ. Đây là chái hiên lề đường, bên hông một tiệm sửa Honda và xe đạp. Dọc theo các chái hiên khác, có những người hành khất nằm ngủ. Cụ nhường chiếc sạp cho vợ con tôi. Sạp kê sát đất bằng những mảnh gỗ vụn ghép lại. Cụ và tôi trải manh chiếu trên nền đất. Hơi đất lành lạnh dưới lưng, mùi dầu nhớt bốc thoang thoảng. Tôi nằm gối đầu lên bọc quần áo.

Cụ nói: "Đừng sợ mất đồ. Cùng đinh ăn mày cũng có nghĩa

khí của cùng đinh ăn mày."

"Tôi đã mất tất cả rồi. Chẳng còn gì để mất thêm."

Tôi nói trong niềm cay đắng. Không ngờ có một ngày, mình rơi vào nỗi tận cùng bệ rạc thế này.

Nửa khuya, cụ già ngồi dậy quấn thuốc hút. Anh đèn đường vàng vọt soi không rõ. Khuôn mặt cụ nhòe bóng tối. Hình ảnh âm u, in lên nền phong héo úa như một tấm tranh đời bi thiết. Mọi vật quanh tôi đều im lìm sâu lắng. Chỉ còn tiếng muỗi vo ve. Đầu thuốc cháy, từng chặp lóe đỏ lên là điểm sáng duy nhất còn linh động.

Vợ con tôi ngủ mê mệt sau một ngày vất vả. Tôi trằn trọc đau xót mãi khôn nguôi, ngồi lên xin cụ điếu thuốc. Thuốc gắt quá, tôi ôm ngực ho sặc sụa. Nước mắt tuôn trào ràn rụa. Cụ già vỗ nhẹ vào lưng tôi như đè xuống một cơn ho, như an ủi một niềm thống khổ. Tôi quay ra ngoài hỉ mũi rẹt rẹt, và chùi nước mắt.

Cụ nói: "Dẫn vợ con đi vượt biên. Coi chừng mất mạng đấy."

Dù tôi không bày tỏ, nhưng cụ đã biết cả rồi.

Cụ tiếp: "Lần sau đừng dại dột tin lời người khác. Hãy về Việt Nam đi."

Tôi nín thinh, nhìn qua dãy nhà tối ám bên kia đường. Còn có một chỗ nào để đi về không? Sau thời gian vắng mặt không lý do, tôi về là tự đem thân nạp mạng cho chính quyền địa phương.

"Cụ ơi, tôi không thể về. Tôi hết đường tới, chẳng còn đường lui."

"Phải có cách giải quyết chứ?"

"Tôi ở lại Kampuchia, tìm việc làm."

"Làm gì? Cái tướng trói gà của cậu khuân vác không nổi. Tính kế lừa thiên hạ ư? Tôi cho cậu biết, ở đây con người như lang sói. Cậu chưa kịp lừa ai, thiên hạ đã lừa cậu mất rồi."

"Tôi muốn chẻ đầu bọn lừa đảo." Khi nói, tôi nhìn những con dao chặt thịt to bản, để kế bên bộ đồ nghề mài dao của cụ.

Cụ ngó vào mặt tôi: "Dám không?"

Lời cụ như cái thước đo xem tính khí liều lĩnh của tôi tới cỡ nào. Cái mạng của bọn kia, đáng triệt tiêu để trừ bớt ung nhọt cho xã hội. Còn cái thân tôi sau đó, nếu không chết cũng chịu một hậu quả vô cùng khốc liệt. Nó có xứng đáng để tôi đánh đổi một hậu quả như thế hay không?

Cuối cùng, tôi lắc đầu nói với giọng yếu xìu: "Tôi hèn."

Cụ quấn cho tôi thêm điếu thuốc: "Hàn Tín chịu luồn trôn giữa chợ, vì không thể lấy cái mạng đáng giá muôn người, đổi mạng của tên vô lại."

"Tôi không thể so với Hàn Tín. Tôi hèn, vì tôi quá thương tôi."

"Còn biết thương mình là còn ham sống. Từ từ làm lại cuộc đời."

Cách lý luận của cụ già, tôi thấy lạ. Với một cái đầu như thế, sao lại chịu sống hẩm hiu như người hành khất?

Tôi nói: "Tôi không hiểu cụ."

Cụ bảo: "Con người sở dĩ còn gần gũi được nhau là vì không hiểu nhau đấy."

"Cụ nói chi lạ vậy?"

"Không phải sao? Mọi người đến với nhau bằng cái mặt nạ. Ngày nào mặt nạ rớt xuống, nhìn rõ mặt thật của nhau, ngày ấy hai bên trở thành kẻ thù."

"Đúng vậy, cụ ơi! Tôi có thêm vài kẻ thù, nhưng mình không làm gì được nó, mới đau chứ."

"Nếu tất cả mối thù đều có thể thanh toán thì lúc nào cũng thấy mọi người chém giết nhau."

"Cụ là ai mà thấu rõ tình đời đến thế?" Tôi hỏi.

Cụ chỉ bộ đồ nghề: "Cậu thấy đó. Tôi là lão mài dao."

"Phía sau tấm bình phong ấy là gì?"

"Cậu nghĩ tôi làm khổ nhục kế? Hahaha ..."

Tiếng cười òa vỡ giữa đêm khuya. Vợ tôi thức giấc trở mình. Tôi thật không hiểu tiếng cười của cụ. Óc tôi đông đặc mù mờ không còn phân định điều gì. Tiếng cười như sảng khoái, lại nhuốm một nỗi gì u uất bi thương.

Cụ tiếp: "Trước ngày mất Miền Nam, nếu cậu biết hỏi một câu như thế thì những tên ăn mày, những thằng đi mua ve chai đồ cũ đâu có mặt, để sau này thay hình đổi dạng ra làm ủy viên, chủ tịch ngồi trên đầu trên cổ nhân dân."

Tôi ngạc nhiên, một cụ già mài dao mà có được tư tưởng thế sao? Tôi chợt nhớ chuyện Kinh Kha khi đến nước Yên làm bạn với người bán thịt chó và người gảy đàn trúc tên Cao Tiệm Ly, ngày ngày cùng nhau uống rượu. Lúc rượu say, Cao Tiệm Ly gảy đàn, Kinh Kha theo đàn mà hát, và cuối cùng ôm nhau khóc giữa chợ nước Yên như chỗ không người. Họ mượn rượu cho vơi bớt nỗi niềm u uất không thể tâm sự cùng ai. Còn cụ già mài dao, lòng cụ ra sao mà cũng ưu tư thế sự?

Sáng ngày, cụ đưa chúng tôi ra bến xe về Phnom Penh. Tôi mua cho mỗi người một ổ bánh mì thịt.

Cụ nhất định không nhận: "Hãy lo cho vợ con đi. Coi bộ tình trạng sắp tới của cậu bi đát lắm đấy."

"Chuyện gì rồi cũng sẽ qua." Tôi nói một câu mà lòng không chủ đích.

"Cậu còn có vợ con, nghĩa là chưa mất hết đâu. Ở xứ lạ quê người, mang bộ mặt ngơ ngáo như cậu, dễ bị chúng lấy mạng, và cướp vợ con đưa vào nhà thổ."

Giờ phút chia tay, tôi còn nhiều bịn rịn. Nhưng cụ tỏ ra cương nghị dứt khoát, khác với vẻ người đờ đẫn mà tôi gặp chiều hôm qua.

"Đi đi. Cứ như đàn bà con gái thế này thì còn làm ăn gì được?"

Tôi lên xe, lòng vẫn tự hỏi cụ già mài dao là ai? Là ai?

Tôi trở lại Phnom Penh, tìm đến cái nhà trước đây trạm trú, hỏi về người dẫn mối. Người ta không biết kẻ kia ở đâu. Hóa ra đây là nhà cho thuê giường ngủ. Lòng tôi bời bời trăm mối lo toan, nát óc nghĩ không ra lẽ. Về không được, ở không xong.

Vợ nói: "Mình có thể buôn bán."

Tôi hỏi: "Vốn đâu?"

"Em còn một ít tiền mặt và năm phân vàng. Anh còn hai chỉ."

"Anh làm gì có?"

Vợ chỉ vào bụng tôi: "Nó còn trong ấy. Không chạy đàng nào."

"Tính mổ bụng anh hả?"

"Gì mà trầm trọng thế? Trước sau gì, nó cũng tự động ra th

ôi."

"Nếu nó không ra?"

"Thế thì nguy cho anh."

"Thôi, chuyện ấy tính sau. Bây giờ, lo tìm chỗ ngủ đêm nay." Tôi nói.

Vợ đề nghị: "Thuê giường ở đây."

"Thuê giường một đêm, họ cứa cũng bộn bạc. Mình phải tiết kiệm."

Tôi dẫn vợ con lên chợ Ô Hòa Xây, khu chợ chính của thủ đô Phnom Penh, tìm người Việt làm quen. Trước nhà lồng chợ là dãy phố buôn bán, tập nập kẻ lại người qua. Đặc biệt có một gian nhà không bày hàng. Ngoài hành lang có những người đàn bà Việt ngồi lê trên những manh chiếu. Bên trong kê mấy cái giường sắt. Tôi rà rê tới làm quen. Vợ con tôi đứng ủ rũ sau một chiếc xe bán nước mía.

Thấy tôi, một chị hỏi: "Đấm bóp hả?"

Tôi nói: "Không. Chỉ tìm người quen." Và bịa ra một cái tên, hỏi chị ấy có biết không.

Chị bảo: "Không biết. Sẵn dịp lại đây thì đấm bóp đi anh. Trông anh có vẻ bơ phờ lắm. Đấm bóp giác hơi cho giãn gân cốt, máu huyết lưu thông là khỏe ngay."

Tôi lắc đầu, cười gượng.

Thêm vài chị rỗi việc bu đến. Tôi áp dụng bổn cũ soạn lại khi còn ở Kongpong Xom với cụ già mài dao, rằng tìm người bà con không gặp, nên bị lỡ đường. Xin họ giúp cho một chỗ ngủ qua đêm.

Một chị nói: "Anh về với bọn tôi đêm nay."

Tôi chỉ về phía xe nước mía: "Còn có vợ con tôi nữa."

"Gì mà đông thế? Kêu lại đây. Đứng xớ rớ, coi chừng bị giật đồ."

Vợ con tôi đến. Những người đàn bà nhìn, dò xét.

"Đi tìm việc hả?"

"Không. Tìm người bà con."

"Đừng có xạo, cha nội. Tôi biết là đi tìm việc."

Chị khác, ngó vợ con tôi: "Chị này trông còn ngọt nước

lắm. Còn con bé này có thể bưng cà phê bán dạo cho các bạn hàng trong chợ."

Vợ tôi hỏi: "Chị nghĩ em có thể tìm được việc ở đây không?"

"Ở đây à? Định cạnh tranh nghề nghiệp với bọn tôi hả?"

"Không. Em đâu biết đấm bóp. Việc khác kìa."

"Đàn bà con gái lên đây, đừng hòng tìm được việc gì khác, ngoài cái việc làm đĩ. Nhưng ông anh chịu cho vợ mình làm không?"

Vợ tôi xám mặt: "Xin chị đừng nói chơi."

Chị trề môi: "Mệnh phụ, tiểu thư lúc khốn cùng túng quẫn cũng thành gái ăn sương. Ở đó mà khư khư giữ lấy cái nghìn vàng."

Vợ tôi cúi đầu nhẫn nhục. Lòng tôi tan nát. Cái tình đồng hương trên xứ lạ, sao nghe như muối xát gừng cay.

Không muốn vợ ngồi đây để nghe những lời xúc phạm, tôi bảo: "Em dẫn con đi mua đồ ăn cho nó."

Vợ con tôi kéo nhau qua chợ mua cơm. Mỗi phần cơm, có con cá nướng bằng ngón tay, được gói trong chiếc lá sen. Cả hai ngồi bên lề đường, bốc từng nắm cơm uể oải cho vào miệng. Nắng chiều nghiêng đổ xuống hai mẹ con một màu tàn phai héo hắt. Con tôi không còn cái vẻ hồn nhiên tuổi nhỏ. Mặt nó vô hồn ngơ ngác. Còn khuôn mặt của vợ tôi, phảng phất một chút gì hờn tủi.

Tôi xót xa, muốn bỏ đi. Nhưng giữa nơi ồn ào phồn tạp quê người, tôi biết đi đâu?

Trong khi tôi ngồi đấy, có một người đàn ông Miên bước vào. Mặt sạm đen, nhễ nhại mồ hôi như thoa một lớp dầu bóng. Lưng áo cũng ướt đẫm. Nhìn cách ăn mặc, tôi đoán chừng ông ta là phu khuân vác trong chợ. Các chị tranh nhau mời chào. Không biết họ sang đây hồi nào mà rành tiếng Miên thế? Ông khách đứng quan sát từng chị, so sánh chọn lựa một nhan sắc. Các chị ra vẻ tươi cười. Cũng vẫn những cái miệng này, mới đây đã phát ra những âm thanh cú diều với vợ tôi, bây giờ lại thốt những lời dịu dàng dễ thương chi lạ. Ông khách chỉ vào một chị. Chị vui vẻ liếng thoắng dẫn khách vào phía trong. Có lẽ đã từng là khách hàng đấm bóp nhiều lần, ông khách tự nhiên trút bỏ quần áo bên ngoài, chỉ còn độc cái quần xà lỏn màu đỏ chói, nằm sấp xuống chiếc chiếu trải sẵn trên nền xi măng.

Tôi hỏi một chị ngồi kế bên: "Sao không để người ta nằm trên giường?"

"Giường làm kiểng thôi. Nó lung lay như chiếc răng sắp rụng." Chị nói.

Tôi lần vào phía trong, xem cách làm việc ra sao. Chị lau mồ hôi cho khách bằng chiếc khăn nhàu nát. Chiếc khăn đã từng lau cho hàng trăm người. Lau xong, chị xòe hai bàn tay chém lia lịa đều khắp trên lưng người khách. Những ngón tay va vào nhau, kêu lách chách.

Sau màn dần lưng, chị lên ngồi trên mông khách, đùi dang ra hai bên. Chị nhích tới nhích lui, bóp từ trên vai xuống tới thắt lưng. Khách có vẻ khoái, nằm nghiêng đầu qua một bên, mắt lim dim hưởng thụ. Dùng sức nhiều, trán chị lấm tấm mồ hôi, nhưng mặt tươi tắn yêu đời. Tiền. Chính mãnh lực đồng tiền đã biến đổi người đàn bà cáu gắt trở nên vui vẻ. Thỉnh thoảng chị ngừng tay, lau trán với chiếc khăn vẫn lau mồ hôi cho khách. Khoảng đôi phút, chị xoay qua màn khác. Chị dùng ngón trỏ và ngón cái, kẹp từng miếng thịt trên lưng khách kéo lên. Và bàn tay kia phạt ngang như nhát chém. Một hồi, lưng khách ửng đỏ trên làn da vốn đã sạm màu. Rồi chị xòe hai bàn tay chà xát thật mạnh dọc theo hai bên sống lưng. Sau đó, chị dùng mười đầu ngón tay kéo mảng thịt trên lưng khách. Mười ngón tay nhanh như những cái chân con rít, đùa mảng thịt thành gợn sóng chạy dài từ thắt lưng lên tận bả vai. Chị thụt về phía sau, chồm lên phía trước theo mỗi gợn thịt đùa từ dưới trở lên. Cái háng dạng ra, tới lui chà lết trên mông người đàn ông. Động tác làm tôi liên tưởng chuyện tục.

Bất ngờ chị hỏi: "Muốn học nghề để truyền cho vợ hả?"

Tôi lắc đầu cười gượng, và bỏ ra ngoài hành lang. Thà tôi gặm cỏ cạp đất mà ăn, chứ không để vợ làm cái nghề dị hợm này!

Chiều sắp tàn. Khách càng đông. Họ cần đấm bóp giác hơi để tìm chút thư giãn sau một ngày lao động chân tay vất vả. Phía trong không đủ chỗ, các chị trải chiếu ra tận ngoài hiên. Những ông khách cũng dễ tính, họ xoay trần nằm sấp trên hiên, kế bên lề đường có bao nhiêu người qua lại. Người đi đường cũng không tò mò dòm ngó. Họ đã quen mắt nên coi đấy là chuyện thường.

Các chị làm việc lăng xăng. Tôi kiên nhẫn chờ một chỗ tá túc qua đêm. Lại có dịp coi thêm màn giác hơi.

Giai đoạn này, chị đấm bóp không ngồi trên mông khách. Bộ đồ nghề là những cái lọ thủy tinh bầu tròn cỡ trái quít. Chị thắp ngọn đèn dầu nhỏ. Dùng cái que, một đầu có đính cục bông, nhúng vào lọ dầu, châm lửa. Chị cầm nghiêng cái lọ, thọc ngọn lửa vào quậy quậy, và rất nhanh, chị chụp xuống. Cái lọ hút dính vào lưng. Từ miệng lọ da thịt phù lên. Chị làm nhanh tay và thiện nghệ. Cứ thế, từng lọ, từng lọ được chụp xuống, trông như những chiếc bong bóng nổi đầy trên lưng khách. Chị để yên đấy, và khách cũng nằm im. Trong thời gian chờ đợi, chị ngồi hút thuốc. Chị giải thích, phải chờ cho máu bầm tụ lại, sau đó sẽ đánh tan đi. Làm thế, máu huyết lưu thông, sẽ hết nhức mỏi và tránh được bệnh thời khí cảm mạo thông thường. Tàn điếu thuốc, da thịt phù lên trong lọ cũng bầm tím. Chị cầm từng chiếc giựt ra, mỗi lần giựt kêu bốc một tiếng. Lưng khách bây giờ, nổi đầy những vết bầm hình tròn. Chị lau sơ, và thoa đều một lớp dầu mỏng cho trơn. Thoa dầu xong, chị chỉ dùng một cái ống giác, thọc ngọn lửa vào quậy, và chụp nhanh xuống lưng khách. Chị kéo cái ông giác chạy lên chạy xuống, đều khắp trên lưng. Đây cũng là giai đoạn chót của màn giác hơi. Xong, chị lau sạch lớp dầu lần cuối cùng, và vỗ nhẹ trên lưng khách vài cái, báo hiệu mọi việc đã hoàn tất. Khách đứng lên vươn vai, mặc lại quần áo. Trông khách khỏe ra, mặt mày tươi tỉnh.

Chiều tàn. Người trong khu chợ Ô Hòa Xây thưa dần. Các chị cuốn chiếu, thu dọn đồ nghề và mua cơm phần gói trong lá sen cho bữa ăn tối. Chúng tôi theo các chị về bằng xe Lambretta ba bánh. Ngồi trên xe, tôi nhắm mắt lại. Có cảm tưởng như mình đang lao vào cõi mông lung vô định với nhiều rủi ro bất trắc.

Các chị thuê phòng trên tầng lầu thứ tư của một chung cư. Chúng tôi lên lầu cùng lúc những ông chồng của các chị về tới. Mỗi ông xách theo một thùng nước, tay kia xách cục nước đá treo tòn ten bằng sợi dây. Nước đá được bỏ vào thau nước lã, dùng làm nước giải khát. Còn thùng nước, dành cho các chị tắm rửa.

Chồng của các chị làm phu khuân vác nơi chợ búa, hoặc các bến xe hàng. Tất cả, họ thuê chung một căn phòng rất rộng. Phòng được chia ra từng phần làm chỗ ngủ, diện tích vừa tấm chiếu, che bằng những tấm màn vải. Họ sống tạm bợ. Kể cả tình nghĩa vợ chồng cũng là sự gán ghép tạm bợ giữa đường. Bởi những người đàn bà đàn ông này, đều đã có gia đình ở quê nhà. Họ trôi giạt sang xứ người kiếm sống và ráp lại từng cặp, chẳng qua vì vấn đề âm dương phối hợp mà thôi.

Chủ nhà là một bà già người Miên, ít nói. Đôi mắt cú vọ nhìn người lom lom, thể hiện cái thói gian tham, xảo quyệt. Dù chúng tôi nằm dưới sàn gạch, bà cũng bắt chẹt phải trả tiền một đêm. Nghe nói vào thời Pol Pot cầm quyền, những người dân thành phố, một số chạy trốn, một số khác bị giết, hoặc bị lùa đi các công nông trường. Họ đi không bao giờ về nữa. Dân cùng đinh khố rách khắp nơi tràn vào thành phố, chiếm lấy nhà cửa. Từ đó, thành sở hữu chủ luôn.

Buổi tối. Tôi xuống đường, tắm nơi vòi nước máy và xách lên một thùng cho vợ con. Vòi nước công cộng, một tay anh chị mặt rô tự đứng ra quản lý, phân phối và thu tiền bỏ túi. Ai dám phản đối? Thời buổi nhiễu nhương rối loạn. Luật pháp như cái cân hư. Xã hội xô bồ. Lưu manh ngự trị. Trời Phật không có chỗ đứng trong lòng người. Lòng dạ người nào cũng thủ sẵn một con dao. Họ vừa bảo vệ bản thân, vừa rình cơ hội đâm mũi nhọn vào người khác.

"Ở đây, thứ gì cũng trả tiền. Biết thế, ở lại cái nhà trọ thuê giường còn khỏe hơn." Vợ tôi cằn nhằn.

Tôi nói: "Ai ngờ được những gì sẽ tới? Mình giống như nàng Kiều của Nguyễn Du. Cũng liều nhắm mắt đưa chân. Thử xem con tạo xoay vần đến đâu!"

Vợ nổi cáu: "Chết lên chết xuống không lo, còn thơ phú nữa? Dẹp ông Nguyễn Du đi. Hãy lo moi vàng ra mà sống."

"Anh cũng muốn lôi nó ra, nhưng nó cứ nằm lì trong bụng. Biết làm sao?"

"Lúc nào anh cũng tâm niệm hai tiếng "đi cầu" thì nó ra t hôi."

"Đi cầu mà cũng tâm niệm?"

"Phải. Anh cứ tưởng tượng mình đang chột dạ mót đi cầu, cần tống khứ tất cả những gì trong bụng ra ngoài. Đến một lúc, anh sẽ tuôn ra hết ngay. Người ta gọi đó là tự kỷ ám thị"

"Khổ quá! Em điên rồi, nên nghĩ đủ điều như thế."

"Không ám thị được, em sẽ cho anh một liều thuốc xổ."

"Em ơi, anh đang mệt mỏi. Uống thuốc xổ hoài, mất sức làm sao chịu nổi?" Tôi nói như rên.

Vợ cương quyết: "Cũng phải chịu. Nếu đêm nay, nó không ra. Ngày mai, em mua thuốc xổ. Em cần vàng để xoay trở. Chỉ có vàng mới cứu nguy được trong lúc này."

Tôi vào nhà cầu, lót tấm giấy bìa trên sàn, ngồi rặn và tự kỷ ám thị. Vàng ơi! Vàng ơi! Tôi gọi vàng và ám thị. Tâm trí lan man, nghĩ hận bọn thằng Nu. Vì mấy cây vàng, mà chúng nhẫn tâm xô vợ chồng tôi vào ngõ cụt.

Không biết oan gia nghiệp báo nợ nần nhau từ kiếp nào mà tai họa bám theo tôi như bóng với hình? Tôi được phóng sinh... Tôi nói phóng sinh thay vì phóng thích, mới bày tỏ hết ý nghĩa của những con người đang quằn quại trong cảnh âm ty. Vâng, tôi được phóng sinh ra khỏi trại tù, cũng chưa thoát nạn. Về quê, lại gặp chính quyền địa phương hà khắc. Họ chèn ép, bắt tôi đi làm thủy lợi liên miên. Gặp hồi mạt vận, vùng vẫy cách nào cũng không thoát. Đành cắn răng chịu đựng. Nín thở qua sông. Qua chưa hết con sông, lại nghe họ sắp đưa tôi đi gỡ mìn trên biên giới. Đã có nhiều người bỏ mạng vì công tác này rồi. Tôi biết họ muốn dồn tôi vào cửa tử. Không lẽ cúi đầu chờ chết? Tôi dẫn vợ con trốn ra miền Trung, tìm đường vượt biên. Từ đó, thiên la địa võng trùng trùng bủa vây. Chạy ngả nào cũng chạm mặt bất lương

LÂM CHƯƠNG

(Tiếp theo kỳ 2)

NGƯỜI SÔNG HẬU
THƠM RƠM

Thơm rơm ai khéo đặt tên
Có phải đâu tên rạch tên cầu hay tên chợ
Còn cái tên làng nghề đan lưới kia nữa
Rộn ràng đón lũ
Một ngày mới lại bắt đầu
Trong tiếng máy dập rộn ràng hối hả
Thoăn thoắt bàn tay em
Nhịp nhàng luồn dây bắt phao dập chì
Ôi! Những tay lưới óng ánh màu lụa
Làm cuộc hành trình đi xa
Khi con nước son đổ từ thượng nguồn
Nước nổi tràn đồng
Điên điển lại vàng bông
Mùa len trâu xa ngai ngái
Băng qua những cánh đồng biên giới
Mênh mông hiu quạnh.
*
Thơm rơm! Thơm rơm!
Cái tên sao dân dã
Người miệt vườn gọi riết thành quen

Tôi đã nghe mùi thơm rơm rạ từ đó
Trên đồng chiều chạng vạng
Ước mơ bay trên cánh diều tuổi thơ
Rập rờn sóng lúa
Đã bao lần không nhớ
Hương mạ non níu chân bịn rịn
Để lòng tôi thương đến tận bây giờ.

NGƯỜI SÔNG HẬU___________________

**Địa danh "Thơm Rơm" ở Cần Thơ chính là Làng đan lưới Thơm Rơm,nằm tại ấp Tân Lợi 2 thuộc phường Thới Long Tp Cần Thơ. NSH*

VŨ KHẮC TẾ
NGƯỜI NGỒI TRONG QUÁN CÀ PHÊ

Người ngồi trong quán cà phê
không hẳn đang uống cà phê

người đang nhìn thời gian nhỏ giọt
từ chiếc phin
nhỏ
giọt
nhỏ

ngoài cửa kính
một cô gái đi qua
rồi mất hút

người ngồi đó
vẫn còn đó
nhưng buổi sáng đã rời đi xa

và chiếc ghế
giữ lại
một khoảng trống có hình người
Chờ đợi

DUYÊN NỢ

(Truyện ngắn – Vũ Khắc Tế)

Ngày Hương rời Đà Lạt xuống Sài Gòn nhập học đại học, người chở cô đi không ai khác ngoài Hùng.

Sáng ấy, thành phố cao nguyên bảng lảng sương mù. Những rặng thông đứng im lìm tiễn bước chân người đi xa. Hùng lặng lẽ xếp hành lý sau cốp xe, còn Hương thì đứng bên hiên nhà, lòngchộn rộn như vừa rời khỏi một phần tuổi thơ.

Hai gia đình họ vốn thân thiết từ nhiều năm. Ba Hùng là chủ một nhà hàng – khách sạn lớn, có tiếng ở Đà Lạt; ba mẹ Hương là người trí thức, sống nền nếp và chuẩn mực. Người lớn hai bên không nói ra, nhưng trong ánh nhìn, trong những lần trò chuyện, ai cũng ngầm mong một ngày nào đó, đôi trẻ sẽ thành một gia đình.

Hùng yêu Hương theo cách của một người quen đặt người khác lên trước mình. Lặng lẽ, bền bỉ và nhẫn nại. Anh chăm sóc cô từ những điều nhỏ nhặt nhất, nhớ cả những điều cô quên, coi niềm vui của Hương là điều quan trọng hơn tất cả.

Nhưng với Hương, Hùng chỉ là một người anh tốt. Tử tế. An toàn. Đáng tin cậy.Và cũng vì thế… không khiến trái tim cô rung động.

Suốt hai năm đầu đại học, mỗi dịp lễ Tết, Hùng đều tự lái xe xuống Sài Gòn đón Hương về Đà Lạt. Những chuyến đi dài, những câu chuyện cũ, những bữa cơm gia đình ấm áp. Mọi thứ trôi đi chậm rãi, bình lặng, như thể cuộc đời sẽ cứ thế mà an bài…

Cho đến năm thứ ba.

Một ngày nọ, Hương bất ngờ dẫn bạn trai về giới thiệu với gia đình. Anh tên Thành. Thành lớn lên trong trại trẻ mồ côi. Cuộc đời sớm dạy anh cách đứng vững một mình, cách sống mạnh mẽ, gai góc, và có phần bất cần. Họ quen nhau từ một biến cố rất tình cờ: hôm ấy, trên đường đến trường, Hương bị giật ba lô – trong đó có điện thoại, giấy tờ và chiếc laptop lưu toàn bộ tài liệu học tập. Khi cô còn đang bàng hoàng chưa kịp hiểu chuyện gì xảy ra, một chàng trai đã lao theo tên cướp, đuổi qua vài con hẻm và giành lại tất cả cho cô.

Từ những lời cảm ơn ban đầu, họ bắt đầu những buổi cà phê ngắn. Rồi những cuộc trò chuyện dài không dứt. Hương yêu Thành bởi sự phóng khoáng, mạnh mẽ, có chút hoang dại – hoàn toàn đối lập với Hùng, một công tử trầm ổn lớn lên trong đủ đầy và khuôn phép.

Gia đình Hương kịch liệt phản đối. Không chỉ cha mẹ, mà cả anh chị của cô dù đã du học từ châu Âu về cũng không chấp nhận một chàng trai đầu trọc, xăm trổ kín người, đeo bông tai, mang dáng vẻ bụi bặm và quá nhiều bí ẩn. Cho rằng không phù hợp với truyền thống gia đình.

Hương và Thành chỉ ở Đà Lạt hai ngày.

Nỗi buồn đè nặng lên gương mặt Hương, nhưng cô không nói gì. Đến tối ngày thứ hai, cô chỉ lặng lẽ đề nghị Thành chở mình trở lại Sài Gòn trong đêm.

Con đường đèo khuya vắng, sương xuống dày, gió lạnh cắt da. Hương ôm chặt Thành từ phía sau, giọng run run, như sợ chỉ cần nói lớn hơn một chút, giấc mơ sẽ vỡ tan:

- Ráng chờ em hai năm nữa. Tốt nghiệp xong, mình cưới nhau. Rồi mình đi thật xa… sống một cuộc đời khác.

Đến đèo Bảo Lộc thì đã gần một giờ sáng. Trời tối mịt, đường vắng, thỉnh thoảng mới có một xe ngược chiều lướt qua, Chiếc xe đang đổ dốc thì bất ngờ nổ lốp trước. Xe loạng choạng, va mạnh vào một tảng đá ven đường rồi lao thẳng xuống vực sâu. Hương bị hất văng bên lề đường, đầu đập mạnh vào cột tiêu. Cô bất tỉnh. Một chiếc xe tải đi ngang phát hiện, đưa cô vào bệnh viện cấp cứu. Kết quả chụp CT và MRI không cho thấy tổn thương nặng, nhưng não Hương bị rung lắc mạnh. Năm ngày sau cô mới tỉnh lại - và ký ức thì hoàn toàn trống rỗng.

Hương không nhớ mình là ai. Không nhớ đến từ đâu. Không nhớ đã từng yêu ai. Cô cũng không có giấy tờ tùy thân để liên hệ với gia đình, vì tất cả đều nằm trong cốp xe dưới vực sâu.

Trong phòng bệnh hôm ấy có một người phụ nữ xa lạ: bà Hảo, đang chăm chồng bị tai nạn nằm cùng phòng. Thấy cô gái trẻ không người thân bên cạnh, bà thương tình chăm sóc. Khi Hương xuất viện, bà đưa cô về nhà ở Đạ Huoai, cho ở lại và phụ bán quán cà phê nhỏ trước nhà, chờ ngày ký ức trở lại. Vì cô không nhớ tên mình, bà Hảo đặt cho cô một cái tên mới: Duyên, như duyên số cho họ gặp nhau.

Ở một nơi khác, trường đại học thông báo Hương đã

nhiều ngày không đến trường. Gia đình hốt hoảng đi tìm, bằng mọi phương tiện… nhưng không có manh mối nào. Thời gian trôi qua trong tuyệt vọng và những đêm dài không ngủ.

Năm tháng sau, Hương - hay Duyên - vẫn khỏe mạnh, sống bình lặng bên quán cà phê ven đường. Ký ức vẫn mù sương, nhưng lòng cô đã học cách yên ổn với hiện tại.

Một ngày nọ, Hùng có việc đi Sài Gòn. Xe anh bị xì lốp ngay trước quán cà phê của bà Hảo. Trong lúc chờ tài xế thay bánh xe, Hùng bước vào quán.

Người con gái bưng cà phê ra khiến anh chết lặng.

- Hương! - anh bật thốt lên.

Cô gái nhìn anh, ánh mắt hoàn toàn xa lạ:

- Em không phải Hương. Em là Duyên.

Không thể nhầm lẫn. Dáng người ấy. Nụ cười ấy.

Hùng run rẩy ra sau nhà hỏi bà Hảo và biết toàn bộ câu chuyện. Anh lập tức hủy chuyến đi, gọi điện cho gia đình Hương xuống, mang theo những bức ảnh gia đình có cô.

Cuộc đoàn tụ diễn ra trong nước mắt.

Hương không nhớ họ, nhưng cảm nhận được một thứ tình thân sâu nặng đang bao bọc mình.

Trong suốt thời gian điều trị hồi phục, Hùng luôn ở bên cạnh. Sự ân cần, kiên nhẫn và lặng lẽ của anh khiến Hương dần nảy sinh tình cảm. Mấy năm sau, ký ức bắt đầu trở lại - từng mảnh, từng mảnh.

Rồi một ngày, Hương nhớ ra tai nạn.

Cô khóc nức nở và nhờ Hùng đưa xuống đèo Bảo Lộc. Họ thuê người leo xuống vực sâu. Người ta tìm thấy chiếc xe SH méo mó… và hài cốt của Thành.

Hương tự tay lo hậu sự cho người mình từng yêu, khép lại một mối duyên dang dở.

Sau tất cả mất mát, Hương hiểu rằng:

có những người đến trong đời để yêu hết mình,

và có những người ở lại để cùng mình đi tiếp.
Giữa bão giông, Hùng vẫn là người không buông tay.
Đó là duyên.
Và cũng là nợ.

***

Mùa xuân năm ấy, Đà Lạt trở mình trong sương sớm. Hương đứng trước hiên nhà, lặng nhìn những giọt nắng đầu ngày rơi chậm trên giàn hoa giấy. Ký ức đã trở về gần như trọn vẹn, nhưng không còn sắc cạnh như xưa. Những đau đớn, mất mát, và cả mối tình với Thành giờ đây chỉ còn là một khoảng lặng sâu trong lòng - đủ để nhớ, không còn để đau.

Hùng đứng phía sau, không hỏi, không thúc giục. Anh vẫn như vậy, lặng lẽ bước bên đời Hương, chậm rãi và kiên nhẫn, như cách anh đã đi cùng cô từ những ngày cô chưa biết yêu, đến khi học cách mất mát, rồi học cách sống tiếp.

Hương quay lại, mỉm cười:

- Có những người đến để dạy ta yêu. Có những người ở lại để cùng ta đi hết quãng đời còn lại.

Hùng không nói gì, chỉ nắm lấy tay cô.

Cái nắm tay đủ chặt để không buông, đủ nhẹ để không ràng buộc.

Họ chưa nói đến một đám cưới, chưa hẹn một ngày cụ thể. Nhưng buổi sáng ấy, trong căn nhà đầy nắng, cả hai đều hiểu: con đường phía trước không còn cô độc.

VŨ KHẮC TẾ

NGUYỄN AN BÌNH
BÊN DÒNG KIẾN GIANG

Đây dòng Kiến Giang bốn mùa xanh thắm
Con nước chảy hiền hòa
Mang theo điệu hò khoan Lệ Thủy
Hạt phù sa bồi đắp đôi bờ
Hạt nhớ hạt thương thơm trong dòng sửa mẹ
Tháng năm dài nuôi ta lớn khôn
Dòng sông yêu thương
Ước mơ một thời tuổi trẻ
Theo ta rong ruổi suốt dặm đường dài.
*
Có về Kiến Giang không em
Để nỗi nhớ lên xanh
Trên cánh đồng mướt thì con gái
Phá Hạc Hải còn đón ai về
Ngắm ráng chiều vàng
Xem đua thuyền tiếng cười rộn rã khúc sông
Em còn nhớ hay quên- bến nước con đò
Quê hương nghĩa nặng tình sâu.
*
Kiến Giang ơi!
Người đi thì nhớ - Ai về lại thương
Ta cất giữ riêng ta
Nỗi nhớ thương những ngày mưa lũ
Buổi trưa hè nắng chan đổ lửa
Lứa bạn ngày xưa vui đùa tắm mát
Giờ biệt phương nào
Phiêu bạt như cánh gió mùa đông
Lệ Thủy ơi ta yêu người đến thế
Ước mơ tình yêu đôi lứa
Nhọc nhằn một thời đất lửa
Kiến Giang một dòng mãi mãi xanh trong.

NGUYỄN AN BÌNH

SCOTT S. NGUYÊN dịch

CHUYỆN GIẢ TƯỞNG Fiction

ALICE MUNRO Nobel Prize 2013,

VÀO NHỮNG ngày mùa Đông, Joyce thích nhứt khi lái xe về sau nhiều giờ dạy nhạc. Trời vừa tối mà trên đường quạnh quẽ dẫn nàng về tuyết đã bắt đầu rơi, rơi như những sợi nước quất vào kiếng xe chạy trên xa lộ ôm theo eo miền duyên hải. Vừa rời ranh giới tỉnh nàng lái xuyên qua cánh rừng, mà hai bên sừng sững đứng những cây thông già và những cây tuyết tùng cổ thụ đan nhau, xa xa thấp thoáng ánh đèn của những căn nhà, một vài sạp bán trái cây vừa đóng cửa, hay có vài nơi chăn cừu nuôi ngựa, và đằng kia là cơ sở của Jon chuyên nhận sửa và đóng bàn ghế giường tủ. Có những tấm bảng giăng bên đường quảng cáo nhiều nhứt về bói toán, về giải quyết xung đột, hay các dịch vụ xoa bóp dùng dầu thảo mộc. Có vài ngôi nhà tiền chế, nhưng đa phần là nhà xây bằng nhiều thân gỗ trên mái lợp tranh, hay tân trang lại căn nhà mà xưa kia từng là nông trại như của Jon và của nàng.

Điều đặc biệt làm Joyce thích trước khi đến nhà là thấy nhiều kiểu cửa patio. Ở thời ấy hầu như tất cả mọi nhà đều gắn cửa nầy từ nhà tiền chế, nhà cây lợp tranh, nhà không hề có sân sau như của Jon và nàng. Thường cửa không treo màn nên những chùm tia sáng xuyên qua tấm kiếng hình chữ nhật gợi cho nàng tất cả sự ấm cúng, an toàn, và sung túc. Không hiểu sao nàng có cảm giác nầy, cánh cửa có khác gì những cửa sổ thông thường? Joyce chưa hề nghĩ. Phải chăng nó thuận lợi vừa để ngắm cảnh vừa để bước ra đi biền biệt vào khu rừng xa thăm thẳm, hay chỉ là một cấu trúc không mấy hài hoà. Mỗi khi thấy những người đứng nấu ăn hay đang quây quần xem tivi làm nàng thích thú, dầu đó chỉ là những sinh hoạt rất bình thường.

Đập vào mắt nàng khi vòng qua chỗ đậu xe chưa hoàn tất là bộ cửa Jon đang ráp dở dang nào khung nào kính, bằng ánh sáng bên trong hiện rõ nào cái thang, nào những ngăn kéo tủ nhà bếp, cầu thang, và tất cả những đồ nghề và vật dụng Jon thường bày ra trên mỗi nơi mỗi chỗ khi chàng làm đến. Chàng làm việc suốt ngày trong căn nhà nhỏ dùng làm xưởng ở sau vườn, đến tối khi người học việc ra về thì chàng lên làm những việc cho nhà cho mình.

Nghe tiếng xe ngưng ngoài cửa chàng xoay người nhìn vợ với cử chỉ nét mặt đón mừng thay vì vẫy chào vì đôi tay luôn bận rộn. Còn trên xe, nàng tắt máy, tắt đèn, xếp đống thư, hay gom những gì nàng vừa ghé mua ở tiệm tạp hóa bên vệ đường.

Joyce thưởng thức từng tiếng động nhỏ phát từ cánh cửa, nào tiếng gió hú, những âm thanh của từng giọt mưa dội trong đêm vắng lạnh. Nàng để cho những ngày làm việc phiền nhiễu vô vị từ từ trôi qua lấp bằng những phút chơi nhạc sôi nổi và sống động. Công việc làm gỗ của chàng chắc vẫn tiến triển hằng ngày nàng không quan tâm.

Nàng không hề nói và chàng cũng không thích mấy khi nghe ai phán đoán về xưởng gỗ của mình. Sự riêng tư là những gì vô giá.

Và Chàng cũng chẳng muốn nghe những chuyện tào lao.

Jon và Joyce gặp nhau khi cùng theo trung học tại thành phố kỹ nghệ Ontario. Nàng học khá còn chàng là học sinh xuất sắc của trường và của cả thành phố. Với hy vọng sẽ trở thành diễn viên trình diễn vĩ cầm- sau khi nàng từ bỏ đại hồ cầm- và chàng cũng bị thoái chí khi không đủ khả năng để trở thành một nhà khoa học.

Họ cùng bỏ trường từ năm đầu bước vào đại học. Họ làm việc hết chỗ nầy đến chỗ khác, bằng xe bus họ di chuyển hầu như khắp lục địa, sống vài năm nơi bờ biển Oregon, họ cam phận, sống xa gia đình, xa cha mẹ, với họ nhiều tia hy vọng cũng từ từ chắp cánh mà lặng lẽ bay xa. Họ đi lang thang sống tự do lập dị dầu đã trái mùa nhưng cha mẹ vẫn gọi họ là những hippies. Không có nét nào giống; vì họ không dùng thuốc, họ ăn mặc quá thủ cựu đến tồi tàn, và Jon thường cạo râu nhẵn nhụi mà Joyce thì cẩn thận chăm sóc cho mái tóc dài. Họ thấy chán những công việc tạm bợ với đồng lương tối thiểu, không muốn trở lại gia đình nhưng họ mong có một tương lai tươi sáng hơn. Nên Jon học làm thợ mộc và nghề làm gỗ, và Joyce thi lấy bằng chuyên môn và xin dạy nhạc cho các trường.

Joyce dạy tại trường Rough River. Họ mua căn nhà ọp ẹp và tự đó cùng gầy dựng nên cuộc đời mới. Họ trồng trọt sau vườn, gây thân thiện với chòm xóm, họ chăm sóc từng bụi cây, luống cải, xỏ những chuỗi hạt đeo cổ, làm những túi thảo mộc... để bán.

Jon được nhiều cảm tình từ hàng xóm. Chàng gầy nhom với cặp mắt sáng, có chút tự cao nhưng chịu lắng nghe. Đây là thời điểm bắt đầu dùng máy điện toán, Jon hiểu là lúc cần nhiều kiên nhẫn và học hỏi. Với nghề dạy nên Joyce quen sống có nhiều nghi thức chỉ pha chút ít bình dân.

Joyce và Jon sửa soạn và thưởng thức bữa ăn tối bên vài ly rượu chát do họ tự làm. Joyce thường pha trò và kể lại những buồn vui trong lớp. Jon lắng nghe, đôi khi họ bàn về những món ăn. Đến khi ngồi vào bàn ăn chàng thường kể về những khách hàng về Edie, cô gái đang học nghề. Họ cười chế nhạo những gì Edie thường nói, nhưng không để chê bai- Joyce coi cô như những gì đáng thương, hay như người thân của mình. Khi nàng sanh con, những đứa con, nàng cũng đối đãi như vậy thôi, chúng nó rất khó chịu hay sẽ băn khăn khi bị giỡn cợt đến.

Tại sao? Cách nào? Cô ta cũng không khờ lắm. Jon nói khi học làm nghề gỗ dầu không xuất sắc nhưng cô ta cũng nhớ những gì đã dạy. Và quan trọng nhứt là không có tính ba hoa, đó là những gì Jon sợ khi tìm một người để truyền nghề. Theo chương trình huấn nghiệp của chánh phủ- chàng được trả số tiền công dạy, và chương trình sẽ đài thọ tiền vừa đủ sống cho người theo học. Thoạt đầu chàng không muốn, nhưng vì Joyce khuyến khích cho đó là một thứ gì để đóng góp phần nào cho xã hội.

Edie tuy không nói nhiều, nhưng khi cô nói thì cũng ít nhiều thu hút.

“Tôi cai thuốc và rượu” cô nói trong lần phỏng vấn đầu tiên. “Tôi thoát ra từ trung tâm cai nghiện và tôi uống lại. Chúng tôi không thể chừa được, vì chúng tôi không thể. Rượu như con ma nó theo ta suốt đời. Tôi có đứa con gái chín tuổi không cha nên tôi phải có trách nhiệm nuôi dưỡng. Mong ước của tôi là học được nghề làm gỗ để lo liệu cho chính mình và cho con."

Khi nói với chúng tôi tại bàn ăn trong nhà bếp cô nhìn thẳng vào từng người. Tuổi trẻ với chút cương nghị cô không đủ bản lãnh và can đảm để bỏ ngang công việc. Dáng người ngang ngang, tóc cắt ngang trán, sau cột đuôi ngựa, ít cười.

"Và chuyện nữa." Vừa nói cô mở nút cởi áo khoát ngoài. Cô chỉ còn chiếc áo thun bên trong nên hai tay và phần trên lồng ngực- khi cô xoai tròn- và phần trên của lưng đều có xăm hình. Trên lớp da xăm toàn cảnh những khuôn mặt hài hước vừa khiêu khích lẫn dịu dàng, hình con rồng nằm phun lửa bao quanh đàn cá voi, cảnh trí khá phức tạp đến khó hiểu. Thoạt nhìn ta cứ tưởng toàn thân cô sẽ là một câu chuyện bằng hình.

"Ồ ngộ quá," Joyce thấy nó giống như thật.

"Thật, tôi cũng không biết nó như thế nào, nhưng phải chi rất nhiều tiền mà tôi không phải trả," Edie nói. "Tất cả là chứng tích của tôi lúc ấy. Những gì tôi đang cho quí vị xem là tác phẩm của người khác đã mang trên người tôi như một chiếc áo sơ-mi mặc suốt đời."

"Không phải chúng tôi," Joyce nói trong lúc đưa mắt nhìn Jon. Chàng gật đầu.

Nàng hỏi Edie có muốn uống café không.

"Thưa không." Edie nói trong khi mặc lại chiếc áo. "Tôi thấy tại trung tâm cai nghiện có rất nhiều người cai được rượu rồi qua sống với café. Theo tôi, tại sao họ phải chuyển từ tật xấu nầy qua tật xấu khác?"

"Thật tuyệt vời," Joyce nói với tất cả từ tốn. "Anh không quan tâm đến những gì cô ấy nói, hay không cần sự trong sạch của cô ta."

Jon cho hay "Cô ta rất khoẻ. Đó là chính yếu. Tôi đã nhìn đôi cánh tay của cô."

Nên biết khi Jon nói "Khoẻ mạnh" là nghĩa đen. Chàng muốn nói là cô có thể vát nổi một cây xà ngang.

Trong khi làm việc Jon thường nghe chương trình CBC, nghe nhạc, tin tức, bình luận, và điện thoại. Đôi khi chàng cũng nói về quan điểm của Edie trong một đề tài nào đó mà họ cùng lắng nghe.

Còn Edie cô không tin là mình có tiến bộ. (Vì có nhiều lần nhân viên điện thoại kiểm soát việc học nghề tiến triển tới đâu.)

Tại sao không?

"Ồ, tại vì theo Bible countries," Jon chậm rãi và chuyển qua giọng buồn của Edie, "trong Bible countries có toàn loài khỉ và những con khỉ chuyền xuống từ những cành cây và từ đó loài người có ý niệm rằng khỉ chuyển thành loài người."

"Nhưng đó là nguyên thủy-" Joyce.

"Không sao. Và đừng bắt chước. Em có biết nguyên tắc đầu tiên khi tranh cãi với Edie? Là không sao và hãy câm miệng."

Edie còn tin những viện bào chế lớn có thuốc chữa trị ung thư, nhưng vì có hợp đồng vì quyền lợi với bác sĩ nên họ giữ bí mật.

Khi radio phát chương trình "Ode to Joy" thì cô và Jon thường tắt máy vì nó kỳ lạ, buồn như đám ma.

Và, cô nghĩ Jon và Joyce- không, chỉ mình Joyce sẽ không để những chai rượu uống chưa hết ngay bên cạnh bàn ăn.

"Đó là việc của cô ta à?" Joyce lớn tiếng.

"Hình như cô ta nghĩ vậy."

"Có khi nào mà cô ta quan sát đến bàn ăn?"

"Những lúc cô ta đi ngang để đến phòng vệ sinh. Vì cô ta không thể làm việc ấy trong bụi."

"Tôi thấy thật không cần thiết--"

"Và đôi khi cô vào nhà bếp để làm bánh kẹp cho chúng tôi--"

"Sao? Tại nhà bếp của tôi à. À của chúng ta."

"Chỉ những lúc cô sợ vì quá say. Và cô ta rất nhẹ nhàng. Cả em và tôi chắc không hiểu nổi."

Cảnh báo. Say rượu. Rồi nhẹ nhàng. Có từ nào để Jon dùng cho chính xác?

Trong một thoáng, thì ra nàng đã hiểu, không cách nào chàng có thể theo kịp; giác quan của nữ giới. Thì ra Chàng đăm mê?

Vấp ngã? Phải có nhiều thời gian hay chỉ giây lầm lỡ. Chỉ trong một thoáng hay một giây khi ta lơ đễnh. Ron không thể lầm lẫn với Edie. Nhưng rồi, chàng đã. Không chuyện gì có thể hoặc không có thể xảy ra, trừ khi bị mù, hay chỉ là tai hoạ, hay bởi định mệnh đưa đẩy trớ trêu, hay do ma đưa lối quỷ dẫn đường?

Joyce cố tin đó chỉ là sự lầm lỗi. Chàng có rất ít kinh nghiệm về đàn bà. Hầu như không có, vì chàng chỉ có mỗi một mình nàng thôi. Có chăng là những thử nghiệm của tuổi thơ, khi trưởng thành nó sẽ phức tạp hơn nhiều và hủy hoại tất cả. Bây giờ nàng mới ngạc nhiên, biết đâu chàng cũng có những riêng tư thầm kín nào khác?

Và chàng đã giam mình tại xưởng suốt trong những tháng mùa đông u ám, cũng vì sự kiện bắt nguồn từ Edie. Họ đau khổ trong cùng một không gian vắng lạnh.

Và Edie nữa, chắc chàng phải khùng đi mất, nếu tiến tới thì mọi việc cũng phải đàng hoàng thôi.

"Anh có nghĩ đến việc đó," chàng nói. "Và cô ta đã sẵn sàng."

Joyce thấy đó như trò con nít, làm chàng kinh hãi, thất vọng.

"Anh cho mình là thứ gì, hiệp sĩ chăng, hay nó đã hớp hồn anh rồi?"

Xong, nàng thấy hối hận. Hiện giờ chỉ còn cách giúp lẫn nhau. Hiện chàng đang đứng bên bờ vực thẳm. Và cuộc hôn nhân nầy đang bước gần đến cuối vực sâu!!

"Chúng ta sẽ thoát ra mà,"

Jon ngước nhìn nàng với tất cả dè dặt, dầu thân ái.

"Không còn là 'chúng ta,'" chàng thốt.

Chuyện gì đã xảy ra? Nàng tự hỏi với mình, với Jon, và với những người khác. Thật là bước nhảy vọt hay là một mưu chước của cô gái học nghề với chiếc quần thùng thình dưới những cái áo vải thô và- kéo dài cho hết cả mùa đông- chiếc áo khoát ngoài nặng nề vô cảm lốm đốm những mạt cưa.

Một cái đầu cứng ngắc không lay chuyển rập khuôn hay chỉ là sự ngu xuẩn trên mỗi bước hành trình đến cố hữu. Người nào đã che lấp được Joyce với chân dài eo thon và buí tóc xanh mà mượt, nàng vừa thông minh, dí dỏm trong một tâm hồn nghệ sĩ.

"Tôi cho anh hay những gì tôi suy nghĩ là," Nàng nói khi nhớ lại những ngày tháng thênh thang khi còn lung linh những ngọn lửa tinh khiết sưởi ấm trong khu vườn hạnh phúc. Khi mà mỗi lần đứng lớp dạy nhạc nàng phải đeo kính đen để che bớt cặp mắt đang sưng do vì khóc hay vì quá chén, và thay vì lái thẳng về nhà nàng lại lái xe đến ngồi tại công viên hy vọng Jon đến tìm vì sợ nàng tự vẫn; chàng có tìm, nhưng chỉ một lần.

"Tôi nghĩ cô ta chỉ là loại đứng đường, vì gái làng chơi thường xăm mình vì phương thức làm ăn, mục đích chỉ để khiêu gợi đàn ông. Tôi không ám chỉ tất cả việc xăm mình- nhưng có thể, nó vì mục đích đó- Tôi muốn nói đến những người vì mục đích thương mại. Tất cả đều có chủ đích và bằng trải nghiệm. Và nghĩ cho cùng, với những tay chơi chuyên nghiệp, thì chàng chưa tính được làm tay mơ. Nghe mà phát chán."

Bây giờ nàng đã có vài người bạn, những người bạn thân để chia xẻ tất cả những chuyện. Có người đã biết trước có người nhờ nàng nói mới hay. Họ cùng giãi bày tâm sự và uống và cười cho đến khóc. Họ đều không tin. Đàn Ông, làm toàn những việc dại khờ và khó ngửi. Rõ thật không ngờ.

Cho nên đó mới làm rắc rối cuộc đời.

Được xả bớt phần nào Joyce cảm thấy dễ chịu. Chút thoải mái. Nàng thầm cảm ơn Jon vì lúc nẩy nàng thật sự thảnh thơi yêu đời hơn bao giờ hết, dầu có chút kinh hoàng nhưng trong thú vị. Hãy làm lại từ đầu bằng tất cả thực tế bằng sự chân tình nhứt.

NÀNG TỈNH giấc khoảng ba hay bốn giờ sáng và thật sự không biết mình đang ở đâu. Không còn ở nhà, vì Edie đang ở đó cùng con gái và Jon. Phải chăng đây là sự hoán chuyển, nàng suy nghĩ về Jon về mối tình. Nàng đã dời đến chung cư, nơi nghỉ phép của các thầy giáo. Nàng thức dậy trong những lắc lư của ánh đèn màu từ nhà hàng bên kia đường lung linh chiếu qua cửa sổ, rọi sáng cửa kiếng căn phòng của cô giáo Mễ nào đó. Những chậu xương rồng như cặp mắt mèo linh động, nhấp nháy những vệt đỏ khô như máu, tất cả như say sưa, đang nhảy múa; làm nàng buồn nôn. Nàng chưa hề say, nàng uống như hũ chìm; và khi tĩnh dậy vẫn bình 'yên như vại'.

Đời nàng phai tàn. Như một thảm họa.

Thật ra nàng quá say, say đến chết. Vấn nạn khó khăn là nàng phải lên xe phải ra khỏi căn nhà mình. Không hề lạc lối vì nàng lái rất chậm và bình tĩnh, nhưng khi xe đậu trong đêm vắng ngoài cửa sổ trước nhà nàng gọi thầm tên Jon nhiều lần.

Hãy ngưng lại, điều nẩy không đúng. Bảo cô ta hãy đi ra.

Nhớ lại những lúc chúng ta cùng ngủ ngoài đồng khi tỉnh dậy bên đàn bò nhóp nhép nhai lại mà ta không biết chúng ở đó từ đêm qua. Nhớ những lúc cùng tắm trên nhánh sông băng giá. Cùng nhau đi hái nấm tận quần đảo thuộc Vancouver rồi trở về bán tại Ontario khi má anh trở bệnh nặng như sắp chết. Và dầu có chút lố bịch, nhưng chúng ta không nghiện ngập, chúng ta vẫn luôn giữ được lòng thuận thảo bên nhau.

Mặt trời cố trèo lên cao giận dữ chiếu những màu sắc quá gay gắt tạo cho nàng thêm cảnh hãi hùng, thức dậy, nghỉ một lúc sau khi tắm nàng thoa trên mặt ít bột xác café đặc xong nàng thay đồ. Nàng đã mua những chiếc áo mỏng với chiếc váy hấp dẫn và nhiều đôi bông tai tô điểm với những lông cầu vồng. Nàng đi dạy với dáng của nhà nhà quí phái hay của cô chiêu đãi dễ thương. Nàng cười với mọi thứ nàng giỡn với mọi người; với người đầu bếp thường chuẩn bị bữa sáng cho nàng ở dưới lầu với cậu bé đổ xăng và với những nhân viên bán tem cho tại bưu điện. Nàng muốn cho Jon biết rằng bây giờ nàng rất đẹp, rất hấp dẫn trong hạnh phúc cô đơn, cô đơn nên nàng có thể đi ăn với các bạn trai. Những khi ra khỏi chung cư nàng diện như mình đứng trên sân khấu mà Jon, mặc khác chỉ là một trong khán giả bên lề. Dầu chàng chưa bao giờ đóng vai, ve vãn; và hầu như không thấy vẻ hấp dẫn của nàng. Khi cùng đi du lịch họ chỉ mặc những quần áo bình thường; đủ ấm, quần jeans, áo thâm, thật đơn giản.

Bây giờ đã đổi thay.

Với những đứa bé nhứt hay ngu nhứt lớp giọng nàng luôn âu yếm, có nụ cười hiền hoà pha chút ranh mãnh, mạnh dạn và lôi cuốn. Nàng chuẩn bị cho học sinh lớp mình một buổi trình diễn văn nghệ độc đáo dịp cuối năm, việc mà nàng chưa từng làm trước đó trước công chúng bao giờ- nàng cũng biết có em chưa đủ khả năng sẽ bị đẩy ra; nhưng không sao, nàng cố gắng huấn luyện chúng. Tất cả những cố gắng những khổ nhọc sẽ có kết quả tương xứng. Và năm nay nàng lao mình vào làm tất cả mọi việc như điều hợp chương trình, điều chỉnh ánh sáng, giới thiệu và lẽ tất nhiên điều khiển phần trình diễn. Như nàng thường tuyên bố nó sẽ rất nhộn nhịp vui cho học sinh vui cho cả khán giả.

Lẽ tất nhiên là Jon sẽ tham dự. Con của Edie cũng trình diễn nên Edie sẽ đến, và chắc họ sẽ đi với nhau. Nhưng, mục đích nàng trình diễn không dành riêng cho chúng- nhứt là Jon- trong buổi văn nghệ nầy.

Nàng sẽ được gì? Chỉ trời biết, nàng cũng không biết nhứt là trong lúc chịu nhiều dao động nầy. Jon sẽ nghĩ gì khi nhìn thấy nàng trên sân khấu nhận những tràn pháo tay liên tục của khán giả khi buổi văn nghệ vừa chấm dứt. Chàng không bể tim vì tiếc, vì chàng cũng muốn thấy nàng hạnh phúc hồn nhiên hơn là đau khổ thất vọng. Nhưng cũng có những việc ngoài dự tính- những việc nàng không thể xác định nhưng cũng không ngừng hy vọng.

Đó là buổi trình diễn thành công ngoài tưởng tượng mà mọi người công nhận. Họ nói với tất cả nhiệt tình, tất cả niềm hoan hỉ, và xúc cảm mãnh liệt. Nào những diễn viên trẻ với trang phục và mặt vẽ rất thích hợp với âm nhạc đúng với vai trò đảm nhận.

Ở phút cuối khi Joyce ra sân khấu nàng mặc chiếc váy lụa đen viềng kim tuyến óng ánh theo từng bước chân, và vòng bạc sáng lấp lánh quanh cổ. Vài tiếng huýt sáo hoà lẫn tiếng vỗ tay khen thưởng.

Trong đám khán giả không ai thấy cả Jon lẫn Edie.

II

JOYCE tổ chức sinh nhật 66 tuổi cho chồng tại nhà riêng nằm ở hướng Bắc thành phố Vancouver. Matt là nhà Tâm lý chuyên thần kinh bệnh học và tay chơi vĩ cầm tài tử, nên có dịp gặp Joyce, và bấy giờ người đàn vĩ cầm chuyên nghiệp trở thành vợ thứ ba cho tay chơi tài tử.

"Hãy nhìn những khách mời," Joyce luôn nhắc. "Họ đích thực là những kẻ yêu đời."

Người nàng hơi ốm nhanh nhẹn và cương nghị với mái tóc

đang pha bạch kim lưng hơi khòm trong thế đứng của người xử dụng nhạc cụ, trong tư thế của người lắng nghe hay đang phát biểu.

Tại trường họ là những đồng nghiệp, và xa hơn là người bạn tâm giao. Matt rất hào phóng mà thẳng thắn mẫu người ít gặp. Người vợ đầu Sally đi cùng người chăm sóc; bị tai nạn xe lúc 29 tuổi bị tổn thương não bộ nên bà không nhận ra Matt không nhận ra ba đứa con trai, hay căn nhà hiện bà đang sống cùng với những ai. Nhưng phong cách hài hoà cố hữu không thay đổi, bà vui khi gặp mọi người; dầu người đó vừa gặp trong mươi phút qua, với Gowan, người theo chăm sóc.

Người vợ thứ hai, Doris, sống với Matt chưa đầy một năm. Bây giờ bà sống với bạn gái Louise và đứa con mà Louise mới sinh được vài tháng. Bà vẫn giữ quan hệ thân tình với Matt và nhứt là với cậu út, Tommy, và hai cậu con trai lớn đã có vợ có con.

Lần đầu Tommy đem người yêu về giới thiệu cô tên Jay, vì chưa có đính ước nên Tommy nói với Joyce rằng cô ta chưa phải là người trong gia đình.

"Ta thông cảm cho con," Joyce nói. "Ta cũng thấy thật chưa phải lúc." Nàng cười- cười không ngưng khi nàng giải thích những gì mà Matt gọi là trong vòng thị tộc. Nàng không có con, dầu với chồng trước, Jon, chàng đang sống bên kia, trên bờ thành phố công nghệ xa xôi; thật không may. Nàng có mời nhưng chàng không thể dự, lẽ tất nhiên nàng mời vợ chàng- cô Charlene hiện làm chủ một tiệm bánh, cô trả lời bằng một bức thư ngắn rất lịch sự và nhờ nàng giải thích với Matt họ bận vì lễ rửa tội cho cháu và cho hay Jon cũng trở lại với Chúa.

Có nhiều thức ăn do họ làm và do bạn bè mang đến, có nhiều loại nước trái cây cho người nhỏ tuổi, và nhiều loại rượu chát, rượu mạnh do Matt tự pha vào những dịp hội hè đặc biệt- để vinh danh cho những ngày xa xửa xa xưa, và cho người thật sành điệu. Matt nói đã làm tại nhà xe theo phương thức cổ truyền.

Vườn nhà rất rộng. Có cả sân bóng rổ cho những ai muốn thảy vài trái banh, và nhiều bạn thân vây quanh Matt ở nhà xe để nói với nhau những kỷ niệm của thời thơ ấu. Nhiều đứa trẻ thay nhau đánh đu hoặc chơi những đồ chơi làm bằng nhựa tại sân sau. Nhà Matt là nơi độc nhất tại Vancouver còn giữ lại chiếc xích đu của thuở xa xưa thời ông sinh trưởng; căn nhà nằm trên đường Windsor bên sườn đồi Grouse. Ngày nay do đất khan hiếm do thuế tăng nên những nhà chung quanh biến thành những dinh thự với nhiều nhà chứa xe rộng rãi. Matt nói rồi có một ngày, một ngày sẽ đến tất cả sẽ thay đổi sẽ biến thành những lâu đài nguy nga tráng lệ.

Joyce cũng chưa biết đời nàng và Matt sẽ ra sao, vì có quá nhiều thay đổi ở đây. Người ta đã đến rồi đi và để lại phía sau rất nhiều thứ; từ thế hệ nầy qua thế hệ khác. Nhóm tứ tấu đàn dây của Matt thường dợt trong những buổi chiều, nhóm thân hữu theo thuyết nhất thể thường gặp mặt tại phòng khách vào tối Chúa nhựt, đảng Xanh sẽ tranh luận tại nhà bếp. Một nhóm khác đang thảo luận về cuộc đời của đức Đạt ma từ nhà bếp kéo nhau ra sân. Tất cả cùng dự tiệc. Joyce lang thang từ nhóm nầy qua nhóm kia. Matt cùng nhóm giảng viên đang tranh luận một đề tài trong căn phòng khép cửa.

Nàng nghĩ lại nàng và Matt ít khi rời nhau ngay những lúc cùng ở trên giường ngủ. Và rồi.. Matt đọc những tài liệu quan trọng. Nàng đọc những gì không quan trọng.

Nhưng chẳng sao. Những yến tiệc linh đình, những bữa ăn ngon miệng nàng đều đi cùng Matt, ngay trong các dịp ở trường- lễ ra trường của sinh viên, của đồng nghiệp; từ thân thiện đến không- với Matt tất cả sẽ thoáng qua như cơn gió nhẹ. Còn với nàng tất cả chỉ như nguồn an ủi. Và nó vẫn là, nếu nàng nhìn từ một góc độ nào đó. Nàng tự thèm muốn với chính mình. Nàng bị nhiều người đố kỵ, được nhiều hâm mộ- vì nàng và Matt như trời sinh một cặp với bạn bè với trách nhiệm và công việc và nghề nghiệp. Hãy so sánh bây giờ với những ngày buồn tủi cô đơn khi nàng vừa đặt chân đến vùng trời Vancouver.

Nàng lội bộ qua đám cỏ và tấm khăn choàng trên tay với bà mẹ của Doris người vợ thứ hai và trở nên đồng tính sau khi lấy chồng. Bà Fowler không ưa nắng lại sợ bóng mát, bà mang ly nước chanh tươi cho Gowan, người chăm sóc, cho bà Sally không thể uống nước trái cây vì quá ngọt.

Joyce đi vòng quanh nhóm trẻ đang xoay tròn ngồi trên bãi cỏ. Tommy cùng những người bạn nàng đã gặp hoặc chưa biết qua. Tommy nói, "Không, tôi không phải là Isadora Dunca." Tất cả đều cười.

Nàng nhận ra họ đang chơi trò chơi đang thịnh hành bấy giờ, nhưng nàng không nhớ tên gì? Có thể bắt đầu bằng chữ B. À...Buxtehude.

"Trò chơi Buxtehude?"

"Đúng vậy." Tommy cười và mọi người cùng cười.

"Thấy chưa, Mẹ ta không chậm. Bà là nhạc sĩ. Mà Buxtehude phải chăng cũng là nhạc sĩ?"

"Buxtehude đã vượt 50 dặm đường đến nghe Bach chơi đàn organ. Đúng, là nhạc sĩ." Joyce nói lớn.

Tommy: "Thật kỳ công."

Một cô gái ngồi trong vòng tròn bỗng đứng dậy. Và Tommy gọi lại.

"Ê Christie, Christie. Bộ cô không chơi nữa sao?"

"Tôi sẽ trở lại ngay. Tôi chỉ đến bụi cây kia để hít vài hơi thuốc."

Cô gái mặc váy đen ngắn có viềng đăng ten và chiếc áo choàng hỡ cổ cũng màu đen. Với làn da trắng tóc che đến chân mày. Joyce không thích mấy, nàng nghĩ đó là loại người sẽ mang nhiều bất hạnh cho kẻ khác. Joyce nghĩ cô ta chỉ là người đi theo dự tiệc vì khách mời không được hút thuốc ở bất cứ nơi nào dầu không có bảng cấm ở ngoài, ở trong nhà. Joyce cảm thấy khó chịu.

"Tommy." Joyce xẵng giọng. "Tommy, làm ơn đem chiếc khăn choàng cho bà ngoại Fowler, bà đang bị lạnh. Và ly nước chanh cho bà Gowan, con biết, người đàn bà chăm sóc cho má."

Đó là gì bình thường vì quan hệ, vì trách nhiệm nên Tommy rất hăng hái.

"Botticelli?" An tâm con sẽ đưa khăn và ly nước cho bà ta.

"Rất tiếc, ta không muốn làm gián đoạn cuộc chơi của các con."

"Chúng con chơi cũng chậm thôi, không rành như các bác." Lời của Justin mà nàng đã có gặp vài lần tại nhà.

"Có thể," Joyce nói trong lúc còn lúng túng như không biết sẽ phải làm gì phải đi đến đâu.

TIỆC VỪA xong, Joyce, Tommy, và cô bạn gái, Jay, cùng rửa chén dĩa trong nhà bếp. Khách giả từ với ôm nhau, hun nhau thật nồng ấm, vài người còn mang bớt những đĩa thức ăn về vì tủ lạnh không còn chỗ chứa. Những dĩa xà-lách úa, ly kem, và trứng nướng theo tập tục, dù nó chứa nhiều cholesterol.

"Nhiều quá, thật là mệt, đông như đãi ăn tối tại nhà thờ," Joyce than trong khi đổ đầy dĩa vào thùng rác.

"Bà cháu thường cũng làm vậy," đây là câu đầu tiên Joyce được nghe Jay nói, và cô nhìn Tommy với tất cả triều mến, cô như thấy thoả mãn khi đem bà mình so sánh với bà ngoại của chàng.

"Chúng ta được ăn vài món quá ngon ha." Tommy và Jay còn phải giúp nàng khoảng nửa giờ nữa để gom những ly những dĩa những dao rải rác lung tung ngoài vườn trong hành lang cùng các phòng trong nhà, ở những xó kẹt gần chậu bông hay dưới ghế sofa.

Nàng thấm mệt, hơn nữa Các con, nàng gọi chúng là con, sắp xếp chén dĩa còn khéo hơn ta, xong họ rửa ly bằng nước xà-bong ấm và xả nước lạnh.

"Nếu đầy quá ta có thể rửa ở đợt sau," Joyce nói.

Jay rửa Joyce lau khô đến Tommy xếp gọn. Ngoài hành lang Matt đang hăng say tranh luận với những đồng nghiệp. Họ uống chưa say cho dù đã ôm nhau, bắt tay giả từ nhưng họ vẫn còn tiếp tục.

"Có thể ta không biết," Joyce nói. "Lúc nẩy ta cảm thấy như muốn buồn nôn, nôn ra tất cả."

"Không sao, đó là hội chứng sau bữa tiệc, ai cũng biết."

"Tommy, cô gái nào mặc toàn đồ đen? Cô gái đứng dậy trong lúc chơi là ai?"

"Ồ, Christie. Christie O'Dell, là vợ Justin, có chồng nhưng cô vẫn giữ tên cũ. Mẹ biết Justin mà."

"Ta biết Justin, nhưng ta không biết nó có vợ."

"Vì, họ đều lớn cả rồi," Tommy cười.

"Justin đã 30 còn gì, mà cô ta có thể lớn hơn."

"Chắc lớn hơn." Jay.

"Trông cũng được, và cô ta đang làm gì?"

"Cô ta viết văn."

Jay cúi người trên chậu rửa chén gây tiếng động nên Joyce nghe không rõ.

"Cúi ít thôi, Em có sao không?" Tommy hỏi.

"Thật là khùng," Jay nhấn mạnh.

"Cô ta vừa in quyển sách đầu tay," Tommy. "Con quên tên sách, gì đó... giống như, một cái tên không đáng nhớ. Với quyển sách đầu tiên, con nghĩ nó không hay ho gì."

VÀI NGÀY sau nhân đi ngang qua hiệu sách Lonsdale, Joyce để ý đến tấm bích chương quảng cáo có hình cô gái, Christie O'Dell. Hình đội nón đen và khoát áo ngoài màu đen giống như hôm đi dự tiệc, cổ áo rất rộng để hở sâu dưới ngực; dầu cô không có gì để khoe. Mắt nhìn thẳng vào ống kính, với nét buồn, một nỗi đau hiện rõ trên mặt.

Joyce đã thấy cô ta ở đâu? Ở buổi tiệc, đúng rồi. Nhưng còn đâu nữa? Trong tiềm thức nàng đã thấy cô ta ở đâu... trước đó.

Là một nữ sinh? Trong đời nàng đã dạy rất nhiều học sinh.

Nàng bước vào tiệm tìm mua một quyển, 'How Are We to Live.' Cô gái bán sách vui vẻ mời, " Nếu bà có thì giờ chiều thứ Sáu khoảng từ 2 đến 4 giờ mang sách trở lại, bà sẽ được tác giả ký tặng. Nhớ đừng lột cái nhãn nhỏ nầy nó chứng minh bà đã mua tại đây."

Joyce từng biết cảnh phải sắp hàng thật dài đưa quyển sách cho tác giả liếc qua rồi ký một cái tên lạ hoắc vào đó. Nàng ầm ừ cho đúng phép, không biết nàng có đến hay không.

Nàng cũng không biết là mình sẽ đọc nó hay không nữa, vì hiện nàng đang có vài quyển sách hay cần đọc.

How Are We to Live là tuyển tập gồm nhiều chuyện ngắn, không phải tiểu thuyết. Tự nó đã thấy chán, nó làm giảm uy tín của người viết, nó giữ chân tác giả đứng bên ngoài thay vì bước thẳng vào thế giới văn chương.

Dầu vậy, Joyce cũng mang quyển sách theo nàng vào giường ngủ, thận trọng nàng lật đến phần mục lục, ở vào khoảng giữa trang nàng để ý đến chuyện Kindertotenlieder, rồi Mahler, rồi Familiar Territory, và Reassured, nàng lật từng trang trong. Ai đó, chắc là tác giả, linh tính báo nàng chắc có gì thay đổi.

Nằm bên nàng, Matt đang cười hô hố.

Nàng biết Matt đọc đến đoạn vừa ý và chàng cũng muốn chia xẻ cùng nàng, thường nàng hưởng ứng...

"Christ. Thật ngốc--"

Nàng đặt quyển sách nằm úp trên ngực, chứng tỏ mình đang lắng nghe.

Ở bìa sau có tấm hình, tấm nầy tác giả không đội nón, không cười, vẻ buồn ảm đạm, và bớt chút kiêu căng. Nghe Matt nói và nàng xoay thế nằm đặt sách ở vị trí có thể đọc vài hàng về tiểu sử tác giả ở bìa:

Christie O'Dell sinh trưởng tại Rough River, một thành phố nhỏ bên bờ British Columbia. Tốt nghiệp đại học British Columbia về văn chương khoa soạn viết sách. Hiện sống tại Vancouver, BC, với chồng Justin, cùng con mèo nhỏ, Tiberius.

Trong khi giải thích về những gì mình đọc, Matt ngước nhìn sách của nàng và hỏi, "Sách của cô gái dự tiệc ở nhà mình à."

"Đúng. Cô tên Christie O'Dell, vợ của Justin."

"Cô ta viết sách? Viết gì trong đó?"

"Là chuyện giả tưởng."

"Ồ."

Matt trở lại đọc sách nhưng thấy chút phân vân nên lại hỏi, "Có gì hay không em?"

"Em cũng chưa biết nữa."

"Đứa bé sống với má" nàng đọc, "trong căn nhà nằm giữa những triền đồi và biển-"

Khi đọc những dòng nầy nàng thấy sao không nhiều thoải mái để đọc tiếp, hay có chàng nằm bên chăng. Nàng bèn gấp sách và nói, "Chắc em phải xuống dưới lầu một chút."

"Em bị ánh đèn chói mắt sao? Anh sắp tắt rồi đó."

"Không, Em nghĩ em cần uống ly trà. Em sẽ lên liền."

"Chắc Anh phải ngủ thôi."

"Vậy thì, Good night anh."

"Good night."

Nàng hôn chàng và mang theo quyển sách.

"Đứa bé sống với má trong căn nhà nằm giữa những triền đồi và biển. Trước nó sống với bà Noland người nhận nuôi dưỡng. Con số những đứa trẻ sống với bà Noland dầu luôn thay đổi nhưng lúc nào cũng đông. Những đứa nhỏ ngủ trên giường ở giữa phòng và những đứa lớn hơn được nằm trong giường cũi của trẻ em kê sát bên giường để nếu đứa nhỏ bên trong có lăn cũng không bị rớt xuống đất. Sáng nghe tiếng chuông tất cả phải thức dậy. Bà Noland đứng trước cửa rung tiếng thứ hai thì mọi trẻ phải đi tiểu phải tự đánh răng rửa mặt và thay quần áo sẵn sàng cho bữa ăn sáng. Em lớn phải giúp em nhỏ sắp xếp lại mền gối. Đôi khi có nhiều em bé đái dầm vì ngủ mê hay vì không dám trườn qua người của các em khác. Em lớn phải cảnh cáo nhưng tốt nhứt nên lột tấm 'ra' đem phơi đến tối nó sẽ khô. Đó là tất cả những gì nó còn nhớ khi ở nhà bà Noland.

Trở về nhà ở với má và mỗi đêm nó phải theo bà đến trung tâm cai nghiện, vì má không thể gởi nó cho ai. Tại trung tâm cũng có hộp Lego để chơi nhưng nó lại không thích. Đến khi học kéo vĩ cầm ở trường thì nó được mang cây đàn theo. Dầu không được kéo nhưng vẫn là sở hữu nên nó luôn giữ bên người, đến khi người ta nói quá to thì nó liền kéo đàn nho nhỏ.

Vĩ cầm được dạy tại trường, nếu trò nào không muốn nhạc cụ nầy thì có thể học nhịp phách hình tam giác, nhưng cô giáo vẫn muốn tất cả học sinh phải cố gắng hơn. Cô giáo dáng mảnh mai tóc hung hung dài và cô thường bím xuống tận lưng. Người cô tỏa một mùi thơm khác với những thầy cô khác. Nhiều người xịt nước hoa nhưng cô không bao giờ. Cô mang mùi của gỗ của lò và của những loại cây. Đó là cây tuyết tùng (cedar). Sau khi má nó đến học nghề nơi chồng cô giáo thì bà cũng mang mùi đó nhưng không giống hoàn toàn. Thì ra mùi của má là mùi gỗ, còn mùi của cô giáo là mùi gỗ trong mùi âm nhạc.

Nó không được thông minh nhưng nó cố gắng, cố gắng tối đa. Mà nó cố gắng không phải vì nó yêu nhạc, mà vì nó yêu cô giáo dạy nhạc, thế thôi."

Joyce đặt quyển sách xuống bàn và nhìn lại tấm hình tác giả. Tìm có nét gì giống Edie không? Không. Thật không giống mặt, không hình dạng, và không nét nào giống.

Nàng pha thêm ít rượu mạnh vào ly trà, nhâm nhi và lục soát trong đầu để nhớ lại đứa con gái Edie tên gì? Không phải Christie. Nàng không còn nhớ rõ mỗi khi Edie dẫn cháu đến nhà. Còn ở trường có rất nhiều đứa theo học vĩ cầm.

Mỗi đứa trẻ không thể thành công nếu không có năng khiếu, không đủ khả năng học nổi vĩ cầm. Chính nàng cũng không là một năng khiếu tự nhiên.

Một khuôn mặt lờ mờ. Một giọt nước của thời thơ ấu mà Joyce không thể nhận ra không thể hình dung của đứa bé nào của người con gái nào khi đã nhổ giò lớn khôn.

Có thể nó không đến những lúc Edie làm thêm vào ngày thứ Bảy. Hay Edie đóng vai người khách đến xem công việc ra sao; nếu Jon cần sẽ giúp một tay. Hay đột nhiên đến xem Jon đang làm những gì, hay thăm dò Jon nói gì làm gì với Joyce trong khi cô ta không có mặt.

Christine. Rất dễ chuyển thành tên Christie.

Christine phải là một bí mật cần thời gian tìm hiểu, Jon ghé qua chung cư, cũng như Edie phải ghé đến nhà. Chắc Edie phải thăm dò đến con gái mình.

"Con có thích Jon không?

Con có thích nhà của Jon không?

Thật sung sướng dọn đến ở chung nhà với Jon phải không?

Má và Jon thích nhau lắm và khi người ta thích nhau rất nhiều thì người ta muốn sống chung một nhà. Cô giáo âm nhạc và Jon không thích nhau nhiều bằng má và Jon cho nên con má và Jon ở chung nhà của Jon và cô giáo âm nhạc phải dọn ra chung cư."

Sai, hoàn toàn sai; Edie không hề nói dông dài và bậy bạ như vậy.

Joyce thấy tác giả muốn xoay câu chuyện qua một chút, trộn lẫn cảm nghĩ của đứa bé và người lớn, kéo chỗ nầy đắp chỗ kia. Nhưng khi nàng đọc lại thấy tác giả gặp gì khó khăn khi để cập đến...

Tất cả được xoay quanh tình thương của cô học trò đối với cô giáo cũ.

"Mỗi thứ Năm là ngày học nhạc, là ngày trọng yếu trong tuần, nó vui hay buồn tùy thuộc vào đứa bé biểu diễn thành công hay thất bại, và theo nhận xét của cô giáo. Hồi hộp đến nghẹt thở. Giọng cô giáo đầy uy lực, nhưng ân cần, đôi khi pha trò để che đậy bớt cái nhàm chán bớt nỗi thất vọng. Ở đứa bé đáng thương, hay cô giáo bỗng trở nên vui vẻ, dễ chịu.

"Tốt, rất tốt. Hôm nay con biểu diễn rất khá." Nó vui như mở cờ trong bụng.

Rồi cũng thứ Năm khi đứa bé bị trầy gối tại sân chơi. Cô giáo lau vết thương bằng vải thấm nước ấm với vỗ về giọng thật ngọt ngào đầm ấm.

Bây giờ bắt đầu thay đổi, cứ đến mùa Xuân là lúc bắt đầu chuẩn bị cho buổi trình diễn văn nghệ cuối năm.

Đề tài nào.

Cô giáo tự chọn đề tài nào hấp dẫn và ý nghĩa. Như đàn chim trắng bay qua bầu trời xanh, nhưng loài chim ưa thích nào đây?

Lại loài chim ưa thích. Nó không thể suy nghĩ, không lựa chọn được loại chim nào. Thì "Con quạ."

Cô cười. "Okay, Okay, thì con quạ. Nhưng trước khi bắt đầu ta phải suy nghĩ và tìm hiểu về loài quạ."

Trong những vui đùa lỡ làm cho đứa bé buồn tủi, để bù lại cô sẽ dẫn đến công viên Willingdon, nếu vào mùa hè thì sẽ thấy một xe bán kem.

Xe chỉ bán có ít loại kem nên nó không thích mấy, khi chọn mùi dâu tây; dầu có nhưng nó ở trong tình trạng vừa hân hoan vừa hồi hộp. Cô chọn kem va-ni như nhiều người lớn thích, cô còn đùa với người bán kem nếu không cho thêm rượu rum và nho khô thì cô sẽ không bao giờ đến nữa.

Nghe cô giáo vui đùa thì nó thấy thoải mái, vì không khí có phần thay đổi. Từ đó mọi người vui vẻ trong sự triều mến. Họ cùng xuống bến để nhìn những chiếc tàu thả neo, và cô ao ước được sống ở căn nhà trên tàu (house-boat) thật là thích thú, và nó gật đầu. Họ cùng nhau chọn một chiếc, xong sẽ sơn lại màu xanh nhạt, làm thêm nhiều cửa sổ nhỏ lại đặt thêm nhiều chậu bông màu đỏ thắm.

Họ đổi đề tài qua những căn nhà của đứa bé đang sống đến nhà cô giáo đang ở qua đến những phòng ngủ và những chiếc giường, nào phòng quá tối đôi khi tưởng như tiếng những con thú hoang bên ngoài cửa sổ.

Mà những con thú nào?

Như những con heo rừng, con sư tử. Nghe má nói chúng ở trong cánh rừng bên nên không ai dám đến đó bao giờ.

"Khi nghe chúng, có bao giờ con chạy đến giường của má ngủ không?"

"Không, Con không được phép."

"Chúa ơi, sao không dám?"

"Có Jon trong đó."

"Jon có tin là heo rừng và sư tử không?"

"Jon tin là những con nai."

"Jon có giận khi má kể lại những gì cho con nghe không?"

"Không."

"Con nghĩ ông ta không bao giờ giận à?"

"Jon chỉ nổi giận một lần. Khi con và má đổ hết những số rượu chát vào bồn."

Cô nghĩ thật đáng thương khi bị ám ảnh triền miên bằng nỗi lo sợ những cánh rừng, vì khi thả bộ trong đó các thú rừng sẽ không hề hại ta dầu có tạo tiếng động hay không. Cô biết hết những con đường mòn và những bụi hoa dại hai bên, nào cây mõn chó tím, cây huệ tây, cây wake robins, cây violet tím và columbines, và cây Chocolate lilies...

"Có thể có một tên chính thức của nó nhưng ta vẫn thích gọi cây huệ nâu, Chocolate lilies, nghe nó ngon lành; lẽ tất nhiên nó không là gì để nếm mà để thưởng ngoạn. Nó giống như chocolate pha chút tim tím của trái berries dập. Nó rất hiếm nhưng ta biết nó mọc ở đâu.""

Joyce lại để sách xuống. Bây giờ, và bây giờ nàng lại suy nghĩ, nàng cảm thấy như rơi vào trạng thái buồn. Một đứa bé vô tội bên những người lớn ranh mãnh và cám dỗ mà nàng từng biết qua. Một cánh hoa Xuân nở trong rừng già. Tác giả cố ghép những suy nghĩ trong đầu lên trên hiện trạng cuộc sống thật sự, dầu có chút lố bịch chút nhạo báng.

Có những việc có thật, nhắc nàng nhớ lại gì đã quên. Nàng nhớ có đưa Christine về nhà nhưng không biết nó là con gái của Edie. Nàng nhớ không đưa nó tận cửa mà thường bỏ ở bên lề đường và nàng phải lái thêm nửa dặm mới có chỗ trở đầu xe. Nàng không nhớ gì về xe kem, nhưng có những căn nhà trên tàu đậu ngoài bến, những bông hoa, những câu ranh mãnh là có thật.

Để đọc tiếp Nàng lại châm thêm ít rượu mạnh vào ly trà, nhưng đừng quên 9 giờ sáng mai lại có buổi tập diễn.

"Không có đề mục, lại thêm một sai lầm khác. Cánh rừng và những cây Chocolate lilies phải được rút khỏi câu chuyện, vì buổi trình diễn cũng đã đi qua. Và trường học cũng vừa đóng cửa. Vào sáng Chúa nhựt sau đó khoảng một tuần, đứa bé thức sớm khi nghe tiếng cô giáo ngoài sân nó bèn nhìn qua cửa sổ. Cô còn ngồi trên xe đậu ở sân trước kiếng xe hạ xuống, đang chuyện trò với Jon. Xe cô kéo theo một thùng U-Haul cỡ nhỏ. Jon đi chân đất ngực trần chỉ mặc chiếc quần jeans. Jon gọi, má bước ra từ cửa nhà bếp bà đi vài bước trên sân nhưng không đến gần xe. Bà mặc áo sơ-mi của Jon dài thụng thịu và tay dài để che những hình xăm.

Họ nói về những thứ gì đó ở chung cư và Jon hứa sẽ ghé lấy, nên cô giáo quăng chìa khoá đến Jon. Xong Má và Jon bàn vài chuyện và giục má đi lấy vài thứ trong nhà, nhưng cô giáo cười gượng và nói, "Những thứ đó thuộc về các người." Xong Jon nói, "Okay, gặp sau," tiếng cô vọng lại "gặp sau." Nó không nghe thấy má nói gì. Cô giáo có nụ cười không hề thay đổi, và Jon hướng dẫn cô trở đầu xe ở trước sân. Lúc nẩy đứa bé chạy xuống lầu với bộ đồ ngủ hy vọng được chào cô một câu.

"Con xuống quá trễ," má nói. "Cô phải đi sớm để qua kịp chuyến phà."

Đứa bé hỏi bao giờ cô giáo sẽ trở lại và Jon đáp, "chắc không."

Chuyện tiếp tục khoảng nửa trang nói về đứa bé hiểu những gì xảy ra, khi khôn lớn bằng nhớ lại từng câu hỏi, bằng cách tìm kiếm lung tung. Như những tin tức- về Jon và má nó, như thức dậy họ làm những gì, họ thích ăn gì và nấu gì hằng ngày? Họ nghe gì trong radio? Mà—họ đã có tivi.

Và cô giáo thì sao? Cô còn tha thiết về của... Cô còn săn đón tin tức của những người cùng ngủ chung dưới một mái nhà, ăn chung một bàn, và từng gần gũi thân thích bên nhau?

Đó là những gì nó không được biết, vì tuổi thơ vì hạn hẹp, vì bị lôi kéo bằng bao mê đắm, bằng sự ngây thơ khờ dại. Nên nó phải trả bằng biết bao cay đắng, chua xót mặn nồng, đắng cay nhưng kiêu hãnh. Cũng từ đó nó học được kinh nghiệm, để trở nên người không còn dễ bị lừa gạt nữa.

Nhưng ngoài đời lại còn nhiều đẩy đưa.

Những suy tư về cô giáo trong thời ấu thơ lại có nhiều thay đổi, nó cũng không hiểu tại sao và vào lúc nào, nó không còn nghĩ đến những trò lừa đảo nhỏ nhen nữa. Nó nghĩ về âm nhạc; nó tự thấy mình không đủ khả năng để thành công nên nó rút lui trước tuổi thiếu niên. Nó lại hăng hái và nuôi hy vọng, vun niềm hạnh phúc, tìm hiểu đến say mê những bông hoa dại mà nó chưa lần thấy trong rừng trong đời.

Yêu thương. Thật là kỳ thú nhưng nó phải đến bằng tự nhiên không gượng ép không toan tính đó mới là chân hạnh phúc- dầu tạm thời, dầu mong manh- của một người với một người mang nỗi bất hạnh."

Tại sao không, Joyce cho là, Chính xác.

Chiều thứ Sáu đi đến tiệm, nàng cầm theo quyển sách để xin chữ ký và hộp bánh mua tại tiệm Le Bon Chocolatier. Nàng xếp hàng với chút ngạc nhiên vì trong hàng có rất nhiều người cùng tuổi, nhiều người già hơn nhiều trẻ hơn, và có vài bạn đi cùng người yêu.

Cô gái bán sách đã nhận ra và nói với nàng:

"Rất vui được gặp lại bà. Chắc bà đã đọc qua mục điểm sách trên tờ Globe? Thật tuyệt vời."

Joyce thấy cả bối rối lẫn hồi hộp, thật khó trả lời.

Cô tiếp tục đi theo hàng và giải thích rằng chỉ những sách mua tại hiệu nầy sẽ được ký hôm nay còn những tuyển tập dầu có truyện của Christie O'Dell sẽ không được ký tặng, cô thành thật xin lỗi.

Người đàn bà đứng trước vừa cao vừa lớn nên đã che khuất đến khi bà cúi xuống bàn nàng mới thấy Christie O'Dell. Nàng thấy cô gái nầy khác xa với hình trên tấm quảng cáo hay với cô gái dự tiệc. Không thấy aó khoát đen, cũng không đội nón đen. Chỉ Christie O'Dell mặc chiếc áo ngoài bằng lụa màu đỏ nhạt thêu kim tuyến, lấm tấm những giọt vàng trên ve áo. Thấp thoáng thấy cái cooc-xê hồng hồng rất thanh nhã. Và cái kẹp màu vàng trên tóc, vòng vàng đeo hai bên tai, và dây chuyền vàng vòng quanh cổ. Đôi môi lấp lánh như những cánh hoa và viềng mắt tô màu nâu vàng.

Đúng- Không ai muốn mua sách khi người viết thường gắt gỏng như thua cuộc?

Joyce cũng chưa biết sẽ nói gì khi đến gần bên tác giả.

Nhưng cô bán sách lại nhanh nhẩu nói.

"Bà nên mở sẵn trang sách nào bà muốn tác giả ký tên."

Joyce để hộp bánh, nàng thấy lòng mình có chút xuyến xao.

Christie O'Dell ngước lên, cô cười- một nụ cười lịch sự xã giao, của một phong thái tự nhiên và chuyên nghiệp.

"Tên bà?"

"Là Joyce."

Thời gian như trôi quá vội.

"Cô sanh trưởng tại Rough River à?"

"Không" Christie O'Dell trả lời với một chút khó chịu, mất chút hăng hái. "Tôi chỉ sống ở đó khoảng thời gian. Tôi để ngày được chứ?"

Joyce cầm hộp bánh. Tại tiệm Le Bon Chocolatier họ bán bánh chocolate làm giống các loại hoa, nhưng không thấy lilies. Chỉ có những cánh hồng và hoa tulips. Nên nàng đã mua tulips; dầu không phải lilies nhưng cùng loại.

"Tôi muốn cám ơn cô về câu chuyện 'Kindertotenlieder," Nàng nói vội vàng gần như nuốt chữ. "Nó rất hay và rất gần với tôi. Tôi tặng cô ít quà."

"Đó không phải là chuyện xuất sắc. Tôi chỉ dựa vào thôi-."

"Không có gì quan trọng," Joyce cười nói tiếp. "Là Chocolate

Lilies, nhưng nó là tulips. Họ không bán Chocolate lilies nên tôi phải mua tulips, tôi nghĩ chúng gần nhau nhứt."

Christie nói, "Cảm ơn."

Không có một điểm nào xác định trên mặt cô gái nầy. Cô không biết Joyce từ nhiều năm trước tại Rough River hay hai tuần qua tại tiệc sinh nhựt, cô cũng không nhận ra ngay cả tiểu đề câu chuyện ngắn của mình. Cho ta nghĩ chắc cô không liên quan gì đến. Không có cử chỉ ngoe nguẩy nào giống khi cô đứng dậy rời bãi cỏ hôm dự tiệc?

Christie O'Dell ngồi đó viết tên như mọi người quảng cáo trên thương trường.

"Thật vui khi được chuyện trò với bà," Cô bán sách nói khi trong tay đang mân mê hộp bánh. Hầu như cô là người quán xuyến tất cả?

Christie O'Dell ngước mắt lên mời người xếp hàng kế tiếp nên Joyce đành bước đi. Chỉ còn trời biết.

Chậm bước lên triền dốc của đại lộ Lonsdale, với cảm giác yên bình, nàng suy nghĩ mông lung và giữ lại bình tĩnh. Có câu chuyện khôi hài pha chút ngẫu nhiên và nàng sẽ kể lại trong một dịp nào đó. Mà... Nàng không hề ngạc nhiên.

Fiction trong tập 'Too Much Happiness' của ALICE MUNRO, Nobel Prize 2013.

SCOTT S. NGUYỄN

Las - XuânGiápNgọ (scottsunguyen@yahoo.com)

HỒ XOA

Những phương trời tùy nghi

Ngọn núi hắt bóng chiều
Về một phương trời khác
Núi non không tự che hết cho mình
            Dòng sông trôi nửa chừng
Đi về với dòng sông khác
Nửa đời sông chẳng gánh nổi cô đơn
Tình như núi hơn nửa đời trần trụi
            Nửa đời kia ngóng đợi phía xa vời
Tình như sông nửa xa nguồn bịn rịn
Nửa đời kia không định hướng về đâu
Rồi như mây bay
            Những phương trời tùy nghi
Bâng Khuâng trôi về giêng hai
Ngập ngừng trôi về thu xưa...
Rồi như chim di cư
            Ngày lạc bầy về rừng cũ
Ai thương nhớ bến bờ
Phủ trắng những bờ lau
Thôi như tượng một đời không mặc cả
Tạc cho cười, thì cười đến tiêu tan

HỒ XOA

HỒ XOA

Về ngồi

Thời gian lửa cháy
Tôi ngồi
Đàn chim về tắm
Trên lời suối hoang
        Con ong lạc hướng
Bay về
Nhặt câu thơ mục
Bên bờ lá khô

Trên đôi bờ ngực
Ai ngồi
Niệm câu thần chú
Một thời...rất xa
        Bóng ma/ thú lạ
Trên đồi
Trong tim đã rụng
Hết mùa lá xanh
        Tôi chưa / chọn đúng
Đời tôi
Nụ hôn đã chạm
Bờ môi phai tàn
        Về đây/ rừng rú
Cõi người
Ngữ ngôn cõi tịnh
Thả lời giêng hai...

HỒ XOA

HỨA HIẾU
Ngày Ở Ban Mê

Mùa xuân không về trên non cao
chỉ rớt niềm vui xuống chiến hào
Bọn tôi, xốc xếch bên cỏ dại
chẳng thấy hoa nào hay mai đâu

Là xuân biệt tích từ lâu lắm
hay mai đã mất tuổi xuân thì
từ khi phố đã tường đổ vụn
và người thì tán loạn niềm tin

Mùa xuân không về trên đỉnh núi
chỉ rơi sợ hãi xuống phố phường
Đành quơ cúc dại trên áo túi
vỗ về mai nhỏ lạc hiên thềm

Là phố xổng tan hoang cửa ngõ
là người ngơ ngác cõng đớn đau
Niềm tin phát nổ như địa chấn
Quê hương đối mặt với cội nguồn

Mùa xuân ở đâu chả thấy về
chỉ thấy bạn hoảng hốt chạy đi
Bọn tôi còn chưa kịp định hướng
đã thấy mai vàng đẫm máu hoa

Mùa xuân nơi đâu, xuân nơi đâu
chỉ thấy em bồng bế vết thương
chỉ em nằm đó, tay bụm máu
Hoa nở một nụ xót xa lòng

Mùa xuân chẳng về trên non cao
chỉ rơi đau xót xuống chiến hào
Bọn tôi chưa kịp nuôi chí lớn
chỉ kịp nhặt cho hết thịt xương

*

Bây giờ xuân già hơn cục đất
bầu trời chỉ còn cụm ráng chiều
Biết tìm đâu một mùa xuân cũ
để ươm lại nụ cho vết thương.

HỨA HIẾU

LÂM BĂNG PHƯƠNG

XUÂN ĐẠI NGÀN

Mùa xuân lên cả đại ngàn
Đọt nắng rót cành tình tứ
Gió thơm hôn rèm mắc cở
Đồi xanh lối nhỏ nhớ chân.

Bâng khuâng bước người viễn xứ
Còn vương vít chút bụi trần
Một đời phong sương lận đận
Lần khần vạn dặm long đong.

Cò bay cánh mỏi cuối đông
Đường mây cao thấp bềnh bồng
Mang xuân về
nơi rừng núi
Hương xuân lan cả đồi nương.

Đại ngàn xanh thẳm mênh mông
Con suối róc rách thì thầm
Hoa cà phê bung trắng xoá
Chào xuân vui thả ngát hương.

Ánh lửa bập bùng bập bùng
Hội xuân rộn tiếng tơ rưng
Cô gái xòe tay nhảy múa
Vui ca điệp khúc xuân hồng.

LÂM BĂNG PHƯƠNG

NGUYỄN HỒNG LINH
TIẾNG DƯƠNG CẦM ĐÊM MƯA

Mưa đêm rơi ngoài hiên
Hoà theo tiếng dương cầm
Ta nghe tim nhức nhối
Thương mối tình xa xăm

Bởi vì ta lạc mất
Giữa duyên phận hợp tan
Em trách đời, trách số
Còn anh trách bản thân

Người từng nói sẽ đến
Nhưng rồi cũng xa vời
Giữa muôn ngàn yêu dấu
Chẳng giữ được nhau rồi

Chỉ còn những ký ức
Đã hoá thành cơn gió
Cuốn trôi bao yêu thương
Một thời mình đã có

Còn đâu những kỷ niệm
Mối tình đầu thơ dại
Chỉ còn lại bóng đêm
Với nỗi đau miệt mài

Ta đứng giữa phố đông
Giữa con phố mịt mù
Trái tim từng là nhà
Giờ là chốn hoang vu.

NGUYỄN HỒNG LINH

TÔN NỮ MỸ HẠNH
TRÊN SÓNG NƯỚC CỔ CHIÊN

Em có về sông Tiền
Cù lao xanh bốn bề sóng nước
Đứng trước dòng Cổ Chiên ngan ngát
Hạt phù sa mang nặng nghĩa tình
Tắm táp đời ta suốt một thời thơ ấu
Đâu chuyến phà chiều mang bao hoài niệm
Để buồn chi con nước chẻ hai dòng
Sáng đục chiều trong
Nỗi nhớ thương dài thêm sau mùa mưa lũ
Ngọn dừa nước xôn xao chuyện tình đôi lứa
Bông bần trôi hờ hững
Biết có theo người về cuối bãi sông xa
Trăng cù lao sóng sánh tiếng đờn kìm
Còn ai đó xuống xề câu vọng cổ
Ngọn gió xuân thì chảy miết.

Làng gốm đỏ một thời ung khói trắng
Ghe thương hồ đi khắp muôn phương
Lò rèn có còn đỏ lửa
Để mái chèo khuấy nước buổi chợ xa
Em còn nhớ mùa ốc gạo Phú Đa
Nhộn nhịp trên bến dưới thuyền
Nồi lẩu chua nấu bần
Thấm đượm chân tình lòng người hồn hậu
Sông ơi sao mãi vô tình
Cuốn trôi bao phận đời chìm nổi
Vết bùn lênh loang phiêu bạt chân trời
Cổ Chiên ngày ta về
Trăng có còn
Ngọt bến nước sông xuân?

TÔN NỮ MỸ HẠNH______________

Sông Cổ Chiên: Một chi lưu của sông Tiền có nhiều cù lao vườn cây ăn trái quanh năm xanh mát.

LÊ KHÁNH NHÂM

MỘT ĐỜI LIÊM CHÍNH

Thành Nam chính khí vững giang san
Một đời quên thân trọn nghĩa quan
Chí công đặt nước trên danh lợi
Vô tư coi nhẹ bổng lộc ban
Vì dân sớm tối lòng không thẹn
Việc dân trăm mối dạ vẫn an
Rũ áo quan trường danh đức tại
Sử xanh liêm chính dạy cháu con.

10/1/2026

TƯỚNG QUÂN LÊ ĐÌNH KINH

Võ cử khai khoa, chí ngút ngàn
Đốc binh hai trận giữ Kinh bang
Trấn nhung Hà Nội hồn thiêng vọng
Hưu ấn Hà Nam nghĩa cả vang
Lưu đức quê hương rạng xóm làng
Ghi công làng Kẹo tạc đá vàng
Một đời tận hiếu, trung lừng sử
Thượng tướng lưu danh giữa thế gian.

11/4/2025

LÊ KHÁNH NHÂM

TRUNG PHONG
THƯƠNG QUÊ THÁNG CHẠP

Những giọt mưa rùng mình trên tán lá
Tiếng thạch sùng tặc lưỡi trách đêm khuya
Căn phòng trọ chật như lòng tháng chạp
Có giấc mơ vừa chạy dọc lối về…

Tôi nhớ cánh đồng làng hun hút gió
Cha xáo bùn vỡ một tiếng trâu nhai
Bàn tay Mẹ kẻ khuông từng dảnh mạ
Mấy con cua trốn rét dưới vai cày

Tôi nhớ làng vượt bao kỳ giáp hạt
Sáng tinh mơ nuôi mộng phía đại ngàn
Bẹ măng đắng, tệp lá dong, đụn đót
Kịp biện bày cho bếp được tinh tươm

Ngày đã thức từ nụ đào rất mới
Bao vòng xe chở tháng chạp về nguồn
Tôi bừng tỉnh thấy xuân reo trước ngõ
Nơi căn nhà lâm thâm giọt mưa tuôn…

TRUNG PHONG

NGUYỄN ĐẠI DUẪN

HOÀI NIỆM MÙA HOA XOAN

Hoa xoan nở tím vườn xoan cũ
Từng cánh mịn màng rơi xuống chiều xuân
Ánh nắng vàng vương lên cành lá biếc
Kỷ niệm xưa ùa đến trong ngần
Nhớ những chiều cùng em trốn mẹ
Vào vườn xoan đánh thức những nụ hoa
Hương ngọt ngào vấn vương trong gió nhẹ
Mùi nắng tinh khôi trên má em hồng
Hoa xoan rụng, nắm tay em rúc rích
Nhặt một cánh hoa màu tím biếc
Thả lên mái đầu em tinh nghịch
Tôi tặng em ngày đính ước đầu xuân
Tôi xa quê theo nhịp bước hành quân
Em ngậm ngùi lỡ làng theo duyên mới
Bao mùa xoan đi qua, bao mùa hoa tím lối
Hương nồng nàn trong niềm cũ chung chiêng
Nay trở lại vườn xưa tìm chút thân quen
Cành xoan đã già, lưa thưa hoa tím
Tay nâng cánh hoa rơi, lòng chợt nghẹn
Năm tháng ơi, sao cứ thấy chơi vơi
Một thời hoa xoan, tuổi trẻ một thời
Để nỗi nhớ không tên thổn thức
Lòng thì thầm với xuân đang rạo rực
Hoài niệm mùa hoa xoan tím còn vương

NGUYỄN ĐẠI DUẪN

ĐẠI DUY

CHẠM NGƯỠNG XUÂN

Nơi cổ kính bên thềm xưa bảng lảng
Phố trầm tư hong nắng sớm dịu dàng
Gió vương nhẹ hương bàng non thoang thoảng
Lá nghiêng mình nghe đất gọi sang trang.
Hàng liễu rủ soi dòng xuân lặng lẽ
Sóng lăn tăn chở bóng mộng xa vời
Chim đầu ngõ chao nghiêng mùa gõ cửa
Gửi thanh âm ru ấm cõi lòng nhau.
Hoa sứ trắng thả hương đầy bậc vắng
Cánh đào hồng chấm nét mực trời xanh
Xuân e ấp sau rèm mưa bụi mỏng
Đậu hiên nhà ủ giấc ngủ mong manh.
Xuân vừa chạm qua ngưỡng thềm rất khẽ
Để phố xưa ngân vọng khúc an lành
Người lữ khách bỗng nghe lòng lắng lại
Như tìm về miền cổ tích long lanh.

NGỦ TRONG TÁN LÁ

Xuân trôi qua vòm biếc
Lá mở giấc chiêm bao
Mầm non nghe đất thở
Uống giọt sương ngọt ngào.
Cành ru lời gió gọi
Rễ mơ tầng thẳm sâu
Hoa chạm vào ký ức
Nở từ miền hư lâu.
Bầy chim gieo âm sắc
Vào khoảng trời mơ tan
Tán cây hong mộng sớm
Đan tia nắng dịu dàng.
Âm xuân ngân câu hát
Chảy dọc thân thời gian
Thiên nhiên vừa trở dậy
Khoác áo xuân mơ màng.

ĐẠI DUY

NHẬT HẠ
Vỡ

Tôi - người giữ mảnh tim rơi
Vỡ đôi từ lúc anh rời bước chân
Vỡ đôi một khúc tình xuân
Vỡ đôi ánh mắt từng gần bên nhau.

Chiều qua mây vỡ ngang đầu
Tôi nghe gió vỡ qua màu áo xưa
Vỡ đôi tình khúc ban sơ
Vỡ luôn tiếng gọi ngày mưa dỗi hờn.

Vỡ đôi...chẳng biết nguồn cơn
Tình như chiếc lá chạm cơn gió chiều
Vỡ đôi mộng ước từng yêu
Tôi gom chẳng kịp, đã nhiều chia xa.

Có người vỡ cả thiết tha
Tôi mang vỡ cả bài ca chưa lời...
Vỡ đôi, mà vỡ cả tôi
Vỡ câu duyên muộn, vỡ lời chưa trao.

Tiếng ai vỡ đến nghẹn ngào
Bóng ai vỡ giấc chiêm bao giữa ngày...

NHẬT HẠ

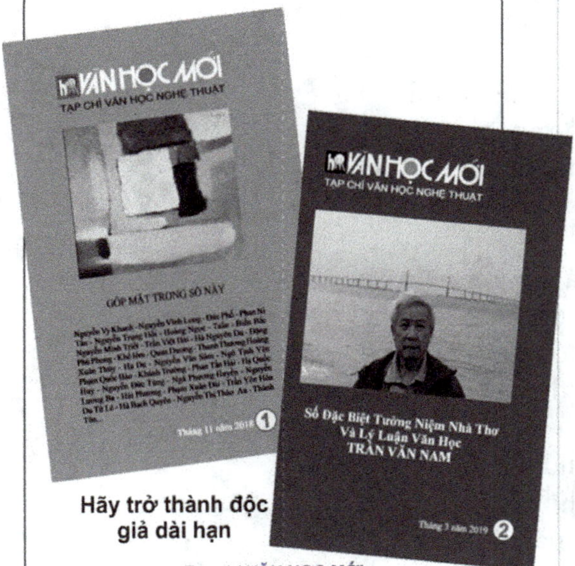
VĂN HỌC MỚI
TẠP CHÍ VĂN HỌC NGHỆ THUẬT
GÓP MẶT TRONG SỐ NÀY
VĂN HỌC MỚI
TẠP CHÍ VĂN HỌC NGHỆ THUẬT
Số Đặc Biệt Tưởng Niệm Nhà Thơ
Và Lý Luận Văn Học
TRẦN VĂN NAM

Ứng

NT LỆ THU
Điệu Trần

Hồn ta nhòe ánh sáng
Rũ bỏ xác thân gầy
Mọc thêm đôi cánh trắng
Hóa ngôi sao đêm say

Gió là dòng thơ tuyệt
Chảy tràn qua kẽ mây
Ta / đốm tình mải miết
Đuổi theo làn hương bay

Vũ trụ mềm hướng ngược
Gió thổi qua thời gian
Ngàn năm không bước trước
Chỉ còn môi chạm gần

Ta tan vào lồng ngực
Của bầu trời bao la
Gió không còn thao thức
Vì đã ...lẩn sao sa

NT LỆ THU
02/09/2022.

Đáp

NGÃ PHƯƠNG HUYỀN
Âm Dương

Tâm mình nhạt lung linh
Phế rồi thân ngựa hí
Hóa phép bay tìm đàn
Tinh Tú say cuồng túy

Mây là thơ khiêu vũ
Bốc hơi tràn khe nương
Ta giọt tình xuống rốn
Nắm bắt nào không buông?

Quy càn khôn một mối
Sinh sôi phút giây người
Ngàn năm hay chớp mắt
Hòa tan hòa tan ơi!!!

Ta gõ nhịp lâm bồn
Thì ca và trái đất
Cùng thổn thức môi hôn
Lụy hoa chìm trăng mật!!

NGÃ PHƯƠNG HUYỀN
12022026434

NHẬT KÝ VĂN HỌC

NHẬT KÝ VĂN HỌC
Tháng 3 năm 2026

Là thời điểm sôi động của sinh hoạt Văn Học Nghệ Thuật (VHNT) trong và ngoài nước. Dưới đây là một số sự. Ngày Thơ Việt Nam (Rằm tháng Giêng âm lịch) kiện nổi bật đáng ghi nhận:

1 . Ngày Thơ Việt Nam (Rằm tháng Giêng âm lịch)
Hội Nhà văn Việt Nam tổ chức.
Thường diễn ra tại **Văn Miếu – Quốc Tử Giám** và nhiều tỉnh thành.
Chủ đề năm 2026 tập trung vào "Thơ và Kỷ nguyên số" – khuyến khích sáng tác đa phương tiện, thơ trình diễn, thơ kết hợp AI.

2. Hội sách TP.HCM (đợt đầu năm)
Diễn ra tại Thành phố Hồ Chí Minh.
Tọa đàm văn chương, ra mắt sách mới, giao lưu tác giả trẻ.
Xu hướng nổi bật: sách nói, sách điện tử, văn học thiếu nhi và hồi ký cá nhân.

3. Liên hoan Phim Quốc tế Hà Nội (hoạt động bên lề)
Do Bộ Văn hóa Thể thao và Du lịch Việt Nam bảo trợ.
Nhiều phim nghệ thuật độc lập khu vực châu Á được trình chiếu. Thảo luận về điện ảnh – văn học chuyển thể.

THẾ GIỚI
4. London Book Fair 2026
Tổ chức tại London.
Một trong những hội chợ xuất bản lớn nhất châu Âu.
Năm nay tập trung vào quyền xuất bản kỹ thuật số và dịch

thuật xuyên biên giới.

5. PEN International – Diễn đàn Tự do Ngôn luận
Do PEN International tổ chức.

Chủ đề: Văn chương và quyền tự do sáng tác trong bối cảnh toàn cầu hóa.

6. Art Basel Hong Kong (cuối tháng 3)
Diễn ra tại Hong Kong.
Triển lãm nghệ thuật đương đại lớn nhất châu Á.
Nhiều nghệ sĩ Đông Nam Á tham dự.

NHẬN XÉT CHUNG
Văn học đang chuyển mình mạnh sang môi trường số.
Thơ trình diễn, spoken word, và giao thoa đa ngành ngày càng phổ biến.
Xu hướng quốc tế hóa văn chương Việt Nam rõ nét hơn qua dịch thuật và hội sách quốc tế.
Các cộng đồng văn nghệ hải ngoại tổ chức nhiều buổi đọc thơ trực tuyến kết nối quê nhà.

I. Thi Ca Tháng 3/2026 – Xu hướng và chuyển động
1. Thơ trong không gian lễ hội truyền thống
Tháng 3/2026 tiếp nối dư âm Ngày Thơ do Hội Nhà văn Việt Nam tổ chức tại Văn Miếu – Quốc Tử Giám và nhiều tỉnh thành.

Đặc điểm nổi bật:
Thơ trình diễn (performance poetry) gia tăng.
Thơ kết hợp âm nhạc, hình ảnh, trình chiếu kỹ thuật số.
Sự xuất hiện của lớp tác giả 8X, 9X với giọng điệu cá nhân hóa, ít khẩu hiệu.
Thi ca đang rời khỏi bục đọc truyền thống để bước vào không gian sân khấu – thị giác – mạng xã hội.

2. Thơ và kỷ nguyên số

Tháng 3 chứng kiến nhiều buổi đọc thơ trực tuyến xuyên quốc gia. Xu hướng đáng chú ý:
Spoken word và poetry slam lan rộng.
Thơ đăng tải qua podcast, YouTube, nền tảng số.
Thử nghiệm kết hợp AI trong sáng tác và minh họa thơ.
Thi ca không còn "đóng sách lại" – mà mở thành dòng chảy đa phương tiện.

3. Giải thưởng và dịch thuật

Trong quý I/2026, nhiều nhà xuất bản đẩy mạnh dịch thơ Việt sang Anh ngữ để tham dự các hội chợ sách quốc tế như tại London.
Việc giao lưu quốc tế tạo:

Nhu cầu chỉnh lý ngôn ngữ.
Ý thức về bản sắc Việt trong bối cảnh toàn cầu.

II. Sinh Hoạt VHNT Người Việt Hải Ngoại – Tháng 3/2026
1. Cộng đồng tại Hoa Kỳ

4 Các trung tâm văn hóa tại California tổ chức đọc thơ tưởng niệm và giới thiệu tác phẩm mới.
Chủ đề thường xoay quanh: ký ức, lưu vong, căn tính thế hệ thứ hai.

2. Cộng đồng tại Châu Âu

5. Tại Pháp và Đức, các hội đoàn tổ chức tọa đàm văn học song ngữ.
Thơ song ngữ Việt – Pháp, Việt – Đức ngày càng phổ biến.
3. Xu hướng chung của hải ngoại
Tăng cường kết nối online với tác giả trong nước.

In ấn độc lập (self-publishing).

Phát hành tuyển tập chung nhiều quốc gia.
Thi ca hải ngoại tháng 3/2026 mang sắc thái trầm tư – tự sự – ký ức – đối thoại lịch sử.

III. BÀI TỔNG HỢP – Giọng Tùy Bút Văn Chương

Tháng Ba – Mùa Thơ Không Biên Giới
Tháng Ba năm 2026, thi ca không còn đứng yên bên hiên nhà cổ.
Tại Văn Miếu – Quốc Tử Giám, tiếng đọc thơ hòa vào ánh đèn LED.
Ở California, một giọng thơ run run nhắc lại tuổi thơ bên dòng sông xa xứ.
Tại Paris, bài thơ được đọc hai lần – một bằng tiếng mẹ, một bằng tiếng quê hương mới.

Thơ không còn là trang giấy.
Thơ là màn hình sáng lên lúc nửa đêm.
Thơ là file âm thanh được gửi qua đại dương.
Thơ là ký ức tìm chỗ đứng trong hiện tại.

Tháng Ba này, thi ca Việt Nam bước vào một giai đoạn khác:
Ít ồn ào khẩu hiệu – nhiều tiếng nói cá nhân.
Ít phân ranh trong/ngoài – nhiều kết nối xuyên biên giới.

Và có lẽ, điều đáng ghi nhận nhất không phải là bao nhiêu sự kiện, mà là việc thơ vẫn còn được đọc, được viết, được tin tưởng như một nơi trú ngụ của tâm hồn.

Biên tập VHM

NGÃ PHƯƠNG HUYỀN
MỖI KỲ VỚI CA KHÚC MỚI SÁNG TÁC
Thư Tòa soạn

Quí thân hữu và độc giả thân mến...

Đã bao lần có sự đề nghị về việc mở ra một tiết mục quan trọng có liên quan đến lãnh vực văn hóa, nghệ thuật nói chung … đó là: "*Mỗi Kỳ Với Ca Khúc Mới Sáng Tác*" … Nhưng BBT/VHM nhận thấy rằng việc đó mang tính "nhạy cảm", là dễ gây ra những ngộ nhận, không khéo sẽ đưa đến những "mất lòng" nhau một cách khó biện giải trong nội hay ngoại giới!!. Vì thế, chúng tôi đã khép lại những đề nghị như đã nêu trên…

Nhưng lại một lần nữa được mở ra với những đề nghị cũ… do từ một cơ duyên rất "may mắn" là từ những dây mơ rễ má của tình thâm thân hữu, dẫn đến một niềm vui và hạnh phúc khôn tả, đó là được: Nhạc sĩ Từ Công Phụng phổ bài thơ: "Người Muôn Thuở" của tôi thành nhạc, với tên mới "*Gửi Người Muôn Thuở*" (Bài thơ này của tôi nằm ở trang 156-157 trong tập thơ "*Anh Biết, Em Yêu Dấu*" được Nhà sách Tự Lực xuất bản & phát hành năm 2001…

Từ những yếu tố "*kích hoạt*" như kể trên, chúng tôi quyết định thực hiện ngay "*Mỗi Kỳ Với Ca Khúc Mới Sáng Tác*" " bao gồm đăng một, hai sheet nhạc và những bài viết về âm nhạc mang tính nghiên cứu, thảo luận, kể cả những tản mạn đóng góp vào loại hình nghệ thuật dùng âm thanh để diễn đạt, mang nặng tính quần chúng đám đông hơn cả này !! Tiểu mục do **Ngã Phương Huyền phụ trách ...**

Thưa quí thân hữu ...

Thật lòng mà nói rằng, mọi thứ trên đời đều không vượt thuyết tương đối … Việc tương tác thuần tính công tâm, bình đẳng cũng chỉ vững vàng được trong chủ quan đầy niềm tự tin, mới mong mạnh bước với những diễn tiến tốt đẹp, mang niềm vui và hạnh phúc đến với mọi người…

Trân trọng.

*** Kỳ thứ XVII**

1. Chia Áo Người Xa_ Nhạc & Lời Phan Ni Tấn
2. Vùng Mưa Kontum_ Nhạc & Lời Phan Ni Tấn

CHIA ÁO NGƯỜI YÊU XA

NHẠC VÀ LỜI PHAN NI TẤN N.D)

Vừa Phải - Tha Thiết

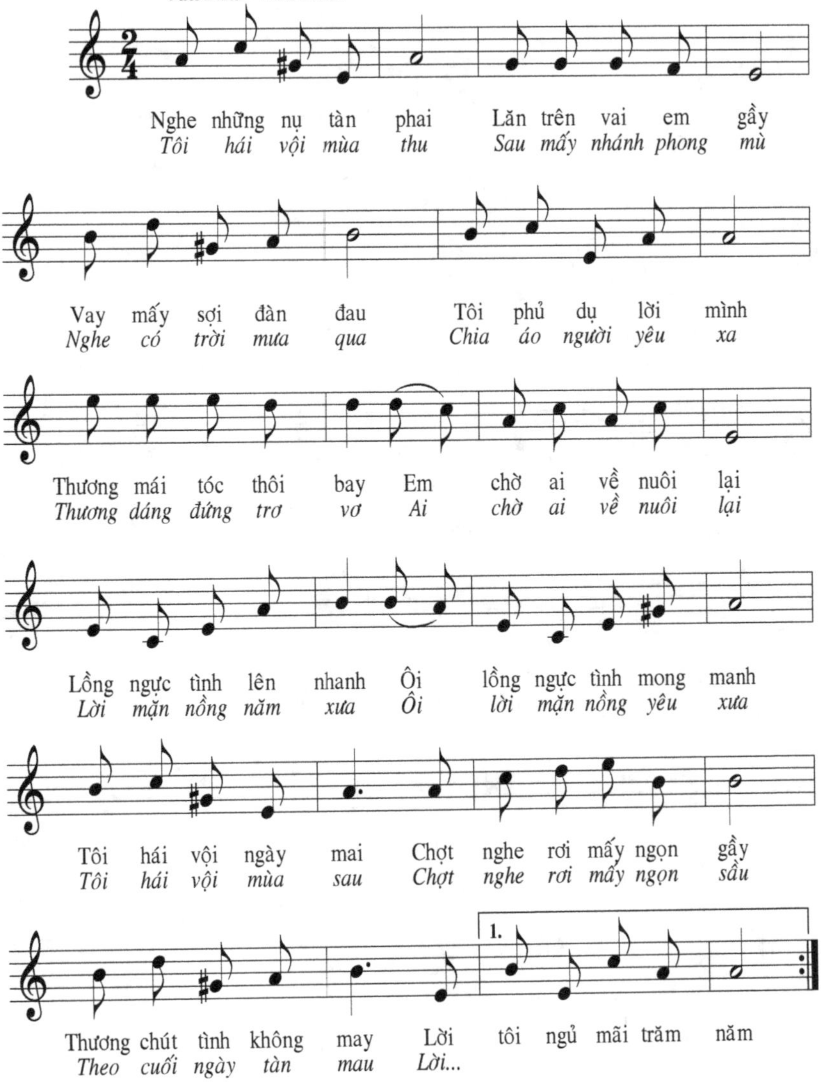

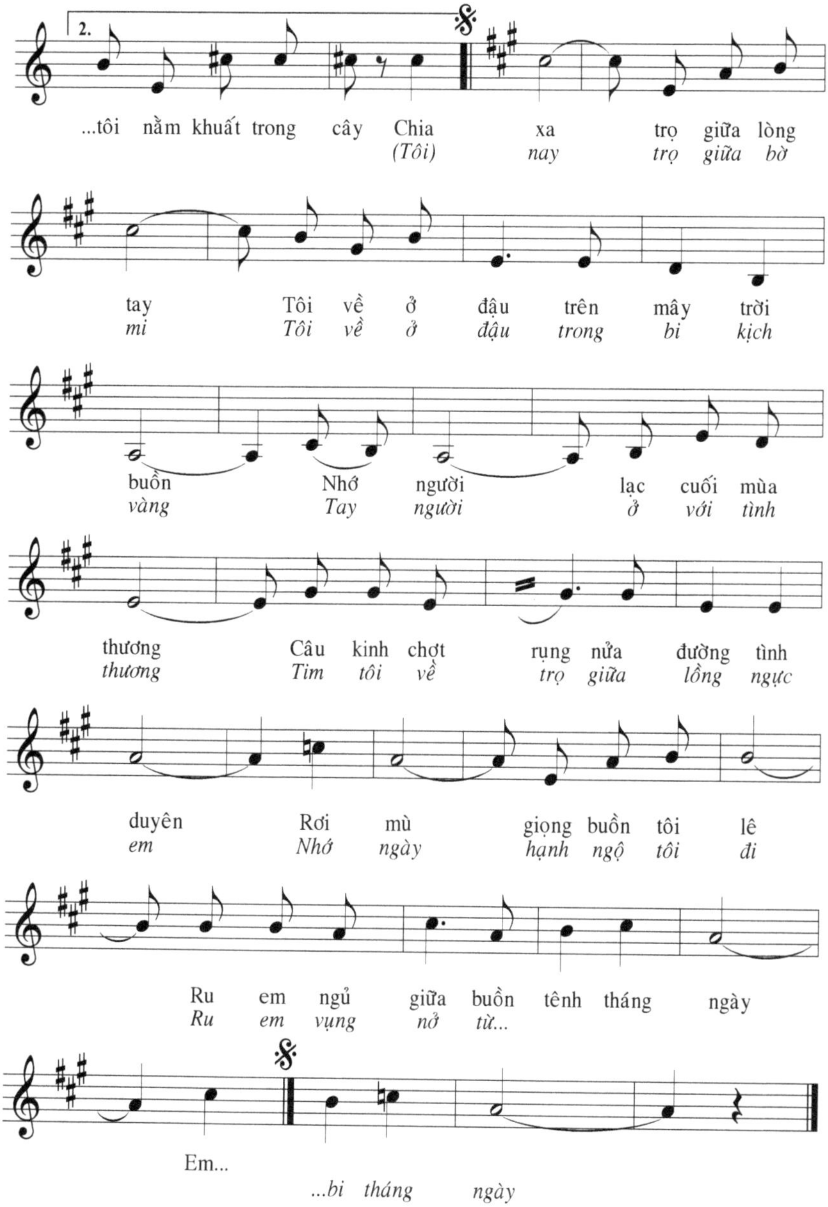
2.
...tôi nằm khuất trong cây Chia xa trọ giữa lòng
(Tôi) nay trọ giữa bờ
tay Tôi về ở đậu trên mây trời
mi Tôi về ở đậu trong bi kịch
buồn Nhớ người lạc cuối mùa
vàng Tay người ở với tình
thương Câu kinh chợt rụng nửa đường tình
thương Tim tôi về trọ giữa lồng ngực
duyên Rơi mù giọng buồn tôi lê
em Nhớ ngày hạnh ngộ tôi đi
Ru em ngủ giữa buồn tênh tháng ngày
Ru em vụng nở từ...
Em...
...bi tháng ngày

VÙNG MƯA KONTUM

NHẠC VÀ LỜI PHAN NI TẤN (N.D)

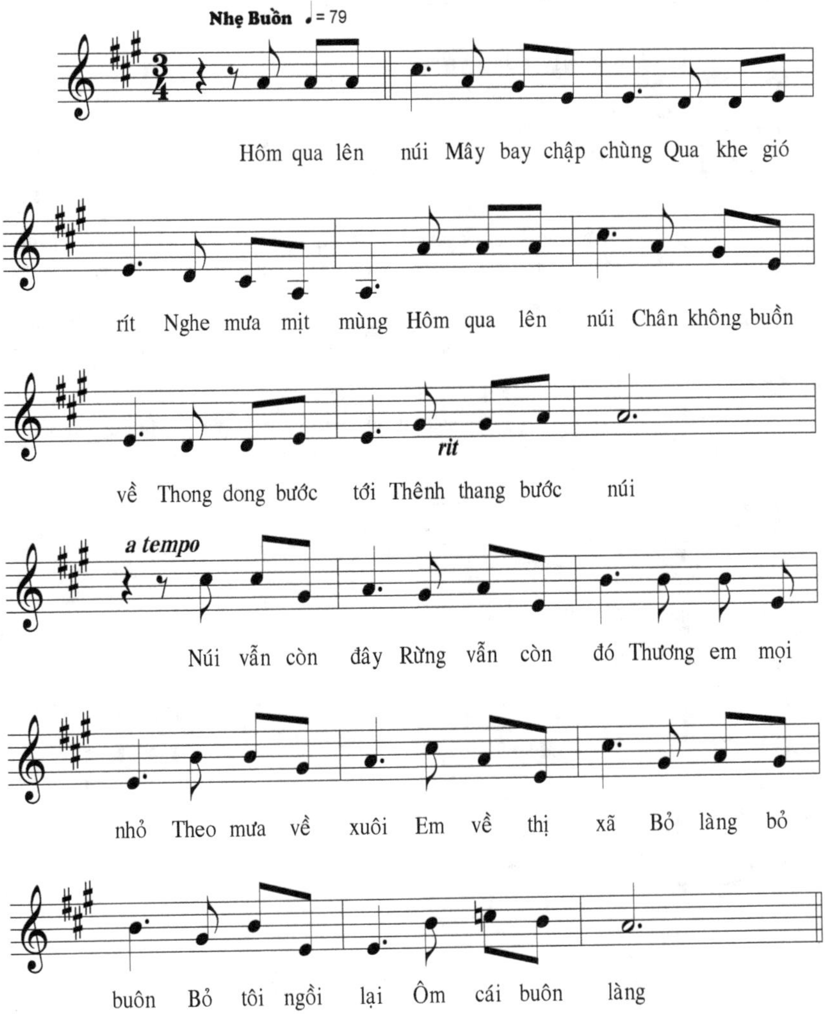

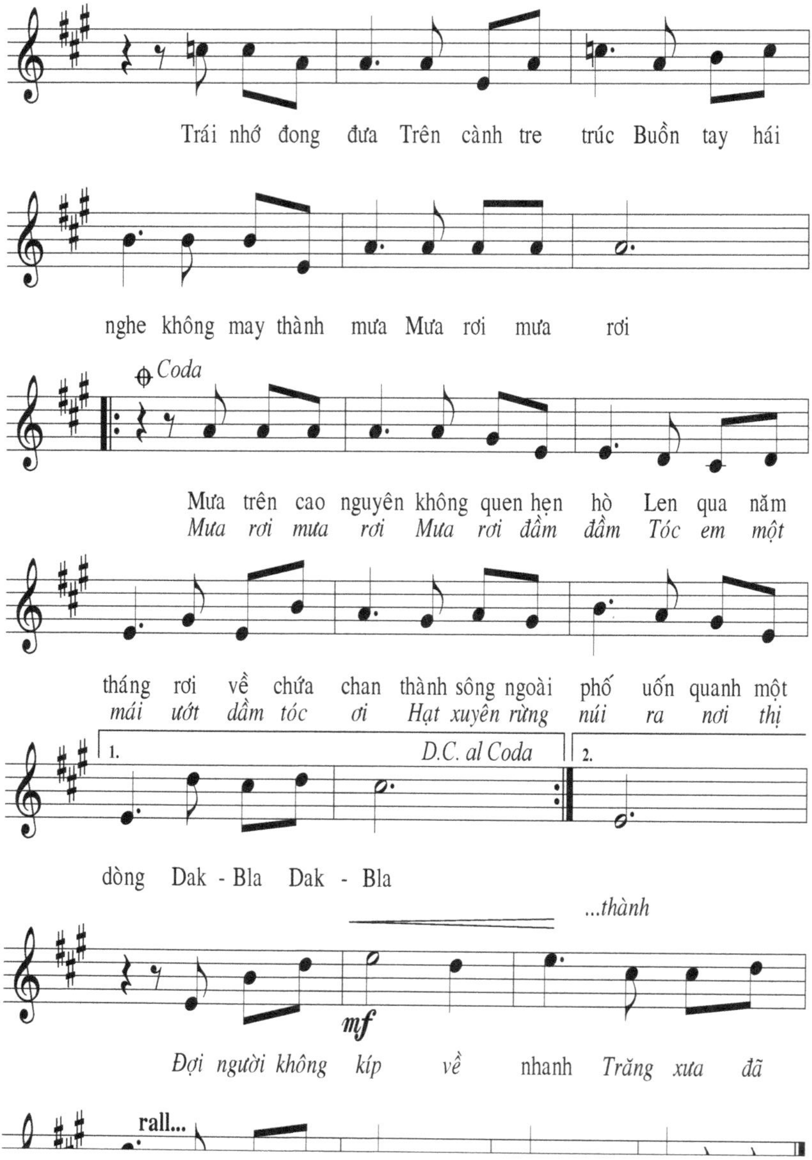
Trái nhớ đong đưa Trên cành tre trúc Buồn tay hái
nghe không may thành mưa Mưa rơi mưa rơi
Coda
Mưa trên cao nguyên không quen hẹn hò Len qua năm
Mưa rơi mưa rơi Mưa rơi đầm đầm Tóc em một
tháng rơi về chứa chan thành sông ngoài phố uốn quanh một
mái ướt dầm tóc ơi Hạt xuyên rừng núi ra nơi thị
1.
D.C. al Coda
2.
dòng Dak - Bla Dak - Bla
...thành
mf
Đợi người không kíp về nhanh Trăng xưa đã
rall...

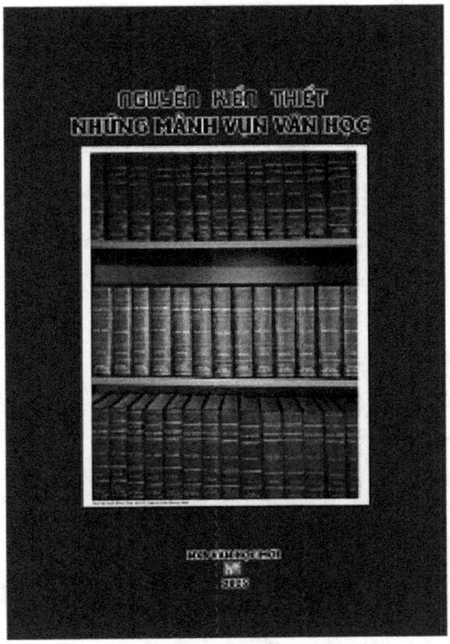

TRÂN TRỌNG GIỚI THIỆU

NHỮNG MẢNH VỤN VĂN HỌC

@

NGUYỄN KIẾN THIẾT

NXB / VĂN HỌC MỚI

THÁNG 9/2025

Sách dày 350 trang

Sửa bản in: Nguyễn Kiến Thiết

Trình bày bìa & nội dung: Hà Nguyên Du

@

Liên lạc: Nguyễn Kiến Thiết

Điện thoại: (514) 331-0398

Điện thư: nkttl@outlook.com

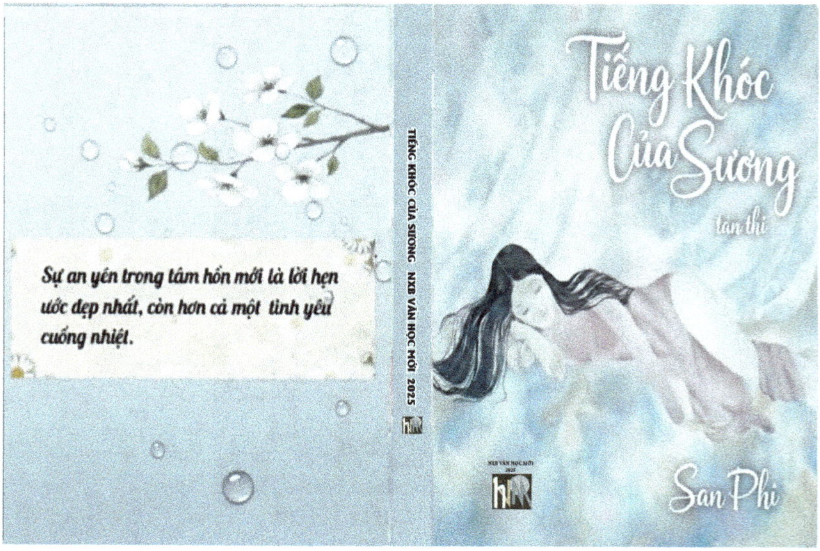

TRÂN TRỌNG GIỚI THIỆU

TIẾNG KHÓC CỦA SƯƠNG

@

TẢN THI

MỘT THI PHẨM TẠO NÊN ẤN TƯỢNG

VÀ CẢM XÚC LẠ CỦA NỮ SĨ

SAN PHI

NXB / VĂN HỌC MỚI

Sách dày 194 trg

Liên lạc: NT Lệ Thu

ntlthu1610@gmal.com

hoặc NXB Văn Học Mới

vanhocmoi4@gmail.com

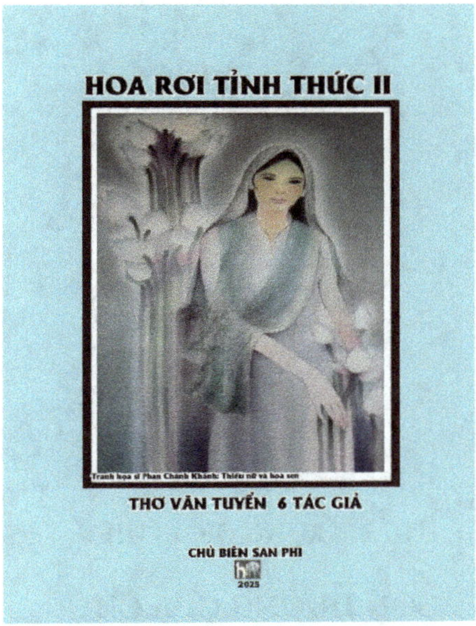

TRÂN TRỌNG GIỚI THIỆU

HOA RƠI TỈNH THỨC II

@

THƠ VĂN TUYỂN 6 TÁC GIẢ
TRỊNH Y THƯ SAN PHI VŨ HOÀNG THƯ
HOÀNG XUÂN SƠN HÀ NGUYÊN DU
TIỂU LỤC THẦN PHONG
NXB / VĂN HỌC MỚI

Sách dày 166 trg

Liên lạc: NT Lệ Thu

ntlthu1610@gmal.com

hoặc NXB Văn Học Mới

vanhocmoi4@gmail.com

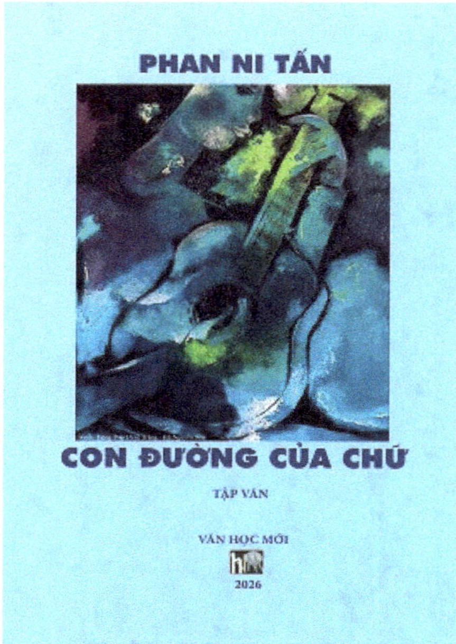

TRÂN TRỌNG GIỚI THIỆU

@

CON ĐƯỜNG CỦA CHỮ
PHAN NI TẤN

TẬP VĂN

VĂN HỌC MỚI ấn hành

Sách dày 462 trg

Liên lạc:

laongoan@gmail.com

hoặc NXB Văn Học Mới

vanhocmoi4@gmail.com

TRẢ LỜI THƯ TÍN

1/ Tòa soạn Văn Học Mới, xin chân thành cảm ơn quí thân hữu là Nhà thơ, Nhà văn, Nhà Phê Bình, Biên khảo đã hết lòng ủng hộ..

Rất cảm ơn quí vị đã vì yêu mến VHNT nên không chút lo ngại khi nhiệt tình mua báo dài hạn.

Một niềm hạnh phúc nồng nàn đầy chất khích lệ là gia hạn sự ủng hộ cũng như tiếp tục đóng góp bài vở thường xuyên ... của quí tác giả, quí mạnh thường quân...

Tòa soạn VHM cũng không quên cảm ơn quí vị mua tạp chí của chúng tôi trên Amazon, kể cả mua trong những nhà sách ...

1/Con đường "Lập Đức" của tạp chí VHM vẫn luôn là việc ưu tiên hàng đầu. Vì thế "tiếng thơm đồn xa". Vẫn có lai rai thành viên mới cộng tác, cũng do từ anh em thành viên cũ có quá trình "làm ăn khấm khá với VHM nên giới thiệu cho bạn bè của họ!! Từ đó trong VHM số 20 kỳ đã bắt đầu gia tăng tác giả mua báo dài hạn

2/ VHM một mực thể hiện tình yêu thương quí trọng đến những tác giả đã một đời sống chết với Văn Học Việt Nam, đã để lại nhiều tác phẩm đóng góp.!! (Không phải riêng vì đã cộng tác với VHM mà chúng tôi mới làm số đặc biệt tưởng niệm ...) Mà là thể hiện sống theo đạo lý của dân tộc Việt mình là "Ăn trái nhớ kẻ trồng cây hay uống nước nhớ nguồn..

Có thể kể từ khi VHM ra đời, đã làm số đặc biệt tưởng niếm đến: (Số 2) tưởng niệm nhà thơ/ nhà biên khảo văn học Trần Văn Nam. (Số 6) tri ân nhà thơ/nhà văn/nhạc sĩ Nguyễn Đình Toàn. (Số 8) là số đặcbiệt coi như vinh danh Giai Phẩm Chủ Đề do nhà văn Nguyễn Trung Hối điều hành. (Số 10) tưởng niệm hai nhạc sĩ Nguyễn Hiền và Trầm Tử Thiêng. (Số 13) tưởng niệm Thi sĩ Giáo sư Trần Hồng Châu. Số 16) tưởng niệm nhà thơ Kim Tuấn... Và đến số 20, tưởng niệm nhà thơ/nhà văn Hoài Ziang Duy, một tác giả cộng tác đắc lực với tạp chí Văn Học Mới...Đến số 21 là số không chủ đề gì ...

3/ Trong trang Trả Lời Thư Tín thường kỳ, bổn báo xin giữ nguyền 2 phần trả lời 1& 2. Mục đích để có sự liên tục khi nói đến gồm có bao nhiêu số mà VHM đặc biệt tưởng niệm đến những VNS mà chúng tôi đã làm trong mấy năm qua. Chúng tôi sẽ thông báo trước ít nhất 2 số, về dự trù cho những số tiếp theo sẽ là số tưởng niệm và bài viết chuyên đề về Ký giả / Nhà văn / Thi sĩ Hoài Trinh (trong thời kháng chiến chống Pháp, có in trong cuốn "Thi Nhân Việt Nam Hiện Đại Quyển 1 - Do Phạm Thanh biên soạn - NXB Sống Mới 1959). Nhưng sau khi thảo luận với các nhà biên khảo thì bị trở ngại, bởi 1 lý do thiết yếu và duy nhất là Thi sĩ Hoài Trinh, dù nổi tiếng trong những thập niên trước của thời ông sinh hoạt, nhưng chí có nhiều bản thảo về truyện và thơ mà chưa bung ra đời bằng sách xuất bản. Từ đó kêu gọi người viết thì thiếu hẳn tài liệu. Chính vì thế chúng tôi sẽ tiếp tục tưởng niệm hay vinh danh những tên tuổi dưới đây:

Số 28 Vinh danh Nhà Văn Nguyễn Văn Sâm
Số 31 Tưởng niệm Nhà văn Nguyễn Xuân Hoàng
Số 32 Tưởng niệm Nhạc sĩ Đỗ Lễ
Số 33 Vinh Danh Nhà Thơ Hoàng Xuân Sơn
Số 34 Bắt đầu phát hành vào tháng 11.2024 - mỗi tháng ra 1 số báo ...

4/ VHM số 24 tưởng niệm Nhà văn Nguyễn Trung Hối

5/ Trong 2 tháng vừa qua, VHM làm hai số dồn một, tức là số "22 &23" thuộc số tháng 2 năm 2023 Xuân Quí Mão. Chính bổn báo cũng không ngờ rằng với chỉ mục đích là "Kỷ Niệm 5 Năm Phát Hành Văn Học Mới" thôi!! (Theo dự trù là nhắm giới thiệu sự nghiệp sáng tác của mỗi tác giả) nên dành nhiều trang để họ có dịp tỏ bày... Ngờ đâu rằng "phóng lao thì phóng theo lao" ... Số trang tăng vọt lên chưa từng có trong lịch sử của mọi thời, mọi tờ báo Văn Học. (tăng gần 8 trăm trang). Khiên tờ báo nặng ký như cuốn tự điển.... Phát hành xong, mỗi tác giả đều có trong tay, hẳn nhiên sự trố mắt nhìn và tóm tắt khen ngợi không tiếc lời!!

6/ Trong Văn Học Mối số 22 & 23 Xuân Quí Mão vừa qua, có số lượng tác giả gia hạn mua báo dài hạn cũng tăng đều đặn.... Bổn báo chân thành cảm ơn quí tác giả tích cực cộng tác với VHM và nhiệt tình ủng hộ báo dài hạn. Một hành động nhân quả tốt đẹp là một niềm khích lệ vô cùng lớn lao cho tờ báo thêm mạnh bước chân cứng đá mềm!!

7/ VHM số 27 & 28 đã công bố trước ngày bắt đầu của "Giải Thơ Văn Học Mới 2024" . Thật sự ngày tháng bắt đâu nhận bài là giữa tháng hai và kết thúc đến giữa tháng 5 > Tháng 6 mới công bố kết quả giải, nhưng từ khi bắt đầu công bố sớm trên VHM số 27, đã có hàng loạt người ở khắp nơi đã gửi bài dự thi trước rồi, Đó là một biểu hiện tích cực đầy lạc quan cho Giải Thơ mang tính đột phá và thăng hoa cho "dòng chảy VHNT" ở Hải Ngoại của chúng ta....Mãi cho đến VHM số 29 Xuân Giáp Thìn cận kề đến, số lượng người tham dự càng tiếp tục gia tăng hơn. Chúng tôi đang chuẩn bị đánh "số mật mã cho mỗi tác giả" để giữ công bằng và gửi đến mỗi giám khảo trong hội đồng chấm giải...

8/ Xin quý tác giả **LƯU Ý** , khi gởi bài cho Văn Học Mới - **Bộ mới phát hành mỗi tháng ra một số (1 Tháng / ra 1 số - "Nguyệt San Báo) :**
- Về thơ: Không quá 3 trang...
- Về Truyên ngắn: Không quá 12 trang, nếu hơn ... có thể đăng làm 2 kỳ)

9/ Kính gởi: Ban Biên tập Tạp chí Văn Học Mới,

Tôi là : Vũ Khắc Tế, hiện có một số truyện ngắn và thơ muốn gửi đăng trên tạp chí. Rất mong Ban Biên tập cho tôi biết các tiêu chí tuyển chọn cũng như yêu cầu về nội dung, độ dài và hình thức bản thảo để tôi có thể hoàn thiện và gửi đúng quy định.

Xin chân thành cảm ơn và kính chúc Tạp chí ngày càng phát triển.

Chào anh Vũ Khắc Tế,

Ban Biên tập Tạp chí Văn Học Mới rất cảm ơn sự quan tâm và thiện ý cộng tác của anh. Chúng tôi luôn hoan nghênh và trân trọng những đóng góp của các tác giả yêu văn chương. Dưới đây là một số thông tin chi tiết về việc gửi bài cộng tác mà anh có thể tham khảo:

1. Nội dung và Thể loại

Tinh thần sáng tác: Tạp chí của chúng tôi ưu tiên những tác phẩm thuộc lĩnh vực văn học nghệ thuật và sáng tạo tự do. Chúng tôi tìm kiếm những bài viết có giá trị thẩm mỹ, giàu cảm xúc, có phong cách độc đáo và mang hơi thở cuộc sống.
Thể loại: Chúng tôi nhận đăng tải truyện ngắn và thơ. Truyện vừa tiểu luận vv…

Phạm vi: Tạp chí không nhận đăng tải các bài viết có nội dung liên quan đến chính trị và tôn giáo.

2. Độ dài Quy định

Truyện ngắn: Độ dài lý tưởng là không quá 2.500 từ (khoảng 6-8 trang A4, cỡ chữ 12, cách dòng đơn).

Thơ: Tùy thuộc vào thể loại, nhưng nên giữ độ dài vừa phải để đảm bảo tính cô đọng và dễ tiếp cận với độc giả.

3. Hình thức Bản thảo

Định dạng: Bản thảo nên được gửi dưới dạng file .doc hoặc .docx (Microsoft Word).

Thông tin: Anh vui lòng ghi rõ tên tác giả (hoặc bút danh) và thông tin liên hệ (email/điện thoại) ở cuối bài viết.

Về qui định Cộng tác

Chúng tôi xin thông báo rõ:

Việc cộng tác với Tạp chí Văn Học Mới được thực hiện trên tinh thần chia sẻ và niềm đam mê văn nghệ là chính.

Ban Biên tập không có chính sách trả nhuận bút hay tặng báo biếu cho các tác phẩm được chọn đăng. Chúng tôi mong anh hiểu và thông cảm cho điều này. Tác phẩm của anh sẽ được giới thiệu đến cộng đồng độc giả yêu văn học trên nền tảng của Tạp chí.

Chúc anh luôn dồi dào sức sáng tạo và hy vọng sớm nhận được những tác phẩm tâm huyết từ anh.

Trân trọng,

Ban Biên tập Tạp chí Văn Học Mới

Vào 10:45 T.4, 1 Th10, 2025

Khac Te vu <khactevu@gmail.com> đã viết

10/ Trả lời điện thư tác giả, độc giả trong thang1 vừa qua:

Kính chào quý tác giả VĂN HỌC MỚI

Jan 10, 2026, 10:50 AM (19 hours ago)

Tạp chí Văn Học Mới xác nhận đã nhận tác phẩm của bạn.

Ban Biên tập sẽ lưu trữ, xét duyệt và chủ động liên hệ nếu cần trao đổi thêm.

Chúc quý Anh/Chị luôn dồi dào cảm hứng sáng tác.

Trân trọng,

Ban Biên tập Tạp chí Văn Học Mới

BÀI VỞ GỞI VỀ VĂN HỌC MỚI:

Gởi sáng tác, xin kèm theo địa chỉ, tên thật (có thể), số phone và Email. Gởi đến Văn Học Mới xin vui lòng đừng gởi báo khác. ***Nay Văn Học Mới phát hành theo định kỳ mỗi tháng ra 1 số. Như vậy trong vòng 1 tháng sau đó mà không thấy đăng, thì quí vị có quyền đăng báo khác. Điều quan trọng Văn Học Mới muốn nhắn nhủ đến quí tác giả là: Chúng tôi không đăng bài đã: 1/Đăng trên Facebook. 2/ Hoặc bất cứ đâu. 3/ Không nhận bài vở viết tay...***

Văn Học Mới xin quí vị lưu ý: là tạp chí **không có qui định trả tiền nhuận bút cho bất cứ tác giả nào cộng tác.** *(Vì vậy, mỗi tác giả trong nước khi gởi bài đăng , dưới tác phẩm thơ / văn, ngoài bút danh với tên thật hay điện thoại là tốt... Nhưng xin đừng ghi như bên VN là CMND và tài khoản ..v..v..*

Bài vở đánh máy trên một mặt giấy. Xin dùng Microsoft Word với công cụ đánh chữ **Uni Code hay Unikey** là tốt nhất. Nên dùng Font chữ thông dụng nhất là **Time New Roman.** *Bài vở không đăng chúng tôi không gởi trả lại. Theo nguyên tắc chờ một số mà không thấy đăng, số kế tiếp nếu có đăng thì chúng tôi sẽ thông báo, để quí vị không đăng báo khác...*

TẠP CHÍ VĂN HỌC MỚI
PHÁT HÀNH 12 SỐ /NĂM
BẮT ĐẦU SỐ 34 / PHÁT HÀNH VÀO THÁNG 11/2024

NHẬN BÀI TỪ NGÀY 1 ĐẾN NGÀY 15
NẾU AI GỬI TRỄ - SẼ DỜI LẠI SỐ SAU

Gửi bài vở cho tạp chí Văn Học Mới theo 3 hộp thư:

vanhocmoi4@gmail.com
tapchivanhocmoi.tho@gmail.com
ntlthu1016@gmail.com

Ngân phiếu/ chí phiếu mua báo dài hạn, xin đề:

HA NGUYEN
10291 Arundel, Ave
Westminster, CA 92683 - USA

Một cách rất tiện lợi và nhanh nhất là gởi trả qua công cụ có sẵn trong mỗi. ngân hàng là ; Zelle. (khi tác giả nào cần trả qua Zelle hãy email trước cho biết , sẽ cho số phone , kèm theo tên Ha Nguyen nữa là xong.

GIÁ BIỂU BÁO DÀI HẠN 12 SỐ / NĂM

HOA KỲ / MỘT NĂM / $ 240.00 . HAI NĂM $ 460.00

MUA______/ NĂM

CANADA / AUSTRALIA / PHÁP / ĐỨC
MỘT NĂM $ 280.00 . HAI NĂM / $540.00

MUA______/ NĂM

GIÁ BÁN TẠI CÁC NHÀ SÁCH US $20.00

GIÁ BIỂU BÁO DÀI HẠN 12 SỐ / NĂM

HOA KỲ / MỘT NĂM / $ 240.00 . HAI NĂM $ 460.00

MUA______/ NĂM

CANADA / AUSTRALIA / PHÁP / ĐỨC
MỘT NĂM $ 280.00 . HAI NĂM / $540.00

MUA______/ NĂM

GIÁ BÁN TẠI CÁC NHÀ SÁCH US $20.00

GIÁ BIỂU BÁO DÀI HẠN 12 SỐ / NĂM

HOA KỲ / MỘT NĂM / $ 240.00 . HAI NĂM $ 460.00

MUA______/ NĂM

CANADA / AUSTRALIA / PHÁP / ĐỨC
MỘT NĂM $ 280.00 . HAI NĂM / $540.00

MUA______/ NĂM

GIÁ BÁN TẠI CÁC NHÀ SÁCH US $20.00

Chúng tôi NHẬN in ấn tác phẩm thuộc VHNT

NHÀ XUẤT BẢN VĂN HỌC MỚI

Phát hành toàn cầu qua hệ thống Amazon.
Sẽ giao đến tận nhà quí vị. Trên
tinh thần ủng hộ quí Văn Nghệ Sĩ
và thân hữu trong giới sáng tác
Liên lạc Hà Nguyên Du

vanhocmoi4@gmail.com
tapchivanhocmoi.tho@gmail.com
ntlthu1016@gmail.com

Ảnh bìa: ....

Trình bày Bìa & Nội dung: HÀ NGUYÊN DU

*

www.ingramcontent.com/pod-product-compliance
Lightning Source LLC
LaVergne TN
LVHW011515200926
848484LV00001B/40
9798295662911